अपूर्व, अलौकिक, एकमेव...

यशोधरा काटकर

मेहता पब्लिशिंग हाऊस

Please contact us at **Mehta Publishing House,** Pune 411030.
✆ +91 020-24476924 / 24460313 / Mob. No. 9545000513
Email : production@mehtapublishinghouse.com
Website : www.mehtapublishinghouse.com

- *या पुस्तकातील लेखकाची मते, घटना, वर्णने ही त्या लेखकाची असून, त्याच्याशी प्रकाशक सहमत असतीलच असे नाही.*

APURVA, ALOUKIK, EKMEV... by YASHODHARA KATKAR
अपूर्व, अलौकिक, एकमेव... : यशोधरा काटकर / व्यक्तिचित्रणात्मक
Email : author@mehtapublishinghouse.com

प्रकाशक : सुनील अनिल मेहता, मेहता पब्लिशिंग हाऊस,
१९४१, सदाशिव पेठ, माडीवाले कॉलनी, पुणे – ४११०३०

मुद्रक : पार्कसन्स ग्राफिक्स

मुखपृष्ठ : फाल्गुन ग्राफिक्स

प्रथमावृत्ती : नोव्हेंबर, २०२१

किंमत : ₹ २६०

P Book ISBN 9789391151041
E Book ISBN 9789391151607
E Books available on : amazonkindle Apple Books Google Play Books

---

जोनाथन लिव्हिंगस्टन
सीगल् यांना...

ऋण नक्षत्रांचे असते आकाशाला
ऋण फळाफुलांचे असते या धरतीला
ऋण फेडायाचे राहून माझे गेले
ऋण फेडायाला पुनः पाहिजे मेले ॥
-रॉय किणीकर ('उत्तररात्र')

मनोगत

आज मला मनाच्या तळापासून खूप आनंद होत आहे.

या पुस्तकात ज्या व्यक्तींवर लिहिलेल्या लेखांचा अंतर्भाव करण्यात आला आहे, ती सर्व कर्तृत्वशाली आणि वलयांकित मंडळी अशा एखादा लेख वा पुस्तकाच्या मर्यादित कक्षेत सामावू शकणार नाहीत याची मला अगदी आतून जाणीव आहे. चित्रपटमहर्षी श्री. भालजी पेंढारकर, नटश्रेष्ठ श्री. जयशंकर दानवे,. सुलोचनामावशी, डॉक्टर काशिनाथ घाणेकर यांच्या कलाविष्काराने संस्मरणीय ठरलेले अनेक चित्रपट मराठी माणसाला आजतागायत मोहित करत आहेत. या प्रत्येकाचे किमान एकतरी चरित्र, आत्मचरित्र वा गौरवग्रंथ उपलब्ध आहे. त्यांना जवळून बघितलेले आप्त, त्यांच्याबरोबर दीर्घ काळ कार्यरत असणारे काही सहकारी आणि चाहते आजही आपल्या समाजात आहेत.

तर अशी ही सगळी नामांकित, वलयांकित अन् अनेक मानसन्मान-पुरस्कारांनी अलंकृत मंडळी...

मग अशा मंडळींना कागदाच्या काही तुकड्यांत बंदिस्त करण्याचा हट्ट मी का केला?

तेही मी रूढ अर्थी व्यक्तिपूजक वृत्तीची नसताना!

यातल्या आजोबा (चित्रपटमहर्षी श्री. भालजी पेंढारकर), आजी (श्रीमती लीलाबाई पेंढारकर) आणि आई-पप्पा (श्री. नरेंद्र काटकर) यांच्या बरोबरीने सुलोचना मावशीची साथ मला अक्षरशः जन्मापासूनच लाभली. डॉक्टर घाणेकर, प्रिया तेंडुलकर, प्रशांत-गौरी दामले ही मंडळी मला आयुष्याच्या अधल्या-

मधल्या कुठल्या ना कुठल्या टप्प्यांवर अचानक भेटली आणि राही अनिल बर्वे यांची भेट तर अगदी अलीकडची! या प्रत्येक भेटीत आमच्यात संवाद झाला, असे मात्र नाही. कधी अगदी सुंदरसे धागे जुळले, तर कधी साधी ओळखही नसल्यासारखे पाठ फिरवून आम्ही आपापल्या वाटांनी निघून गेलो; पण कसे कुणास ठाऊक, कधी काही न मागतादेखील या सर्वांनीच आपापल्या परीने दुर्मिळ रत्नांसारखी काही मूल्ये माझ्या आयुष्याच्या पोतडीत अलगद ठेवून दिली आणि माझे आयुष्य संपन्न, समर्थ आणि चमकदार करून टाकले.

आणि आश्चर्याची गोष्ट अशी, की जेव्हा कधी पराकोटीची निराशा किंवा अत्युच्च आनंदाच्या क्षणी मी हे संचित उघडून बघते तेव्हा त्यात अनेक नव्या नजरबंदी करणाऱ्या देवदुर्लभ तेजस्वी रत्न-स्फटिकांची भर पडलेली मला दिसते. कुणाला कळूही न देता, कोणत्याही श्रेय वा परतफेडीची अपेक्षा न करता, कोण कधी चोरपावलांनी येऊन माझ्यासाठी.... एकटीसाठी हे ठेवून गेले असेल? त्या झगमगणाऱ्या रत्नांच्या प्रभेने सगळा आसमंत उजळून निघालेला बघून मी विस्मयचकित होऊन जाते.

त्या चकित झालेल्या क्षणांच्या कहाण्या म्हणजेच माझे हे लेख...

तसे कुठलीच व्यक्ती इतरांना काय स्वतःलादेखील समग्र कळत, समजत नसते. मानवी शरीर आणि चित्तधारा प्रत्येक क्षणी अतिजलद गतीने कंप पावत, बदलत असते. उत्पत्ती, विकास व विलय हा निसर्गाचा नियमच आहे; मग मानवी शरीर व चित्त त्याला अपवाद कसे असणार? शिवाय निसर्गापुढे माणसाची बुद्धी नेहमीच तोकडी! माणूस नावाचे हे जे विलक्षण रसायन उत्क्रांत होत आले, त्याच्या समष्टीचा शोध घेण्यासाठी किती वैज्ञानिक, तत्त्ववेत्ते, संशोधक, मसीहा अन् अवतारांनी जंगजंग पछाडून पाहिले; पण 'कोऽहम्?' हा शोध आजतागायत संपलेला नाही. हे गूढ अजूनही उकलले गेले नाही ते नाहीच.

मग एवढ्या मर्यादा ठाऊक असूनही या माणसांचा शोध मी का घ्यावा?

कारण ही सर्व निर्मितिक्षम माणसे आहेत.

कला आणि साहित्याच्या वेडापायी झपाटून जात, इतर सर्व लौकिक बंधने झुगारून देत, अत्यंत प्रतिकूल परिस्थितीशी झगडत त्यांनी त्यांच्या जीवनाचा वेगळा मार्ग शोधला. त्या खडतर मार्गावरून चालत असताना थंड पाण्याचा एक घोट द्यायला वाटेवर कुणी मरतुकडे पोर उभे असणार नाही, थकलेल्या माथ्यावर सावली धरायला कुठल्याच वळणावर एखादे बोरी-बाभळीचे वेडेवाकडे झाडदेखील दिसणार नाही, हे त्यांनी मनोमन जाणून घेतले होते. तरीही त्या अंधारलेल्या-कष्टप्रद मार्गावरून ते स्वतःच स्वतःचा दिवा होऊन चालत राहिले, पुढे पुढे जात राहिले. या कष्टांतून, घावातून अन् जखमी होण्यातून फुलत गेले त्यांच्या

प्रतिभेच्या आविष्काराचे स्फुलिंग! त्यांनी त्यांची व्यक्तिगत आयुष्ये तर झळाळून उठलीच; शिवाय भारतीय साहित्य व कला क्षेत्रात नवतेच्या अनेक लाटा फुटल्या आणि समाजातील विविध स्तरांत जगणाऱ्या सर्वसामान्यांची आयुष्ये त्यामुळे सजीव व श्रीमंत होऊन गेली. ९७व्या वर्षी सर्व गात्रे थकलेली असताना नवा चित्रपट काढण्याच्या ध्येयाने भारलेले माझे आजोबा, आज ८९व्या वर्षाच्या टप्प्यावर पोचूनही अनेक सांस्कृतिक, सामाजिक व कौटुंबिक जबाबदाऱ्या पार पाडणारी सुलोचनामावशी, अन् तरुण लेखक-चित्रपट दिग्दर्शक राही अनिल बर्वे यांच्या जीवनात हे समान सूत्र मला जाणवते.

मग माझे वडील (पप्पा- नरेंद्र काटकर) आणि सासरे (पपा- गजानन भोसले) यांचे काय?

ते कुठे वलयांकित, प्रसिद्ध वगैरे वगैरे होते?

त्याचे साधे सोपे उत्तर असे आहे की निसर्ग प्रत्येकाला जन्मतःच निर्मितिशीलतेची बीजे देऊनच जगात पाठवत असतो. काही जण खूप लहानपणीच ते आतून जाणून घेतात. निर्मितिशीलतेसाठी आवश्यक असणारे व्यक्तिगत स्वातंत्र्य ही त्यांच्या लेखी एक बाह्य, वास्तव जगातून मिळू शकणारी केवळ संकल्पना राहत नाही, तर त्यांच्या अंतर्बाह्य अस्तित्वालाच ती व्यापून टाकते. हे वारे एकदा हाडात भिनले, की तो माणूस एकलकोंडा, अंतर्मुख, प्रसंगी माणूसघाणा आणि बऱ्याचदा बाह्य जगाबाबत आंधळा होत जातो; कारण त्याच्या अंतर्मनाला आता डोळे फुटलेले असतात. अशा आतून चेतनामय झालेल्या एखाद्या जोनाथन लिव्हिंगस्टन सीगल्‌सारख्या इवल्याशा जीवाला 'ती' हाक ऐकू येते. मग किनाऱ्यावरच्या उबदार वाळूत उड्या मारत मजेत भक्ष्य टिपत जगायची पिढ्या न् पिढ्यांची शिकवून शिस्तीत बसवलेली जीवनप्रणाली झुगारून देऊन, जीव गेला तरी बेहत्तर म्हणत आकाशाच्या टोकापर्यंत जाण्याची ईर्ष्या आपल्या चिमुकल्या पंखाच्या टोकात बाळगून, खवळलेल्या समुद्राच्या लाटांवर पसरलेल्या असीम अवकाशात तो उंच भरारी घेतो.

तो पुनःपुन्हा अनंताकडे झेपावत राहतो.

तीच त्याची प्रतिभा.

निर्मिती.

आणि जीवनप्रणाली.

काही जणांना ही जाण आतून यायला अवधी जावा लागतो, तर काही जणांना परिस्थितीचे चटके अन् हादरे मजबूर करून या मार्गावर आपसूक आणून पोचवतात.

आणि काही असेही की त्यांना हे काहीच उमजत नाही. मग ते इतरांसारखे

सुरक्षित कळपात जगत, दाणे टिपत त्यांच्या मते सुखात जगत राहतात.

माझे वडील आणि सासरे यांनी असे इतरांसारखे आयुष्य नाकारले. मध्यमवर्गीय दैनंदिन आयुष्यातल्या लहान-मोठ्या बाबी घेऊन समोर येणारे बरे-वाईट क्षण निर्मितिशीलपणे कसे जगावे आणि आयुष्य संपन्न करून घ्यावे ते त्यांनी शिकवले. मुंबईसारख्या महानगरात धडपडीचे जिणे जगत असताना त्यांनी स्वतःतला निर्मितिशीलतेचा अंतस्थ झरा नेहमी जिवंत, नितळ व स्वच्छ खळाळत ठेवला.

साहित्य, संगीत, नृत्य, चित्र, शिल्पादी कला, चित्रपट, नाटकासारखी माध्यमे अशा क्षेत्रांत काही दैवी दैणगी असलेल्या प्रतिभेमुळे निर्मितीचे अनेकविध आविष्कार करणारा, त्यातून समाजाला काही नवी मूल्ये, काही नवी तथ्ये मिळवून देणारा तो माणूस म्हणजेच कलाकार, हा आपला समज आपण सर्वांनीच स्वतःशीच पुन्हा तपासून बघितला पाहिजे, नाही का?

ही सर्वच मंडळी माझ्या मनाच्या खूप नाजूकशा हळव्या कप्प्यांमध्ये कधीपासूनचीच आहेत. त्यांच्याबद्दल लिहिताना एकीकडे पुनर्भेटीचा आनंद व्हायचा, तर दुसरीकडे अनेक आठवणींची दाटी होत रडू कोसळायचे. त्यांच्यावरचे हे सगळे लेख मी वर्डस्वर्थच्या उक्तीप्रमाणे 'Literature is a spontaneous overflow of powerful emotions' असे होत रडतकढतच लिहिले आहेत.

या पुस्तकातल्या लेखातील सर्वच व्यक्तींनी मराठी रसिकांना भरभरून देणे दिले व महाराष्ट्राच्या सांस्कृतिक परंपरेत अमोल भर घातली. त्यांचे ऋण आपल्या सर्वांवर आहे आणि राहील. त्यांच्या ऋणातच राहायला मला आवडेल.

ही माणसे माझ्या लहानपणापासून मला जशी दिसत, उमजत गेली, तशी माझ्या नजरेतून, माझ्या पद्धतीने मी मांडत गेले. आज ती तुम्हा वाचकांच्या भेटीला येत आहेत, तुमच्या प्रतिक्रियांबद्दल मी अतिशय उत्सुक आहेच.

आज मला मनाच्या तळापासून खूप आनंद होत आहे.

– यशोधरा

अनुक्रमणिका

१

घर तिघींचे

"यशू..."

मी अगदी आवाज न करता उंबरठ्यावरून उडी मारून दाराबाहेर पळायच्या बेतात होते. तेवढ्यात स्वयंपाकघरातून लीलाआज्जीची हाक ऐकू आली आणि धावत निघालेली माझी पावले जिथल्या तिथे थबकली.

झालं! आत्ता तर ती आतमध्ये अक्कलकोटच्या स्वामींच्या फोटोसमोर बसून गंभीर चेहऱ्याने पोथी वाचत होती. ती त्यात मग्न असल्याची संधी साधूनच मी घरातून सुंबाल्या करायची हिंमत केली होती. नेहमी माझा असा कसा घात करते ही! कितीही सफाईने सटकायची योजना आखली तरी...कशी नेमकी पकडते? तिथे आत बसूनसुद्धा तिला कसं कळतं मी इथे बाहेर काय उद्योग करतेय ते?

आतून ती बाहेर आलीच.

चला, आता संपलंच सगळं! आता कसली खेळायला जाते मी!

"कुठं निघाल्यात महाराणी हुंदडायला?"

"अं! जरा तिकडे जातेय, सरलाआज्जीकडे..."

"होक्का! उजाडला वाटतं दिवस तुमचा, चालल्या खेळायला...'हे' येणार आहेत घरी जेवायला. मुलीच्या जातीनं कसं..."

बाप रे बाप! 'हे' घरी येणार आहेत? मग मुलींच्या जातीने कसं वागायचं असतं ते भाषण ऐकायला तिथे थांबणार कोण? यशोधराबाई, पळा... असे मनाशी म्हणत मी तिथून चक्क धूम ठोकली.

पायऱ्याबियऱ्या उतरायच्या भानगडीत न पडता घराच्या उंच जोत्यावरून खाली लांब उडी टाकली ती थेट सरलाआज्जीच्या अंगणात!

धावतपळत एकदा सरीआज्जीच्या घरात शिरले, की सुटले एकदाची! एकदम सुरक्षितता. लीलाआज्जी काय करेल ते बघून घेऊ मागाहून!

कोल्हापूरच्या तपोवन आश्रमात लीलाआज्जीच्या घराशेजारी सरलाआज्जीचं घर होतं, ही माझ्या दृष्टीने किती भाग्याची गोष्ट होती म्हणून सांगू! माझे आई-वडील होते दूर गोव्यात. तिथे तेव्हा पोर्तुगिजांचं राज्य होतं, असं आज्जी सांगायची. माझ्या 'उच्च' शिक्षणाची आबाळ होऊ नये म्हणून मला विद्यापीठ हायस्कूलच्या बालवर्गात दाखल करून आई-पप्पांनी मला आजीच्या ताब्यात दिले होते. कोल्हापूरबाहेर कळंब्याच्या वाटेवर एक विस्तीर्ण खडकाळ माळ दूरवर पसरत गेला होता. तिथे दीक्षित गुरुजींच्या देखरेखीखाली विद्यापीठ हायस्कूलमधले अनेक विद्यार्थी तपोवन आश्रमात अतिशय शिस्तीने राहत होते. त्या माळावरच्या शेतीत काम करत होते. खडक तोडून तिथे अनेक प्रकारच्या फुला-फळांची झाडे लावण्यात आली होती. दुभत्या गायी-म्हशींनी गजबजलेला गोठा होता. या सर्वांची निगा राखण्याचे काम विद्यार्थ्यांना करावे लागे. श्रमदान, शिक्षण आणि भूतदया ही मानवतावादी मूल्यप्रणाली शिकवणारा विनोबाजींचा आदर्शवाद दीक्षित गुरुजींच्या रूपाने त्या परिसरात वावरत होता. ज्ञान, भक्ती अन् पवित्रतेचा परीसस्पर्श त्या उघड्याबोडक्या खडकाळ भूमीला झाला आणि तिचे रूप बदलत गेले; ते चैतन्यमय झाले. अशा त्या माळावर दिवसभर सोनेरी सूर्यकिरणांचा वर्षाव होत राही. झाडांच्या गर्दीतून दूरवर पसरत गेलेली हिरवळ बघताना माझी नजर धावत पुढे पुढे जाई ती थेट क्षितिजावर चमकणाऱ्या रंकाळा तलावाच्या किनाऱ्यापर्यंत!

तपोवन आश्रमाच्या सोबतीला विद्यापीठातल्या शिक्षकांची कौलारू घरांची वस्ती होती. त्या घरांच्या ओळीत जरासे पुढे उंच जोत्यावर बांधलेले लीलाआज्जीचे घर होते. अगदी साधे; पण उंचीमुळे नजरेत भरणारे. आणि त्याला अगदी बिलगून मध्ये मेंदीच्या कुंपणाची हडकुळी रेघ असलेले सरीआज्जीचे दगडी चिऱ्यांचे छोटेसे घर होते. त्या घरी लिनू आणि कपिल ही माझी मावस भावंडे

सोलापूरहून सकाळीच येऊन पोचली आहेत, ही बातमी या दुष्ट लीलाआज्जीने कितीही लपवून ठेवायचा प्रयत्न केला तरी आमच्या गुप्तहेर खात्यातर्फे माझ्यापर्यंत कधीच येऊन पोचली होती. कधी एकदा तिकडे पोचेन, अशी घाई मला झाली होती. मग त्यांना बरोबर घेऊन तपोवनातल्या कुठल्या झाडाला चिंचा गाभुळल्या आहेत, कुठे आवळे लगडलेले आहेत, ते दाखवायला पळत सुटायचे होते. दिवसभर तो दंगा, धुडगूस करून झाला की, संध्याकाळी माळावरच्या खडकाळ हिरवळीमध्ये नेमक्या कुठल्या जागी अंगावर सुंदर काळे ठिपके असणारे लालबुंद रंगाचे गोल गोल मखमली किडे त्यांच्या जमिनीतल्या भुयारासारख्या घरातून बाहेर खेळायला येतात, ती मजा दाखवायला त्यांना घेऊन जायचे होते. त्यांच्याकडून सोलापूरच्या गमतीजमती ऐकायच्या होत्या. सगळी धमाल करायची होती. हे सगळे माझ्याशिवाय कोण करणार होते?

त्या घरातली सरीआज्जी हे सगळे उद्योग आम्हाला बिनधास्तपणे करू द्यायची. तशी तीसुद्धा खूप शिस्तीची होती बरं; पण एकंदरीत लीलाआज्जीपेक्षा तो प्रकारच वेगळा. लीलाआज्जी मला दामटवून विद्यापीठात पाठवायची. मी आंघोळीला गेले की 'यशू...लवकर' म्हणत ही काठी घेऊन न्हाणीघराच्या बाहेर उभी राहायची. मी बसमध्ये चढते की नाही ते बघायला बसच्या थांब्यावर हजर असायची. संध्याकाळी दीक्षित गुरुजींच्या परमधाम आश्रमात गीतेचे अध्याय म्हणायला नेमकी माझ्या पाठी येऊन बसायची. मामाबरोबर शाखेत पाठवायची. मग म्हणा 'नमस्ते सदा वत्सले', करा भगव्या ध्वजाला वंदन, 'जय हिंद...' आणि असंच काही! एक ना दोन, हज्जार छळ! 'ते' घरात नसले तरी त्यांची सगळी शिस्त तंतोतंत पाळणारी ही त्यांची लेफ्टनंट होती की घरात! सरीआज्जीकडे गेलं की या सगळ्यातून सुटका व्हायची आणि प्यायला मिळायची गरम गरम दुधाळ कॉफी! तिच्या स्वयंपाकघरात मांडलेल्या पाटांवर बसून मी, लिनू आणि कपिल चिनीमातीच्या मोठ्या कपातली ती गोड कॉफी ओठांवर दुधाच्या मिशा उगवेपर्यंत पीत बसायचो. अर्थात ही चैन एवढ्यावरच संपत नसे. आज्जीच्या स्वयंपाकघरातल्या बंदिस्त फडताळात एक खासम् खास अशी फिरकीच्या झाकणाची भलीमोठी काचेची बरणी होती. किंचित हिरवट शेवाळी झाक असणाऱ्या त्या पारदर्शक काचेवर नागमोडी रेषांच्या लाटा असणारी नदी झुळूझुळू गाणे गात वाहत होती. नदीच्या काठावर दोनच पाने असणारी इवलीशी रोपे गमतीजमतीत उगवली होती, त्यावर चार पाकळ्यांची नाजूक हसणारी फुले उमललेली होती आणि त्या फुलबागेमध्ये एक चिमुकला मोर वरच्या आकाशात पावसाच्या ढगांचा काळा काळा कापूस पिंजलेला नसूनही थुईथुई नाच करत होता. आम्ही कॉफी प्यायला बसलो, की आज्जी ती जादूची बरणी बाहेर काढून आमच्या मधोमध

ठेवून देई. की आऽहा! घाईघाई करत कपिल ती बरणी कशीबशी उघडे आणि आतल्या खाऱ्या बिस्किटांच्या पिळांवर सगळे जण अक्षरशः तुटून पडत. कॉफीत बुडवून ती बिस्किटे फस्त करताना बाहेरचे सगळे जग विसरले जायचे, इतका तो अवर्णनीय आनंद! एकदा तर आम्ही सर्वांनी मिळून त्या बरणीभर बिस्किटांचा पार फन्ना उडवून टाकला होता. आणि मग आमची जी घाबरगुंडी उडाली म्हणून सांगू! 'आता सरलाआज्जी आमचं काय करेल? रागवेल की बदडेल?' या कल्पनेने सगळे खादाडबोके नुसते हवालदिल होऊन गेले; पण आश्चर्याची गोष्ट म्हणजे ती मुळीच रागावली नाही. उलट तोंडाला पदर लावून खुदूखुदू हसत सुटली आणि मोठ्या कौतुकाने दिवसभर येणाऱ्या-जाणाऱ्याला ती सुरस कहाणी सांगत राहिली.

"काय पोरं तरी बाई, बरणीभर बिस्किटं संपवली की हो!"

मग लीलाआज्जीला घाबरतंय कोण?

अशा त्या दोघी...

आणि त्यांची ती घरं.

आमची घरं.

लीलाआज्जीच्या घरातल्या हॉलच्या दर्शनी भागातच एका व्यक्तीचा भलामोठा फोटो लावला होता. सावळ्या वर्णाच्या त्या व्यक्तीचा गोल चेहरा, त्यावरचे सरळ ताठ नाक, ओठांची घट्ट ठेवण, अगदी 'क्रू' कट केल्यासारखे केस, सगळे एकदम डोळ्यांत भरत असे. चेहरा तसा साधाच होता; पण त्या चेहऱ्यातून रोखून बघणारे ते धीरगंभीर, भेदक डोळे...बाप रे बाप...त्या गंभीर डोळ्यांमुळे त्या सबंध चेहऱ्याला मिळालेली विचारमग्न, करारी मुद्रा बघताना माझी नजर त्यावर खिळून राहायची. हॉलच्या या टोकापासून त्या टोकापर्यंत पोचेपर्यंत ती करडी नजर माझा पाठलाग करायची आणि खिशात दाबून ठेवलेली उड्या मारायची दोरी घामेजून जायची. गमतीचा प्रकार म्हणजे अगदी असाच एक फोटो सरलाआज्जीच्या घरातसुद्धा लावलेला होता. आणि खासबागेत उंच जिन्याच्या घरात राहणाऱ्या बकुळाआज्जीच्या हॉलमध्येही तो फोटो बघून मी चकित झाले होते. तो फोटो त्या तिघींच्या 'यांचा' होता; आमच्या आजोबांचा होता. बाहेरचे जग त्यांना 'चित्रतपस्वी श्री. भालजी पेंढारकर' म्हणून ओळखत होते. त्यामुळे ती तीनही घरे जरी वेगवेगळी असली तरी मुलांना आणि नंतर आम्हा नातवंडांना ती कधीच वेगवेगळी किंवा परकी वाटली नाहीत. या घरात आबी (सुलोचना, माझी आई), जयसिंगमामा आणि सदामामा (जयसिंग आणि सदानंद पेंढारकर), तसे सरीआज्जीकडे प्रभाकरमामा (लेखक प्रभाकर पेंढारकर) आणि बेबी (ऊर्फ सरोजमावशी) आणि बकुळाआज्जीच्या घरी बाळमामा अशा सगळ्या भावंडांबरोबर

त्यांचे अनेक मित्र...खाडेमामा, घोलकरमामा, कर्नाटकीमामा अशा अनेक व्यक्ती आणि वल्ली या गोकुळात वावरत होत्या. मी लहानपणी परीकथा आवडीने वाचायची. त्या परीकथांमधल्या राजाची एक राणी आवडती, तर दुसरी नावडती असे. आवडती राणी नावडतीच्या मुलांचा दुस्वास करायची, त्यांना छळायची. प्रसंगी त्यांना मारून टाकायचा हुकूम सेनापतीला द्यायची. इथे तर या मुलांना तीन आई होत्या; पण तीनही घरांत सारखे राहणीमान आणि सर्वांना समान वागणूक असायची. कुठलाही मोठेपणाचा आव न येऊ देता अगदी सहजपणे हे होत राहायचे. कारण, त्या तीनही घरांतून एकच चैतन्यतत्त्व भरभरून वाहत होते. त्या तीनही घरांच्या अंगणातल्या तुळशीकट्ट्यावर तिन्हीसांजेला निरांजने तेवायची ती 'त्यांना' उत्तम आरोग्य, दीर्घायुष्य आणि समृद्धी लाभू दे, या एकाच प्रार्थनेसाठी!

आमचे आजोबा आमच्या बरोबरीच्या इतर मुलांच्या आजोबांपेक्षा काही वेगळेच होते. ते राहायचे तिकडे दूरच्या जयप्रभा स्टुडिओत. त्यांना भेटण्यासाठी त्यांच्या 'स्वीय सहायकां'कडून मुलाखतीची वेळ आधी ठरवून घ्यावी लागायची. एरवी आम्हा बच्चेकंपनीला स्टुडिओत प्रवेश करायला सक्त मज्जाव होता. ठरलेल्या वेळीच तिथे जाता येत असे. 'जयप्रभा स्टुडिओ' हे खरोखरीच एक कलामंदिर होते. तिथे प्रवेश करताच भल्या मोठ्या आवारातली स्वच्छता, पवित्रता बघून मन उत्साही अन् प्रसन्न व्हायचे. मद्य अन् धूम्रपानाला तिथे बंदी होतीच; पण पान खाऊन पिचकाऱ्या टाकणे, एवढंच काय, कागदाचा लहानसा कपटा तिथे फेकला तर स्वीय सहायकांतर्फे चक्क दंड ठोठावण्यात येत असे. सगळे आपापल्या कामात व्यग्र असायचे. कुणी पाचकळ गप्पा मारत 'हीऽ हीऽऽ...' करत बसलेले चुकूनही दिसत नसे. तशी कुणाचीच प्राज्ञा नव्हती. आजोबांची शिस्त आणि कडक स्वभाव यांचे आमच्यावर खूप दडपण येत असे. त्या आवारातल्या खडीवरून चालताना पावलांचा आवाज होऊ न देता अगदी दबकून चालत आम्ही त्यांना भेटायला जायचो.

साधा पांढरा झब्बा, तशीच शॉर्टपँट आणि पायात कोल्हापुरी चप्पल, अशा साध्या वेशातल्या आजोबांना बघून माझ्या मनात आश्चर्य जागे होत असे. चित्रपटतपस्वी असे का असतात? अत्यंत प्रसन्न, हसरा चेहरा असणारे मुंबईचे शांताराम आजोबा (चित्रपटमहर्षी व्ही. शांताराम), 'सिंहगड' चित्रपटात उदयभानू बनून आम्हाला घाबरवून सोडणारे धिप्पाड व्यक्तिमत्त्वाचे बाबूराव आजोबा (नटश्रेष्ठ बाबूराव पेंढारकर) आणि पुढे केव्हातरी बघितलेल्या 'ब्रह्मचारी' सिनेमात दंडबैठका काढण्याचा फुका प्रयत्न करत असताना 'आज एवढेच पुरे की' असे फोटोतल्या मारुतीरायाला सांगून चक्क पळ काढणारे विनायक आजोबा (मास्टर विनायक) या सगळ्या भावंडांपेक्षा हे व्यक्तिमत्त्व अगदी वेगळे होते.

कधी ते ऑफिसमध्ये काही लिहीत बसलेले असत. कधी एडिटिंग रूममध्ये फिल्म बघत असत. कधी रंगपटात शस्त्रे, तर कधी पोशाखांची देखरेख चालू असे. स्टुडिओत शूटिंग सुरू असेल तर ते ढकलगाडीवरच्या कॅमेऱ्यातून बघत शॉट्स घेताना दिसायचे. सुलोचनामावशी, चंद्रकांत, सूर्यकांत, जयशंकर दानवे, जयश्री गडकर, दामूअण्णा मालवणकर, रमेश देव, राजशेखर असे अनेक प्रख्यात कलाकार त्यांच्या चित्रपटात काम करण्यात धन्यता मानत होते. आजोबांच्या कडक शिस्तीचा बडगा ठाऊक असूनसुद्धा त्यांच्या चित्रपटात काम करायला आनंदाने हजर होत होते. सुलोचनामावशी एवढी नावाजलेली अभिनेत्री, अनेक भाषांतल्या विविध चित्रपटांतून भूमिका करण्यात ती अगदी व्यग्र झाली होती. त्यासाठी कलकत्ता, मद्रास, मुंबई अशी तिची सतत भ्रमंती चालू असायची; पण आजोबांचे शूटिंग ठरले म्हणजे, संपलेच बाकीचे सगळे! चित्रीकरणाच्या ठरलेल्या वेळेच्या आधी रंग, वेशभूषा आटोपून स्टुडिओत हजर राहायचे आणि मुख्य म्हणजे संवाद घोकून, पाठ करून हजर व्हायचे, शूटिंग संपेपर्यंत स्टुडिओ सोडून कुठे जायचे नाही, ही सगळी शिस्त सुलोचनाबाईंनाही तंतोतंत पाळावी लागायची. घरात एरवी मावशी बनून सर्वांचे हवे तितके लाड करणारी एवढी मोठी सुलोचनामावशी तिथे आजोबांपुढे गेल्यावर अगदी अवघड पेपर समोर आलेल्या विद्यार्थिनीसारखी गंभीर बनून जायची. पण, खरी गंमत यायची ती ते स्वतः अभिनय करून दाखवायचे तेव्हा! एरवी गंभीर दिसणारी त्यांची चर्या मग क्षणार्धात बदलून जायची. कधी ते उर्दू शब्दांची मुलायम नजाकतदार वळणे सफाईने पेलत दुष्ट, कावेबाज शाहिस्तेखान व्हायचे, तर कधी भवानीमातेच्या पायी नतमस्तक होणारे शिवाजी महाराज. कधी मावळा व्हायचे तर कधी सोंगाड्या! मात्र नंतर त्या नटाने वा नटीने तोच सीन केला, त्यांनी कितीही चांगला अभिनय केला, तरी आम्हाला तो मुळीच पसंत पडत नसे. आजोबा म्हणजे काय बाबा, ग्रेटच! पण असे शूटिंग बघायला मिळणे तेव्हा जवळपास अशक्यच होते.

त्या तीनही आज्ज्यांच्या घरात आजोबांच्या फोटोबरोबरच आणखी एक मोठा फोटो लावला जात असे, शिवाजी महाराजांचा! त्यामुळे घरात नसूनही त्या घरावर खरी सत्ता चालायची ती त्या दोघांचीच. शिवरायांच्या तेजस्वी आदर्शाचा वारसा ज्यांनी सर्व महाराष्ट्राला दिला, ते आजोबा ही त्या घरांची चैतन्यशक्ती होती, आजही आहे. आणि ते सगळे संस्कार आम्हा नातवंडांच्या अंगात, नव्हे रक्तात भिनावेत म्हणून त्या तीनही आज्ज्या धडपडत होत्या. लीलाआज्जीच्या घरात मात्र एका आडनिड्या कोपऱ्यात दोन लहानसे फोटो लावण्यात आले होते. त्यांतल्या पहिल्या फोटोत एक अतिशय लावण्यवती स्त्री रेशमी वस्त्रे लेवून आपले लांबसडक कुरळे केस मोकळे सोडून सुंदरशा मंचकावर पहुडली होती,

तर दुसऱ्या फोटोत तिने अगदी साधी साडी पेहेनली होती. हातात चिपळ्या नि एकतारी घेऊन आर्त मुद्रेने ती प्रभूचा धावा करत होती.

मी कधीतरी अगदी बावळटपणाने आज्जीला विचारले होते,

"कोण गं ही?"

आणि तिनेही हसू दाबत अगदी लाजत लाजत उत्तर दिले होते,

"मिस् लीला...पूर्वी सिनेमात काम करायची."

पूर्वी मूकपटात आणि नंतर 'टॉकी'त नायिकेच्या भूमिका करणाऱ्या, एचएमव्हीच्या तबकडीवरून सुरेल आवाजात भावपूर्ण गीते गाणाऱ्या, भारतातील पहिल्या रंगीत चित्रपटाची नायिका होण्याचा बहुमान लाभलेल्या मिस् लीला चंद्रगिरी म्हणजेच आपली लीलाआज्जी...सौभाग्यवती लीलाबाई भालजी पेंढारकर, हे पुढे बऱ्याच दिवसांनी मला कळले तेव्हा माझा झालेला भलामोठा 'ऑ' पुढे पुष्कळ दिवस टिकला. कळले, पण वळले मात्र खूप नंतर.

तपोवनातल्या घरात पहाटे पहाटे जाग यायची. झुंजूमुंजू झालेल्या त्या शांत प्रहरी कळंब्याकडून बैलगाड्या कोल्हापूर गावाकडे ओळीने निघालेल्या असायच्या. बैलांच्या पावलांचा डांबरी रस्त्यावर उमटणारा तो निःशब्द नाद, चाकांची कुरकूर आणि गाडीवानांनी एकमेकांना घातलेले हाकारे... असे अनेक ध्वनी अस्पष्टसे त्या थंड, धुरकटलेल्या वातावरणातून धावत यायचे आणि माझी झोप चाळवली जायची. डोळे चोळत चोळत मच्छरदाणीतून डोकावून बघावे तर तिथे आज्जी उभीच असायची. पांढऱ्या शुभ्र साडीचा डोक्यावरून घेतलेला पदर, त्यातून डोकावणारा तिचा उज्ज्वल, सुंदर चेहरा दिसायचा. कपाळावरचे ठसठशीत कुंकू चमकायचे. आपली मऊसूत बोटे माझ्या चेहऱ्यावरून फिरवत ती गोड हसायची. म्हणायची...

"झाली काय झोप, यशवंतराव?"

आई म्हणायची की, पूर्वी लीलाआज्जीचा स्वतःचा स्टुडिओ होता. गाडी होती. खूप वैभवात, अगदी राणीसारखी राहत होती ती. पृथ्वीराज कपूर, दुर्गा खोटे, बाबूराव पेंढारकर, विनायक यांसारख्या मातब्बरांबरोबर तिने चित्रपटात कामे केली होती. बाबूराव पेंटर, व्ही. शांताराम अन् आजोबांसारख्या थोर दिग्दर्शकांनी तिच्याकडून भूमिका करवून घेतल्या. तेव्हाच्या एचएमव्ही कंपनीने तिच्या गाण्याच्या ध्वनिमुद्रिका काढल्या होत्या. 'चंद्रसेना', 'वाल्मीकी', 'महारथी कर्ण', 'कान्होपात्रा', 'माया मच्छिंद्र', 'सिंहगड' अशा कित्येक पौराणिक, ऐतिहासिक अन् नाट्यमय पोशाखी चित्रपटांत तिने अभिनय केला होता.

पण, आम्हाला मात्र ती कधीच तशी दिसली नव्हती. बघावे तेव्हा ती घरातच गुंतलेली असे. आजोबांच्या जेवणाचा डबा रोज स्टुडिओत पाठवला

जाई. मऊ मऊ नाजूक हाताने ती भाकऱ्या करी. त्यांच्यासाठी खास सूप, पुलाव बनवी. मी कोल्हापूरला येईपर्यंत घरातल्या सगळ्या मुला-मुलींची लग्ने होऊन चौघे चार दिशांना पांगली होती. आई-पप्पा गोव्यात, प्रभाकरमामा फिल्म्स डिव्हिजनमध्ये मुंबईला, तर सरोजमावशी सोलापूरला चिंदरकरांच्या संसारात रमलेली. फक्त सदामामा कोल्हापुरात शेती करत होता. मग नातवंडांची उस्तवार कर. फर, वुलनचा कपडा आणून कुणाला गरम जाकीट शीव, स्वेटर वीण, तुकड्यातुकड्यांच्या गोधड्या बनव, असे तिचे सारखे उद्योग चालत असत. अशा अगदी छोट्या छोट्या उद्योगांपासून ते घरातली सगळी लग्नकार्ये अगदी थाटामाटाने यथासांग करण्यापर्यंत त्या तिघींचे एकमेकींना अतिशय सहकार्य लाभत असे. बकुळाआज्जी खासबागेतून सकाळीच तपोवनात आली की ओळखायचे, आज दुपारी हे त्रिकूट खलबतखान्यात काहीतरी गुप्त चर्चा करायला बसणार असावे. निमित्त अगदी साधे असायचे. नात्यातल्या कुणाचे लग्न असायचे. मग अहेर कोणता करायचा?

"लीलाबाई...मी काय म्हणते ऐकता काय? चांदीची ताटं आमच्या हुपरीलाच चांगली मिळतात."

बकुळाआज्जीचा किंचित कानडी हेल असणारा ठसकेबाज टिपेचा सूर कानी यायचा, की मी कपाळावर हात मारून घ्यायची. झालं, आता आख्खी दुपार चांदीची ताटं कोल्हापूरच्या सराफकट्ट्यावर की, आमच्या हुपरीला चोख बनवतात यावर वाद रंगत जाणार!

त्यांच्यात नेहमीच एकमत होत होते असे मला वाटत नाही. संसारात भांड्याला भांडे लागणारच. त्यातून त्यांचा संसार असा जगावेगळा होता. त्या तिघींचे स्वभाव वेगळे, वृत्ती वेगळ्या, तरीही त्या अतिशय एकजुटीने, एकदिलाने वागत. लीला आणि बकुळाआज्जीचा आजोबांच्या आयुष्यात प्रवेश झाला तो चित्रपटसृष्टीतून. 'गोरखनाथ', 'सिंहगड' या चित्रपटातून तर त्या दोघी एकत्र चमकल्या होत्या. सरलाआज्जीचे मात्र तसे नव्हते. ती चार पुस्तके शिकलेली होती. कुठल्याही अडचणींच्या मुद्द्याचा, घटनेचा वा अनुभवाचा अगदी सांगोपांग स्वतःशीच संवाद केल्यासारखा विचार करायची तिला सवय होती. लीला आणि बकुळाआज्जीचा वाद-संवाद चालू असताना दुसरीकडे तिचे हे विचारचक्र चूपचाप सुरू असायचे. मग त्या चर्चेत कुठेतरी विसंवादाचा सूर हलकासा उमटतोय असे वाटले की, ती त्या संभाषणात अगदी अलगद शिरत म्हणे...

"पण बाई, असं केलं तर...बघा हं..."

मग चांदीची ताटे ना हुपरीची ना कोल्हापूरची, नवा संसार थाटणाऱ्या त्या जोडप्याला आपण जर रोख रक्कम दिली तर त्यांच्या घरकुलाला आपला

खराखुरा हातभार आणि आशीर्वाद कसा लाभेल, हे ती त्या दोघींना पटवून देई आणि त्या दोघी ते पटवून घेत. आजोबांपर्यंत दादफिर्याद मांडायला जाण्याची पाळी त्या अगदी क्वचित येऊ देत. कदाचित त्यामुळेच त्या तिघींतला सामंजस्याचा दुवा कधी विरला नाही. उलट, वयपरत्वे तो जास्त घट्ट होत गेला, हे मी कितीतरी वेळा अनुभवले आहे. याशिवाय आणखी एक महत्त्वाची गोष्ट मला इथे आवर्जून सांगावीशी वाटते की, सरोजमावशी आणि आई शालेय शिक्षण पूर्ण करून कॉलेजमध्ये गेल्या असतील नसतील तेवढ्यात त्या काळच्या परंपरा आणि आजोबांच्या विचारसरणीला अनुसरून त्या दोघींची चांगली स्थळे बघून लग्ने करून देऊन सासरी पाठवणी करण्यात आली होती; पण त्या दोघीजणी लग्नानंतर शिकत राहिल्या. सगळ्या सांसारिक जबाबदाऱ्या मुलाबाळांसकट सांभाळून स्वतःच्या आवडीचे शिक्षण पूर्ण करून शिक्षण क्षेत्रात कार्यरत झाल्या. तशीच इंदूमामी सरलाआज्जीची सून बनून या घरात आली आणि आपल्या दृक्-श्राव्य माध्यमाच्या कार्यक्रमातून शालेय विद्यार्थ्यांचे प्रबोधन करण्याच्या, म्हणजे शिक्षण क्षेत्रातच उतरली, तिथे दीर्घ काळ रमली. या त्यांच्या कर्तृत्वामागची प्रेरणा नक्की कुठेतरी सरलाआज्जीच्या प्रगतिशील विचारधारेतूनच त्यांना मिळाली होती, असे मला नेहमी वाटत राहते.

या तिघींचे स्वभाव वेगळे, वागण्याच्या पद्धती वेगळ्या आणि नंतर घरेही दूरदूर होत गेली. सरलाआज्जी नंतर कोल्हापूर सोडून मुंबईला प्रभाकरमामाकडे राहायला आली. तरी त्यामुळे त्यांच्यात कधी दुरावा निर्माण झाला नाही. आजोबांवरची त्यांची असीम निष्ठा त्यांना कायम एका सूत्रात बांधून ठेवत राहिली. गांधींच्या हत्येनंतर उसळलेल्या दंगलीत आजोबांच्या प्राणप्रिय जयप्रभा स्टुडिओची जळून राखरांगोळी झाली. त्याबरोबर त्या सगळ्या संस्थेची, संबंधित कलाकार आणि कर्मचाऱ्यांची मदार ज्यावर होती, त्या 'मीठभाकर' या नितांतसुंदर सामाजिक चित्रपटाची तयार झालेली प्रिंटदेखील आगीच्या भक्ष्यस्थानी पडली. आजोबांच्या जिवाला धोका होता म्हणून त्यांना कडेकोट बंदोबस्तात कोल्हापूरच्या कारागृहात ठेवण्यात आले होते. अतिशय अंधकारमय कालखंड होता तो! आजोबांना तुरुंगात डांबून ठेवले होते. त्याबद्दल रोज अनेक अफवा, गैरसमज पसरवले जात होते. अशा आपत्तीच्या काळात कोल्हापुरातल्या प्रतिष्ठित लोकांना पेंढारकर कुटुंबाशी संबंध ठेवणे धोक्याचे वाटत होते. बोटांवर मोजण्याइतकी काही माणसे सोडली तर इतरांनी यांच्याकडे पाठ फिरवली होती. अशा वेळी या तीन स्त्रिया आपल्या अजाण पोरांना पोटाशी घेऊन राखेचे ढिगारे असलेल्या स्टुडिओच्या परिसरातल्या अर्धवट जळलेल्या दोन खोल्यांत राहिल्या होत्या. कुणाचा काडीइतकाही आधार नसताना कुठून आली होती त्यांच्यात इतकी हिंमत? हिंदुत्वनिष्ठ जीवनमूल्यांची

त्यांनी अंगी बाणवून घेतलेली शिकवण आणि व्यक्तिशः आजोबांच्या ठायी एकवटलेली त्यांची श्रद्धा या डोंगरासारख्या कोसळलेल्या संकटातून एकाकीपणे मार्ग शोधताना त्यांच्या कामी आली होती. या जळितामध्ये आजोबांच्या स्टुडिओचे आणि इतर मालमत्तेचे जे नुकसान झाले, ते पुन्हा भरून येण्यासारखे नव्हते; पण ग्रहण संपल्यानंतर काळोखातून सूर्य आपले देदीप्यमान रूप दाखवत, लखलखत ढगातून बाहेर यावा, तसा चमत्कार आजोबांनी घडवून आणला होता. मृतःप्राय राखेच्या ढिगाऱ्यातून त्यांची प्रतिभा उत्तुंग झेप घेत उठली आणि 'मीठभाकर' या चित्रपटाच्या पुनर्निर्मितीच्या रूपाने प्रकट झाली. त्या दुष्कर परिस्थितीत या तिघी जणी खंबीरपणे तन, मन, धनाने आजोबांना साथ देत राहिल्या.

लीलाआज्जीची कारकीर्द १९३०मध्ये 'उदयकाल' या मूकपटात भवानीमातेच्या भूमिकेपासून सुरू झाली होती. मूकपट असल्याने संवाद नव्हते. तरीही, प्रत्यक्ष भवानी बनून शिवाजी बनलेल्या शांतारामबापूंच्या हाती तलवार देताना लीलाबाईंना घाम फुटला होता. त्यानंतर 'चंद्रसेना', 'मायामच्छिंद्र', 'जलती निशानी' यांसारख्या चित्रपटात शांतारामबापूंच्या दिग्दर्शनाखाली प्रमुख भूमिका करण्याची संधी तिला 'प्रभात'मध्ये मिळाली. कॅमेऱ्यासमोर उभे कसे राहावे, चालावे कसे, मुद्राभिनय कसा करावा, हे सर्व शिकवण्यासाठी शांतारामबापूंसारखे आदर्श शिक्षक तिला लाभले होते. मोकळ्या वेळात सेटवर बसून इतर नटमंडळींची कामे बघत त्या निरीक्षणातून लीलाआज्जीमधली अभिनेत्री घडत गेली. 'मायामच्छिंद्र' मध्ये दुर्गाबाई, गोविंदराव टेंबे, विनायक, बाबूराव पेंढारकर हे तिचे सहकलाकार होते. दुर्गाबाई आणि लीलाबाईंची जी घनिष्ट मैत्री या काळात जमली, ती नंतर त्यांचे मार्ग भिन्न झाल्यावरही कायम राहिली. बाबूराव, शांताराम अन् विनायक हे तर नंतर तिचे दीरच झाले. 'सिंहगड' चित्रपट बघताना आम्हा नातवंडांची हसून हसून मुरकुंडी वळायची; कारण मोठ्ठे आजोबा (बाबूराव पेंढारकर) क्रूरकर्मा उदयभानू बनून मिशांवर पीळ देत लालसेने ओतप्रोत भरलेल्या पापी नजरेने कमलकुमारी बनलेल्या लीलाबाईंकडे बघत आहेत आणि कमलकुमारी 'नीचा...नराधमा...' म्हणत त्यांची निर्भर्त्सना करत दुसरीकडे या संकटातून सोडवण्यासाठी देवाची आळवणी करते आहे...पण, त्या काळी त्यांना असे हसायला वेळ कुठे असायचा? दिवसभर शांतारामबापूंच्या करड्या देखरेखीखाली तालीम वा शूटिंग, ते नसेल तेव्हा गोविंदराव टेंब्यांकडून गाण्याची शिकवणी घ्यायची असे. त्या काळी चित्रपटाचे चित्रीकरण करत असताना बाजूला वादकवृंद बसवून अभिनयाबरोबरच गाण्याचे रेकॉर्डिंग केले जाई. गाण्याच्या ओळी, संगीतरचना, अभिनयाचे भान नेमकेपणाने ठेवत लाईट्स-कॅमेऱ्याची व्यवधाने सांभाळत तारेवर कसरत केल्यासारखे शूटिंग करावे लागायचे. लीलाआज्जीची अशी धडपड चालू राहिली ती १९५२-

५३ पर्यंत! 'महारथी कर्ण', 'वाल्मीकी'सारख्या उत्कृष्ट कलामूल्यांनी नटलेल्या सुपरहिट हिंदी चित्रपटात पृथ्वीराज कपूर आणि दुर्गा खोटे यांसारख्या दिग्गज कलाकारांबरोबर आजोबांच्या दिग्दर्शनाखाली भूमिका केल्यानंतर मात्र 'छत्रपती शिवाजी' या आजोबांच्या हिंदी/मराठी चित्रपटात जिजामातेची भूमिका करून तिने चित्रपटसृष्टीला रामराम केला तो कायमचा!

शांतारामबापूंपेक्षा आजोबांची शिकवायची पद्धत वेगळी. ते सेटवर छडी घेऊनच वावरायचे. ते शिस्तीच्या बाबतीत तर बापूंच्या दोन पावले पुढे होते. स्वतःची पत्नी म्हणून लीलाबाईंना त्यांनी कधी कामातून सूट दिली नाही. काम म्हणजे काम. तिथे हयगय नाही! आजोबांच्या बोलपटातील जोशपूर्ण, चमकदार संवाद नीट बोलता यावेत, यासाठी त्यांनी आज्जीला संस्कृत आणि उर्दूची शिकवणी घ्यायला लावली होती. लीलाआज्जीने या काळात केलेल्या बहुतांश भूमिका या सात्त्विक, पुण्यशील अशा आदर्शवत् भारतीय स्त्रियांच्या होत्या. तिचा सोज्वळ, सुंदर चेहरा आणि गोड गळा या भूमिकांना अगदी अनुकूल होता. मराठी जनमानसावर त्यांचा विलक्षण प्रभाव पडला नसता तर नवलच! मध्यंतरी बेळगावला गेले असताना तिचे एक वयोवृद्ध कानडी 'फॅन' मला भेटले.

"अहो, ते मिस् लीला... आज्जी काय हो तुमचं? काय दिसायचं हो सुंदर! अगदी देवीसारखं रूप बघा. आणि भजनं काय म्हणायचं हो, आमच्या घरात फोटो असायचं हो त्यांचं देवी-देवतांच्याबरोबर! फार म्हणजे फारच प्रिय बघा..."

लोकप्रियतेच्या, कीर्तीच्या शिखरावर विराजमान झालेली असताना लीलाआज्जीने चित्रपटसृष्टीतून निवृत्त होण्याचा निर्णय घेतला आणि चंदेरी पडद्याकडे कायमची पाठ फिरवली. मला आज याचे खूप आश्चर्य वाटते. तिने ती दुनिया सोडली. एवढेच नव्हे; आपल्या आयुष्याचा तो हिस्सा निग्रहाने मागे निपटून टाकला. जणू त्या चंदेरी दुनियेचा स्पर्श तिला कधी झालाच नव्हता. पांढरी साडी, हातात चार हिरवी काकणे, गळ्यात साधे मंगळसूत्र आणि कपाळावर लाल कुंकू हा साध्या माणसांचा वेश तिने आयुष्यभर परिधान केला; पण कुठल्याही लग्नसमारंभात नटल्या-सजलेल्या मुली-नातींत ती मिसळते, तेव्हा सगळ्यांचे लक्ष मात्र तिच्याच सात्त्विक सौंदर्यावर खिळून राहते! मनात येते...'आज्जी, तू आम्हाला तुझं सगळं दिलंस. थोडासा तुझा रंग दिला असतास तर!'

'हे' स्टुडिओतून घरी यायचे असले की, आमची पाठच्या पाठी, उलट्या पावलांनी पळापळ सुरू व्हायची. ते स्वतः मात्र आमच्याशी कधीच कडकपणे वागत नसत. उलट, अगदी प्रेमाने चौकशी करत. कोकणातल्या कुठल्याशा आडवाटेच्या खेडेगावात शाळा उभी करण्याच्या ध्येयाने झपाटलेल्या जैशाची (जयसिंगमामा) त्यांना काळजी वाटत असे. आबी-बेबींचे संसार सांभाळून चाललेले

शिक्षण आणि चिन्याच्या (सदामामा) गायी-म्हशींची आजारपणे- इथपर्यंत सगळी बारीकसारीक तपशीलवार माहिती त्यांना हवी असे. मी त्यांची सर्वांत मोठी नात. त्यात आई-पप्पांनी माझ्या संगोपनाची जबाबदारी त्यांच्यावर टाकलेली म्हणून या दांडगोबावर त्यांचे जरा जास्तच लक्ष असायचे. मी शाळेत कसल्या उचापती करतेय, ते बघायला त्यांनी एकदा विद्यापीठात येऊन माझी भंबेरी उडवून दिलेली माझ्या चांगलीच स्मरणात आहे. आजोबा घरी आले आहेत आणि शिवाजी महाराजांच्या पराक्रमाची एखादी रोमांचक कथा त्यांनी आम्हाला सांगितली नाही, असे क्वचितच होई. 'जयप्रभा'च्या वाचनालयातून आम्हाला पुस्तके वाचायला मिळायची ती मराठेशाहीच्या उज्ज्वल इतिहासाची, चित्रपट-नाटके बघायची तीही शिवाजीवरची...छे, शिवाजी महाराजांवरची! प्रत्येक घरात त्यांचा फोटो अन् अर्धपुतळा हवाच हवा. नातवंडांची फौज पुढे वाढत गेली, तशी कधीतरी सगळ्यांना गाडीत बसवून ते पन्हाळ्याला घेऊन जायचे की मजाच मजा! कुठल्या जाळीतून वाघ पाणी प्यायला खाली उतरतात, ते त्यांनाच ठाऊक असायचे. तीन दरवाजाच्या खालून निघणारी शूर मावळ्यांची गुप्त भुयारी वाट कुठे नेऊन पोचवते, तेही त्यांना माहिती असायचे. कुठल्याशा घळीत एक जटाजूटधारी रामदासी साधू महाराज हजारो वर्षे घोर तपश्चर्येला बसून राहिले होते, तेही रहस्य त्यांनाच कळलेले असायचे. शिवाजी हा तर त्यांच्या लेखी देवाचा अंश होता. त्या काळी आम्ही सगळीच मुले इतकी शिवमय होऊन गेलो होतो की, मराठेशाहीचा इतिहास आम्हाला शाळेच्या पुस्तकातून कधी शिकावा लागला नाही. त्याशिवाय स्वातंत्र्यवीर सावरकरांबद्दल बोलताना त्यांच्या वाणीला आणखीनच धार येई. मार्सेल्सजवळच्या समुद्रात सावरकरांनी उडी मारण्याचे साहस करून ब्रिटिश राजसत्तेच्या हातावर कशा तुरी दिल्या, ते त्यांच्याकडून ऐकताना आमची बालबुद्धी अचंब्याने भारून जाई. सावरकर बंधू, भगतसिंग, राजगुरू यांच्या कथा सांगताना ते अगदी तन्मय होऊन जात. विवेकानंदांच्या शिकागो कॉन्फरन्समधल्या भाषणाचे वर्णन करत असताना त्या महामानवाच्या तोंडचे 'माझ्या बंधू आणि भगिनींनो...' हे शब्द उच्चारताना अतिशय अभिमान आणि आनंदाने त्यांची छाती भरून येई. या सगळ्या लोकोत्तर माणसांच्या कथा-कहाण्या आम्ही आजोबांच्या तोंडून इतक्या वेळा ऐकल्या की ती कुणी दूरस्थ व्यक्तिमत्त्वे आहेत, असे आम्हाला वाटलेच नाही; तर त्यांनी जे केले त्यातले आपल्याला काय करता येईल, असा विचार माझ्या चिमुकल्या डोक्यात सुरू होई. 'देव, देश आणि धर्म यांच्यासाठी मरा किंवा मारा', असे बाळकडूच आम्हाला त्या काळात मिळत होते. प्रखर हिंदुत्वनिष्ठा, राष्ट्रप्रेम आणि ईश्वरभक्तीचे ब्रीद त्यांच्या नातवंडांनी स्वीकारावे आणि निर्भयपणे जगावे, यासाठी त्यांची

सगळी धडपड होती. कधी कधी याचा त्रासही व्हायचा; पण आज त्या सर्वांचे महत्त्व लक्षात येते. आज मुंबईसारख्या महानगरीत असे हे घुसमटून टाकणारे असुरक्षित जीवन जगत असताना कुठली अदृश्य शक्ती आम्हाला जिवंत मनाने निर्भीड होऊन जगण्याची प्रेरणा देते? सत-असत्‌मधला फरक शिकवते? कुठे अन्याय होताना दिसला की, त्याचा प्रतिकार करण्याची शक्ती कुठून येते आमच्या मनगटात? आजोबांसारख्या वरकरणी दूरस्थ वाटणाऱ्या बेटावर पेटलेल्या दीपस्तंभाने आमची वाट उजळून टाकली, म्हणून तर इथवरची सफर आपण सुखरूप पार पाडू शकलो, असे त्याचे उत्तर सामोरे येते.

आजोबांचे चित्रपट भव्यदिव्य सेटिंग्जने नटलेले, दिमाखदार अभिनय दर्शवणारे, नृत्य-संगीताचा जल्लोष करत नजरेला बांधून ठेवणारे नसत. साधेसरळ कथानक, योग्य आणि मोजकी पात्रे, कलाकार बहुधा जयप्रभाचे 'नेहमीचे यशस्वी', आशयघन लहान गीते आणि त्यांना कोंदणासारखा चढवलेला संगीताचा नेमका साज, असे त्या चित्रपटाचे स्वरूप दिसते. मग त्या चित्रपटाचे वैशिष्ट्य कोणते? तर सहजसुंदर अभिनय करणारे कलाकार, त्यांच्या तोंडून उमटणारे चमकदार आणि खणखणीत संवाद आणि या सर्वांना लाभलेले शिवप्रभूंच्या तेजाचे, शौर्याचे, गौरवाचे वलय हे होय! त्यांच्या चित्रपटातले नायक शिवरायांच्या एका इशाऱ्यावर मराठेशाहीसाठी जीव कुर्बान करणारे रांगडे वीर असत, तर नायिका स्वराज्याच्या संरक्षणासाठी प्रसंगी कंबरेला तलवार खोचून घराबाहेर पडणाऱ्या मराठमोळ्या वीरांगना असत. प्रेक्षकांचे मनोरंजन तर करायचे, पण बरोबरीने देव, देश आणि धर्म याबद्दलचा त्यांचा अभिमान सतत जागृत राहावा अशी शिकवण द्यावी, हे त्यांच्या बोलपटांचे ध्येय होते. त्यांनी किती कलाकार अक्षरश: घडवले, ती यादीही फार लांबलचक आहे. त्यांच्या प्रयोगशीलतेचे त्यांच्या चित्रपटातून दिसणारे अनेक आविष्कार हा वेगळ्या लेखाचा विषय होऊ शकेल. गानसम्राज्ञी लता मंगेशकर, सुलोचना, बेबी शकुंतला, रत्नमाला, मास्टर विठ्ठल, चंद्रकांत-सूर्यकांत मांढरे बंधू असे अनेक कलाकार 'भालजी पेंढारकर स्कूल'मध्ये शिकून तयार झाले. लहानपणापासून या मंडळींना अवतीभोवती वावरताना मी सतत बघत असे. एरवी शहाजीराजे, उदयभानू बनलेले मोठ्ठे आजोबा गळ्याला सुंदरसा स्कार्फ बांधून आज्जीच्या घरी आले, की आज्जी त्यांच्या पाया पडायची. दारामागे लपलेले आम्ही सगळे वीर मावळे चकित होऊन ते दृश्य बघत राहायचो. कधी लतामावशी तपोवनात यायची. आपल्या मंजुळ आवाजात एकीकडे आज्जीशी गप्पा मारता मारता आपल्या चमकदार बारीक नजरेने आमचे निरीक्षण करायची. कधी तरी तिला हुक्की यायची. म्हणायची, "चला, तुमचे फोटो काढते." मग ठेवणीतले फ्रॉक चढवून केसांना रिबिनीचे 'बो' व्यवस्थित बांधून, नीटनेटक्या अवतारात आमची

पाठवणी जयप्रभा स्टुडिओत केली जायची. मग तिथे सुरू व्हायचे,

"इथे उभ्या राहा, गालावर अस्सा हात ठेवा, तश्शी मान करा..." एकदा तर तिने मला सदामामाच्या शेतातल्या विहिरीच्या कठड्यावर उभे केले आणि कॅमेरा फोकस करत म्हणते कशी, "हं, हसा आता." हसते कसली? सिनेमातल्या वसंत शिंदेंसारखी मागच्या मागे कोलमडले असते तर? भलताच विनोदी फोटो आला असता तो!

सुलोचनामावशीप्रमाणे जयश्री गडकर, रमेश देव, दादा कोंडके अशी सगळी मराठी चित्रपटसृष्टीतील 'स्टार'मंडळी मायेच्या, श्रद्धेच्या नात्यांनी पेंढारकर कुटुंबाशी बांधली गेली होती. पेंढारकर कुटुंबाच्या परिघाबाहेरचे हे एक विस्तृत आणि विविध वैचित्र्याने भरलेले कलाकारांचे घराणे त्या कुटुंबात सामावले गेले होते. हे जरी खरे असले तरी दुसरीकडे हेही खरे होते की, आजोबांनी घरातल्या मुला-मुलींना या मोहमयी दुनियेत कधी प्रवेश करू दिला नाही. त्याला अपवाद फक्त प्रभाकरमामा आणि 'मीठभाकर'मध्ये बालअभिनेत्री म्हणून मामाबरोबर चमकलेल्या सरोजमावशीचा. जुने चित्रपट बघताना आई, मावशी, त्यांच्या मैत्रिणी नटूनथटून मॉबमध्ये उभ्या असलेल्या दिसतात, कधी त्या गाण्यात सामील झालेल्यासुद्धा दिसतात आणि आश्चर्य वाटते की, रूपाने इतक्या उजव्या असणाऱ्या आई-मावशीचा त्यांनी कधी नायिकेच्या तर सोडाच, दुय्यम-तिय्यम भूमिकेसाठीही विचार केला नाही. आशा काळे, अनुपमासारख्या नवख्या मुलींमधले सुप्त कलागुण ओळखून, त्यांना अतिशय प्रयत्नपूर्वक अभिनेत्री म्हणून घडवून, चमकवणारे आजोबा घरातल्या मुलींच्या बाबतीत मात्र कर्तव्यकठोर पित्याची आपली भूमिका कधीच विसरू शकले नाहीत.

पण, एकदा थोडेसे वेगळे घडले.

मी तेव्हा असेन हायस्कूलमध्ये. उन्हाळ्याची सुट्टी लागल्याबरोबर दर वर्षीप्रमाणे माझी रवानगी कोल्हापूरला करण्यात आली होती. जयप्रभा स्टुडिओत तेव्हा 'मराठा तितुका मेळवावा'चे चित्रीकरण सुरू झाले होते. अगदी लहानपणापासून माझ्या अत्यंत आवडत्या मास्टर विठ्ठलांबरोबर नाट्यसृष्टीतील सुपरस्टार डॉक्टर काशिनाथ घाणेकर या चित्रपटात भूमिका करणार होते. शिवाय सुलोचनामावशी जिजामातेची भूमिका करणार होती. तेव्हा तिला लाडीगोडी लावून स्टुडिओत शूटिंग बघायची परवानगी मिळवायची होती. शिवाय रंकाळ्यावर जाऊन भेळ हादडायची, तिच्याबरोबर तिच्या खडकलाट या गावी शेतावर जायचे, अशा अनेक योजना आम्हा भावंडांमध्ये सुरू झाल्या होत्या.

एके दिवशी संध्याकाळी सुलोचनामावशी शूटिंग संपवून घरी परत आली आणि घरात शिरता शिरताच तिने तोफ डागली.

''चला यशूताई...बाबांनी सांगितलंय की, सईबाईची भूमिका तुम्हीच करायची.''

ते वाक्य ऐकून आज्जी तर सर्द झालीच; पण आम्ही भावंडेही एकमेकांकडे टकामका बघू लागलो. ती बातमी ऐकून मला आतून खूप आनंद झाला होता. शिवाजी महाराजांची बायको बनून सिनेमाच्या पडद्यावर झळकायला मिळणार होते. भरजरी शालू, दागदागिने घालून नटायची चांगली संधी आयती चालून आली होती. बहुतेक सगळे शूटिंग सुलोचनामावशीबरोबरच होणार होते; पण प्रत्यक्ष आजोबांच्या समोर उभे राहायचे, बाप रे बाप...त्यापेक्षा मला टकमक टोकावरून खाली ढकलून का देत नसतील? शाळा सुरू झाल्याचे निमित्त पुढे करून मी मुंबईला पळ काढला अणि मराठी चित्रपटसृष्टी एका नव्या नायिकेला कायमची मुकली. चित्रपटसृष्टीचे दुर्दैव, दुसरे काय!

चित्रपटसृष्टीत कीर्तीच्या शिखरावर असताना लीलाआज्जीने त्या क्षेत्रातून निवृत्त व्हायचा निर्णय स्वेच्छेने घेतला होता. त्यानंतरच्या कालावधीत या तीनही आज्ज्यांनी खूप सोसले. आजोबांसारख्या प्रखर व्यक्तिमत्त्वाच्या माणसाशी जुळवून, जमवून घेणे मुळात इतके कठीण; त्यातून त्यांनी स्वीकारलेल्या कलानिर्मिती आणि हिंदुत्वहिताच्या कार्यामध्ये ते कायम इतके व्यग्र असायचे की, कुटुंबाच्या वाट्याला ते कमीच यायचे. 'मोहित्यांची मंजुळा', 'साधी माणसं', 'घरची राणी', 'थोरातांची कमळा', 'तांबडी माती' अशा अनेक चित्रपटांची निर्मिती 'जयप्रभा'मध्ये सुरू राहिली होती. निर्मिती-कथा-पटकथा-संवाद-दिग्दर्शन-गीतरचना अशा सगळ्या आघाड्या आजोबा एकांड्या शिलेदाराप्रमाणे सांभाळत होते. त्यांच्या अनुपस्थितीत या तिघींना कुटुंबप्रमुखाची भूमिका निभावून नेणे भाग होते. सर्वसाधारण मध्यमवर्गीय मराठी गृहिणीच्या वाट्याला येतात तसे शारीरिक, मानसिक आणि आर्थिक ताणतणाव सोसत या तिघींचा प्रवास सुरू होता. आजोबांच्या चित्रपटांची आर्थिक समीकरणे कधी जमायची तशी कधी चुकायची. बऱ्याचदा बेरजेपेक्षा वजाबाकी जास्त व्हायची. मराठी चित्रपटसृष्टीचे रूप बदलत चालले होते, तिथले अर्थकारणही बदलत चालले होते. दर्जेदार कलामूल्ये असणाऱ्या चित्रपटांची निर्मिती करणाऱ्या संस्था आता हळूहळू अस्तंगत होऊ लागल्या होत्या. संस्थेमध्ये एका मोठ्या परिवाराप्रमाणे एकत्र राहून काम करणारी कलाकार आणि तंत्रज्ञ मंडळी कॉन्ट्रॅक्टवर कामे करायला मुंबई-पुण्याकडे धावली होती. गदिमा-सुधीर फडके-राजाभाऊ परांजपे या त्रयीने सामाजिक आशय मांडणारे हलकेफुलके विनोदी चित्रपट निर्माण करून मध्यमवर्गीय मराठी प्रेक्षकांचे मनोरंजन केले. काही काळ या चित्रपटांनी मराठी जनमानसावर आपला ठसा उमटवला; पण त्यानंतर मात्र तमाशाप्रधान चित्रपटांची एक लाट मराठी चित्रपटसृष्टीत उमटली आणि तिने पूर्वीच्या सर्व ऐतिहासिक, सामाजिक आदर्शवादी चित्रपटांना नेस्तनाबूत करून

टाकले. 'सांगत्ये ऐका'सारखे काही अपवाद सोडले, तर पुढच्या काळातल्या चित्रपटांचे स्वरूप हे केवळ फिल्मवरचा तमाशा असे होते. प्रसंगी ते अतिशय सवंग आणि दर्जाहीन होते. आज ते चित्रपट कुठल्याही प्रेक्षकाच्या खिजगणतीत नाहीत; पण त्या काळी त्यांनी खेडोपाड्यातला प्रेक्षक वर्ग मोठ्या प्रमाणावर आकर्षित करून घेतला. मराठी चित्रपटसृष्टीच्या अशा अस्थिर कालखंडातही जयप्रभा स्टुडिओत दर वर्षी नव्या चित्रपटाची निर्मिती होत राहिली. आजोबांनी आपली तत्त्वप्रणाली आणि कलामूल्यांच्या बाबतीत कोणतीही तडजोड न करता आपले कार्य अथक चालूच ठेवले. या प्रत्येक टप्प्यावर त्या तिघी आजोबांना साथ देत राहिल्या. आजोबांचा शब्द त्यांच्या लेखी दगडावरची रेघ होता. त्याच्यापलीकडे जायचे नाही, हे ठरलेले होते. पण याच काळात वैयक्तिक उन्नतीचे, सुखाचे मार्ग सोडून माणगाव-कुडाळसारख्या कोकणातल्या आडबाजूच्या खेड्यात आदर्श शाळा बांधायची स्वप्ने बघणारा जयसिंगमामा, अत्यंत कर्तबगार असे माझे वडील आणि आम्हा सगळ्या नातींच्या पलटणीचा कॅप्टन असणाऱ्या कपिलचा ऐन तारुण्यात झालेला मृत्यू अशा एकापाठोपाठ एक बसलेल्या आघातांनी कुटुंब हादरून गेले होते. धाय मोकलून रडणाऱ्या आबी-बेबीला बघून, या तिघी ऊरी दुभंगून जात होत्या; पण स्वतःचे दुःख काळजाच्या तळात लपवून त्या घट्टपणे मुली-सुनांच्या पाठीशी उभ्या राहिल्या. आपत्तीच्या वावटळीपासून आपल्या घरट्यातल्या पिलांना सुरक्षिततेची ऊब देत राहिल्या. इतके सगळे त्रास भोगूनही त्यांच्यात कधी कडवटपणाचा लवलेश आला नाही. त्यांनी कधी कुठल्या श्रेय वा परतफेडीची अपेक्षा केली नाही, की कधी आपण केलेल्या स्वार्थत्यागाचे गोडवे गात कुटुंबासमोर स्वतःची प्रतिमा उंचावण्याचा तिळमात्र प्रयत्न केला नाही. 'कर्मण्येवाधिकारस्ते मा फलेषु कदाचन...' ही आजोबांच्या भगवंतांची शिकवण आपल्या जीवननिष्ठेचे सूत्र म्हणून त्यांनी स्वीकारली आणि आयुष्यभर अमलात आणली. या तिघींचे मोठेपण सिद्ध करायला याहून कोणता वेगळा पुरावा हवा आहे?

आयुष्याचा असा विलक्षण प्रवास सुरू असताना आजोबांनी 'गनिमी कावा' या चित्रपटाची निर्मिती करायचे ठरवले.

या चित्रपटाची कथा-पटकथा-संवाद-गीतरचना आजोबांची होती; पण या वेळेपर्यंत त्यांची उमेदीची वर्षं सरून गेली होती. त्यांची प्रकृती साथ देत नव्हती, नजर अधू झाली होती. मराठी चित्रपटसृष्टीत दादा कोंडके नामक एक व्यक्तिमत्त्व उदयाला आले होते. यापूर्वी राजाभाऊ परांजप्यांनी अतिशय उत्तम विनोदी चित्रपट दिग्दर्शित केले होते. त्या चित्रपटातला विनोद हा प्रेक्षकांच्या पोटाला गुदगुल्या करत हसवणारा होता; पण दादांच्या चित्रपटातला 'इनोद' हा बऱ्याचदा पोरकट

असायचा. द्व्यर्थी संवादांमुळे तो अधिकच बाष्कळ वाटायचा. खरे तर, दादा कोंडके यांच्यासारख्या हरहुन्नरी कलावंताला 'विच्छा माझी...' मधून उचलून आजोबांनीच चित्रपटसृष्टीत आणून 'तांबडी माती'मध्ये चमकवलं होतं; पण आजोबांनीच चित्रपटसृष्टीत आणलेले हे व्रात्य व्यक्तिमत्त्व आता सिनेमाच्या पडद्यावर धुमाकूळ घालत सुटले होते. त्यांना स्वतःचा असा प्रेक्षक वर्ग लाभला होता. अशा विपरीत परिस्थितीतदेखील आजोबांचा निर्धार ठाम होता. शिवाजीच्या जन्मापूर्वीच्या पारतंत्र्यातल्या महाराष्ट्र देशाचे चित्रण त्यांच्या चित्रपटात उमटले होते. तसेच शिवाजीचा उदयकाल, त्याचे कर्तृत्व, शौर्य आणि मुत्सद्देगिरीच्या कहाण्या त्यांच्या चित्रपटांतून सांगितल्या गेल्या होत्या. आता शिवाजी छत्रपती झाल्यावर स्थिरस्थावर झालेल्या स्वराज्यातील घडामोडींची कहाणी सांगणारा चित्रपट काढणे त्यांच्या दृष्टीने अतिशय महत्त्वाचे होते. ती त्यांची जबाबदारी होती. प्रभाकरमामा आणि सूर्यकांत या दोन सहाय्यकांच्या मदतीने चित्रपटाची पूर्वतयारी करण्यात आली. यशवंत दत्त, उषा चव्हाण, आशा काळे, चंद्रकांत गोखले अशी मातब्बर नटमंडळी या चित्रपटासाठी निवडली गेली, आणि मग पेच उभा राहिला, या वेळी जिजाऊची भूमिका कोण करणार? आजोबांच्या मनासारखी जिजाऊ कोणती अभिनेत्री उभी करू शकेल? या चित्रपटातला शिवाजी प्रौढ असा शिवकल्याण राजा होता. आणि जिजाई वयोमानाने थकलेल्या दिसणाऱ्या हव्या होत्या. झाले, आजोबांनी एके दिवशी फर्मान काढले.

"लीला...चला मेकअप करा. या पिक्चरमधली जिजाबाई म्हातारीच आहे, तेव्हा..."

ते ऐकताच आज्जीसकट सगळे हवालदिल होऊन गेले. तेव्हा आज्जीचे वय होते ७० वर्षं आणि आज्जीने सिनेमाजगत सोडल्याला तब्बल तीस वर्षं उलटून गेली होती. कधी आजोबांच्या चित्रपटाची निर्माती म्हणून तिचे नाव श्रेयनामावलीत झळके; पण ते तेवढ्यापुरतेच होते. मग त्या चित्रपटाला अगदी राष्ट्रीय पुरस्कार मिळाले तरी ते सन्मान स्वीकारायला तिला पाठवायची आजोबांना गरज वाटत नसे! सिनेसृष्टीच्या झगमगत्या वलयापासून ती इतकी वर्षं कटाक्षाने दूर राहिली होती आणि आता हा हुकूम फर्मावण्यात आला होता.

"म्हणजे मातुःश्री आता चित्रपटात पुनरागमन करणार की काय?"

इति संघनिष्ठ मामा.

आज्जीला काय करावे ते कळेना. घरातली तिची लाडकी नातवंडे या वेळी आजोबांना फितूर झाली होती. शेवटी दोन्ही आज्ज्यांसकट सर्वांनी समजूत घालून आज्जीला या भूमिकेसाठी तयार केले. 'छत्रपती शिवाजी'मध्ये तान्ह्या शिवबाला 'कुणी गोविंद घ्या, कुणी गोपाळ घ्या' हा लतामावशीच्या स्वरातला

पाळणा म्हणत जोजावणाऱ्या जिजाऊ आईसाहेब जितक्या सुंदर, सोज्वळ दिसल्या, तशाच प्रौढ शिवाजीच्या वेळच्या रुपेरी केसांच्या, वृद्ध, परिपक्व झालेल्या जिजाऊ आज्जीसाहेबही सर्वांना भावून गेल्या.

त्यानंतर आजोबांनी 'शाब्बास सूनबाई' या सामाजिक चित्रपटाची निर्मिती केली; पण या वेळेपर्यंत जयप्रभा स्टुडिओवर असणारा आर्थिक अडचणींचा भार फारच मोठा होत गेला होता. रक्ताचे पाणी करून आजोबांनी हा स्टुडिओ अक्षरशः शून्यातून उभा करत मराठी चित्रपटसृष्टीचा पाया घातला होता. त्यांच्या त्या कर्मभूमीत अनेक दर्जेदार मराठी चित्रपटांची निर्मिती झाली होती. अनेक कलाकार आणि तंत्रज्ञ त्यांच्या पठडीत धडे घेत शिकवून तयार केले गेले होते. मराठी चित्रपटाशी संबंधित सर्वांचे ते श्रद्धास्थान होते; पण दुर्दैवाची एक घडी अशी आली की, आजोबांना त्यांची ही कर्मभूमी सोडावी लागली. तसा कुणी दुराग्रह धरला नव्हता; पण त्या ताठ कण्याच्या स्वाभिमानी माणसाला आता तिथे क्षणभरही राहणे मंजूर नव्हते. अतिशय थकलेल्या आजोबांनी निर्णय घेतला. एके दिवशी आपल्या स्वीय सहायकांच्या मदतीने आपले सामान भरले आणि ते लीलाआज्जीच्या घरी राहायला निघून गेले. आजोबांनी स्टुडिओ सोडल्याची बातमी पसरताच पेंढारकर कुटुंबावर शोककळा पसरली. प्रभाकरमामा फिल्म्स डिव्हिजनमध्ये एवढा मोठा दिग्दर्शक म्हणून नावारूपाला आला. पुढे त्याने स्वतंत्रपणे मराठी चित्रपटांच्या कथा-पटकथा लिहिल्या, दिग्दर्शनही केले. त्या सर्वांचे प्रेरणास्थान जयप्रभा स्टुडिओ हे होते. सदामामाची शेती स्टुडिओच्या सोबतीने फुलत-बहरत गेली होती. आबी-बेबीच्या लग्नाचे सोहळे या स्टुडिओतच थाटामाटात पार पडले होते. सगळ्या कुटुंबाचे भावबंध जयप्रभा स्टुडिओशी जुळले होते. स्टुडिओ दुरावल्याची कल्पनासुद्धा सुलोचनामावशी, आई, सरोजमावशीला सहन होत नव्हती. जयप्रभा पुन्हा आपल्याला दिसणार नाही, या कल्पनेने सगळ्या नातवंडांना रडू कोसळले. तिन्ही आज्ज्यांवर हा फार मोठा आघात होता. जळून खाक झालेल्या स्टुडिओच्या सांगाड्याच्या सोबतीने त्या आपली मुलेबाळे घेऊन उघड्यावर राहिल्या होत्या; पण त्याची साथ सोडली नव्हती. त्याच स्टुडिओचे भलेमोठे लाकडी प्रवेशद्वार आता त्यांच्यासाठी कायमचे बंद करून टाकण्यात आले होते. त्यांची हृदये आक्रंदून उठली होती; पण आपल्या आसवांना वाट करून देत मुक्तपणे रडायची मुभा त्यांना कुठे होती?

आज्जीच्या लहानशा घरातल्या हॉलमध्ये स्थिरस्थावर होण्याचा प्रयत्न करणाऱ्या आजोबांची देखभाल करण्यासाठी त्या तिघींना पुढे सरसावणे भाग होते. आजोबा आता खूप थकले होते. वयपरत्वे चिडचिडे झाले होते. त्यांचे वेळापत्रक सांभाळत सगळे पथ्यपाणी त्यांच्या मूडप्रमाणे करणे कठीण काम होते. आजोबांनी इतकी

वर्षे एकांड्या शिलेदारासारखी स्टुडिओत व्यतीत केली होती. तिथे शांतता होती, दिनचर्येची शिस्त पाळता येत होती. इथे आज्जीच्या घरात तीन नाती होत्या. त्यांच्या कॉलेजला जाण्यायेण्याच्या वेळा, टेलिफोनच्या घंट्या, रेडिओ-टीव्ही कार्यक्रम, येणारी-जाणारी पाहुणेमंडळी अशाने ते घर कायम गजबजलेले असे; पण आता सर्वांवरच बंधने आली. आजोबांच्या वेळापत्रकाबरोबर त्या घरातल्या सगळ्यांचीच कोष्टके बदलत गेली आणि हळूहळू सगळे लहान-थोर आजोबांच्या देखरेखीत आपापली जबाबदारी पार पाडू लागले. सरला आणि बकुळा आज्जींनीसुद्धा आजोबांच्या या बदललेल्या आयुष्यक्रमाशी जुळवून घेत आज्जीला सर्वतोपरी सहकार्य दिले.

त्या तिघींना आजोबांची सेवाशुश्रूषा करताना बघून माझे मन भरून येई. अन् वाटे, झाले ते एका अर्थी बरेच झाले. तिथे एकलकोंडे राहायचे, त्यापेक्षा आपल्या कुटुंबात, आपल्या माणसांत ते परत आले. निदान आता तरी त्यांचा राहवास आम्हाला लाभेल; पण स्टुडिओची आठवण झाली की, सगळे जण व्याकूळ होऊन डोळे टिपत. आजोबा या नव्या परिस्थितीशी जुळवून घ्यायचा प्रयत्न करत होते; पण त्यांच्या तब्येतीच्या तक्रारी आताशा वाढत चालल्या होत्या. रात्री कुठे खुट्ट वाजले की, आज्जी जागी व्हायची.

"त्यांनी हाक मारली का गं?" विचारायची.

असे त्या तिघींचे आजोबांशी जिवाशिवाचे नाते होते. त्यांची घरे वेगळी असली तरी त्या आजोबांपासून मनाने कधीच दूर नव्हत्या. आज्जीचे माहेर बेळगाव आणि बकुळाआज्जीची हुपरी कोल्हापूरहून अगदी दोन तासांवरच तर होती; पण या बायका कधी महिनाभर माहेरपणाचे सुख भोगायला म्हणून गेल्या असतील, असे मला आठवत नाही. घरातल्या सगळ्या समस्या सोडवण्यासाठी आजोबांच्या सल्ल्याची गरज त्यांना लागायची; पण त्या सल्ल्याची अटकळ त्यांनी आधीच बांधलेली असायची. स्टुडिओत असणाऱ्या आजोबांना ताप आलेला आहे, हे त्यांना घरात बसून कसे समजायचे हे मला आणि कदाचित त्यांनाही न समजलेले गूढ आहे आणि आता तर पुन्हा एकदा लहान झालेल्या या हट्टी मुलाला सांभाळण्याची जबाबदारी त्यांच्यावर आली होती. ती पार पाडण्यात त्या कुठेही कमी पडल्या नाहीत.

आज त्यांच्याबद्दल लिहितानाही मला सारखे भरून येत आहे. त्यांच्याबद्दल किती लिहावे आणि कुठे थांबावे, मला समजत नाही. आजोबांचा प्रत्यक्ष सहवास सर्वांनाच खूप कमी लाभला. त्यातून आपल्या पूर्वायुष्याबद्दल त्यांनी मौन पाळले. कुणी म्हणत, ते लहानपणी घरातून पळून गेले आणि देशभर हिंडत राहिले. कुणी म्हणायचे की ते आर्मीमध्ये होते आणि कुठल्याशा युद्धात जबर जखमी झाले होते. कुणी सांगायचे की, ते क्रांतिकारक होते; पण आम्हाला ते दिसले, ते

श्रीकृष्ण आणि शिवाजी यांच्यावर गाढ श्रद्धा असणारे उपासक म्हणून. एक अखंड सर्जनशील आणि प्रयोगशील धडपडे कलावंत म्हणून. समाजप्रबोधनाचे व्रत घेतलेले निष्ठावान शिक्षक म्हणून, हिंदुत्वनिष्ठ असूनही प्रसंगी परंपरेच्या जाचक चौकटीपलीकडे जाणारे द्रष्टे तत्त्वज्ञ म्हणून, 'भावनेपेक्षा कर्तव्य श्रेष्ठ आहे' असं बजावून सांगणारे आजोबा म्हणून! आणि एवढे वैभव, सत्ता, नावलौकिकानी झगमगलेले विविधरंगी आयुष्य उपभोगून झाल्यावर अगदी सहजपणे 'सोऽहम्' म्हणत अंतर्मुख, अलिप्त होणारे विरागी योगीपुरुष म्हणून! दुसरा कोणता माणूस अशी धाडसे करू धजेल? भालजी पेंढारकर त्यांचे अनेक चित्रपट, लिखाण व भाषणातून समाजाला परिचित होत गेले. धर्मकारण, राजकारण अन् कला क्षेत्रातल्या अनेकांशी त्यांचे जिव्हाळ्याचे संबंध होते. आम्हाला त्यांच्याबरोबर जगायला मिळाले; पण भालजी पेंढारकर ही व्यक्ती संपूर्णपणे मला उमजली आहे, असे म्हणणारा एकतरी माणूस कुठे असेल का?

आज आजोबा, सरीआज्जी आपल्यातून पुढच्या प्रवासाला निघून गेले आहेत. पुढे पुढे सरकत आलेल्या बंगल्यांच्या अन् सोसायट्यांच्या गर्दीत तपोवनातली घरे आता लुप्त झाली आहेत. जयप्रभा स्टुडिओ आता आमचा राहिला नाही. पंचगंगेच्या पुलाखालून कितीतरी पाणी वाहून गेले. आजोबा या जगातून गेले तेव्हा त्यांचे वय ९७ वर्षांचे होते. अतिशय गलितगात्र झालेल्या आजोबांना बिछान्याशी खिळून पडलेले बघताना मनाला अतिशय त्रास होई. वाटायचे, आजोबांनी एकदम उठावे, जोशात कामाला लागावे, अन् जयप्रभा स्टुडिओचे वातावरण पूर्वीसारखे खळबळून टाकावे. आजोबांनाही तसेच वाटत असावे. भले त्यांचे शरीर वार्धक्याने थकले होते; पण त्यांचे मन अन् बुद्धी अजूनही पूर्वीसारखीच धारदार आणि कार्यक्षम राहिली होती. या अंतर्मुख झालेल्या अवस्थेत त्यांच्या मनात नव्या चित्रपटाच्या कथेची जुळवाजुळव सुरू झाली होती. म्हणून 'साधा माणूस' या आत्मचरित्रात त्यांच्या 'शपथ' या आगामी चित्रपटाचा उल्लेख वाचून मी मुळीच चकित झाले नाही. माझी खात्री आहे की, त्या अंधकारलेल्या स्थितीतदेखील त्यांच्या मनःचक्षूंसमोर ती चित्रपटकथा त्यातील पटकथा-संवाद-गीतरचनेसकट उलगडत गेली होती. कलाकारांची निवड, बाह्यचित्रीकरणासाठी स्थळांची निवड, गाण्यांचे ध्वनिमुद्रण अशा अनेक गोष्टींचे शेड्यूलही त्यांच्यापाशी नक्की तयार झालेले होते. पण, एकीकडे हे विचारचक्र सुरू असताना बिछान्यावर शांत पडलेल्या आजोबांच्या ओठातून अखंड नामस्मरण चाले.

'श्रीकृष्ण...श्रीकृष्ण...भगवंत...'

आता त्याच्याकडे जाण्याची घाई झाली होती.

त्यांच्या निधनाची बातमी येताच चारी दिशांना पांगलेले पेंढारकर कुटुंबीय

कोल्हापूरला धावत सुटले. मी स्टेशनवर उतरून स्टुडिओची वाट धरली. स्टुडिओचे भलमोठे प्रवेशद्वार दृष्टीच्या टप्प्यात आले. प्रवेशद्वारावरची कमान तशीच होती. उजवीकडे रखवालदाराची केबिन, डावीकडचा स्वागतकक्ष, पलीकडचा मारुतीचा पार...अन् समोरचा आपल्या पारंब्या सळसळ हलवणारा महाकाय वृक्षराज...कितीतरी वर्षांनी मी या वास्तूत परत आले होते. सगळे तिथेच होते; पण आज हा परिसर दुःखाने भिजून गेला होता. वातावरण कुंद झाले होते. सगळीकडे एक सुन्न शांतता दाटून आली होती. सगळे आप्तस्वकीय तिथे जमले होते. प्रत्येक जण अश्रू ढाळत होता. आपल्या दुःखाला वाट करून देत होता. आजोबा आता तिथे नव्हते. त्यांचे ते चित्त्यासारखे डोळे आता कायमचे मिटले होते आणि मीही आता त्यांच्या पायांशी बसून शिवाजीच्या कथा ऐकणारी लहानगी यशू कुठे राहिले होते? तरीही आवारातल्या खडीवरून चालताना आपल्या पावलांचा जरासुद्धा आवाज होऊ नये म्हणून आपण दबकत अलगद चालतोय, हे माझे माझ्याच लक्षात येत होते...

धर्मपरंपरेनुसार करायचे सगळे विधी तिथे सुरू होते. प्रभाकरमामा आतून हादरला होता; पण वरकरणी तसे न दाखवता गंभीरपणे सगळी कृत्ये रीतीप्रमाणे पार पाडत होता. धाकट्या सदामामाला मात्र आपल्या बाबांच्या आठवणीने शोक आवरत नव्हता. तिथे बाजूला शोकाकुल होऊन थिजून गप्प बसलेल्या तिघी आज्ज्यांना बघताच माझ्या काळजात चर्र झाले. त्यांच्या आयुष्याचे केंद्रच आज कुणी मुळापासून उखडून टाकले होते. या वयात हा प्रचंड धक्का त्या कसा सहन करणार होत्या? माझ्या बहिणींना रडू आवरेना, त्या आज्ज्यांच्या गळ्यात पडून रडू लागल्या. तसे त्यांचे डोळे आसवांनी भरून वाहू लागले; पण त्या अवस्थेतही त्या तिघी आपल्या रडणाऱ्या नातींची समजूत काढत होत्या. पदराने त्यांचे डोळे पुसत म्हणत होत्या,

"गप, गप, बाळा...त्यांना आवडलं असतं का असं घाबरलेलं? असं रडलेलं?"

खरे तर त्यांनाच या क्षणी अशा सांत्वनाची, धीराची गरज होती. तेवढ्यात सरलाआज्जीचे लक्ष पलीकडे गेले. तसा तिचा चेहरा एकदम बदलत गेला. लीलाआज्जीकडे बघत ती म्हणाली, "लीलाबाई, बघा बरं, सदा सारखा रडतोय. त्याच्याकडे कोण लक्ष देणार? जरा बघा या आबी, बेबी कुठे गेल्या?"

ती वाक्ये ऐकताच इतका वेळ दाबून ठेवलेले माझे रडू फुटून बाहेर कोसळत गेले. आजोबा आम्हाला सोडून गेले खरे; पण आपल्या कुटुंबाला अनाथपण येऊ नये, मुले, नातवंडे पोरकी होऊ नयेत म्हणून ही केवढी मोठी शक्ती आमच्यासाठी पाठीमागे ठेवून गेले होते? लहानपणापासून या आज्ज्यांचे असणे आम्ही गृहीत धरले होते; पण आज त्यांच्या असण्यामागचे प्रयोजन लक्षात आले. आजोबांची छत्रछाया हरपली तरी हे विस्तारलेले कुटुंब विस्कळीत होत एकमेकांपासून दुरावणार नव्हते.

त्यातले कुणी सख्खे-सावत्र असा भेदभाव करत पाठ फिरवून आपापल्या वाटेने निघून जाणार नव्हते. आमचे आजोळ कधी हरपणार नव्हते.

त्या तिघींकडे बघता बघता माझे मन शांत होत गेले. मी तिथून बाहेर आले आणि आवारातून चालत स्टुडिओकडे निघाले.

बघितले तर आई आणि मावशी आजोबांच्या ऑफिसबाहेर पायरीवर बसल्या होत्या. लहानपणीच्या शाळकरी आबी-बेबी एकमेकींशी गुजगोष्टी करायला बसत असतील, तशाच त्या आजही बसल्या होत्या. एकमेकींचे दुःख हलके करायचा प्रयत्न करत होत्या. माझे लक्ष त्या समोरच्या प्रचंड पसरत गेलेल्या वृक्षाकडे गेले. त्यावरचे आकाश सुंदर, निरभ्र अशी निळाई लेवून विशाल छत्रासारखे दूरवर विस्तारत गेले होते. आजोबांची आठवण झाली आणि एकदम जाणवले; त्यांची हिंदू धर्मावर गाढ श्रद्धा होती. पुनर्जन्मावर त्यांचा पूर्ण विश्वास होता; पण ज्या क्षणी त्यांचा प्राण ती जर्जर कुडी सोडून गेला, त्या क्षणी ते या संसाराच्या पाशातून मुक्त झाले. जन्म-मृत्यू आणि पुनर्जन्माच्या या दुःखदायक चक्रातून सुटून त्यांच्या परमप्रिय भगवंताच्या सत्‌चिदानंद रूपाशी एकरूप झाले. 'सोऽहम्' म्हणत त्यांनी आयुष्यभर या एका क्षणाची वाट बघितली होती. मग आजोबा आपल्याला सोडून गेले, पुन्हा ते कधी दिसणार नाहीत, म्हणून आपण रडायचे, शोक करायचा तो कशासाठी? कुणासाठी? ते तर कधीच त्या अफाट, चैतन्यमय विश्वरूपात मिसळून गेले आहेत, त्याचा तेजस्वी अंश झाले आहेत.

आज जयप्रभा स्टुडिओत आजोबांच्या नावाने काही स्मारक उभे करण्यासाठी धडपड चालू आहे. त्यासाठी सरकारदरबारी प्रयत्न केले जात आहेत. स्टुडिओचा ताबा आता लतामावशीकडे असल्याने, तो मिळवण्यासाठी तिला वेळोवेळी गाऱ्हाणी घातली जात आहेत. या सगळ्या मंडळींचा हेतू चांगला आहे. आजोबांची स्मृती कायम स्वरूपाने जतन करावी, मराठी समाजाने त्यांचे योगदान कधी विसरू नये, नव्याने येऊ घातलेल्या पिढ्यांसमोर आजोबांचा आदर्श असावा, असे सर्वांना वाटते; पण भालजी पेंढारकर हे व्यक्तिमत्त्व कुठल्याही सिमेंट-कॉंक्रीटच्या इमारतीत वा दगडी स्मारकात बंदिस्त होण्याइतके खुजे नव्हते आणि नाही. ते आभाळाएवढे उंच होते. इतके उंच की, त्याची उंची मोजणे तुमच्या-आमच्यासारख्या साधारण माणसांसाठी अगदी अशक्य गोष्ट आहे. तेव्हा तो नाद आपण सोडूनच दिलेला बरा. त्यांनी उभारलेला शिवाजीचा पुतळा कोल्हापुरात अजून उभा आहे. त्यांचे चित्रपट बघून नवी तरुण पिढी अजून सळसळून उठतेय. देव-देश अन् धर्माच्या रक्षणासाठी मराठी माणूस आजही चेतून उठतोय. स्मारक स्मारक म्हणजे आणखी काय वेगळे असते?

लीला आणि बकुळाआज्जीची घरे आज एकमेकींच्या आधाराने कोल्हापुरात

उभी आहेत. आबी, बेबी, प्रभाकर आपल्या आयांच्या देखभालीसाठी कोल्हापूरला फेऱ्या मारत असतात. आजोबांचा प्रखर राष्ट्रवाद, कडक शिस्त आणि अध्यात्माचा वसा उचललेल्या आज्ज्यांना सगळेच सांभाळत असतात. आज आम्ही नातवंडे आमच्या मुलाबाळांसकट कोल्हापूरला जमतो, तेव्हा पूर्वीसारखाच गोंधळ सुरू होतो. लहानपणीच्या आठवणी निघतात आणि आम्ही सगळेच त्यात रमून जातो. आम्हाला अंगभर कपडे घाला, कुंकू लावा, गीता पाठ करा अशी सक्ती करणाऱ्या आज्ज्या आता पतवंडांच्या बर्म्युडा आणि टीचभर टी-शर्ट बघून खुदूखुदू हसतात. खोटे दात लावून त्यांच्याबरोबर दूध-भात खातात, त्यांनी 'कम्बख्त इश्क...' सारखी गाणी म्हणत नाच केलेला त्यांना चालतो; पण मग मध्येच कधीतरी चांदीची ताटं हुपरीची चांगली की कोल्हापूरची, हा त्या दोघींचा वादही पूर्वीसारखाच रंगतो. माझी मुलगी- जाई - शिक्षणासाठी अमेरिकेला गेली, याचे त्या दोघींना भलतेच अप्रूप आहे. लीलाआज्जी आता ९२ वर्षांची झकासपैकी म्हातारी झाली आहे. तिची नजर अंधूक झाली आहे. गेल्या वर्षी कोल्हापूरला गेले असताना आज्जीला जाईचे अमेरिकेहून आलेले फोटो दाखवत होते. वाटले होते, आज्जीला काही दिसणार तर नाही, उगीच समजुतीपुरते दाखवायचे आपले! पण ते फोटो हातात पडताच ती उठली अन् उजेड येणाऱ्या खिडकीजवळ जाऊन कॉटवर बसली. फोटो बघता बघता तिचा चेहरा मायेने भरून आला. आपल्या धुरकटलेल्या नजरेने त्या सगळ्या मुलामुलींच्या गर्दीत लपलेल्या जाईला शोधून तिची माया करत अगदी बरोबर तिचीच तिने पापी घेतली. मी थक्क होऊन ते दृश्य बघत राहिले. आज पतवंडांच्या गराड्यात रमलेल्या या दोन्ही आज्ज्यांना बघून तरीही वाटते की, त्या आतून कुठेतरी विरक्त होत चालल्या आहेत. त्या इथे आहेत; पण त्यांची मने इथे आहेत का?

पाठी भिंतीवर लावलेल्या आजोबांच्या फोटोकडे माझे लक्ष जाते आणि त्या प्रश्नाचे उत्तरही आपसूकच मिळून जाते...

मध्यंतरी भारतीय चित्रपटसृष्टीची सुवर्णजयंती साजरी केली गेली. अनेक समारंभ घडले. त्या वेळी या आज्ज्यांची हवी तशी दखल घेतली गेली नाही, याचे आम्हाला खूप वाईट वाटले; पण त्या तशाच शांत, स्थितप्रज्ञ होत्या. आजची भारतीय चित्रपटसृष्टी उभी राहण्यासाठी अशा अनेकींनी इतरांचा मार्ग सुकर करून दिला, याचे भान आजच्या चित्रपटसृष्टीनेच नव्हे तर समाजाने ठेवायला हवे. कुठलेही प्रशिक्षण न घेता खेड्यातून आलेल्या आणि आपले जन्मजात गुण व मेहनतीच्या जोरावर इतक्या मोठ्या होणाऱ्या या कर्तृत्ववान स्त्रियांचा भले 'डॉटर्स ऑफ महाराष्ट्र'मध्ये नामोल्लेख केला गेला नसेल, पण आपण त्यांचे ऋण कदापि विसरता कामा नये. लीलाआज्जीला महाराष्ट्र सरकार,

जिजामाता प्रतिष्ठान, चित्रपट महामंडळ इत्यादींचे पुरस्कार मिळाले ते फार उशिरा! भारतीय चित्रपटसृष्टीचे जनक दादासाहेब फाळके यांच्या नावे दिला जाणारा राष्ट्रीय पुरस्कारही आजोबांना मिळाला, तोपर्यंत ते अतिशय थकून गेले होते. असे का होते, की हेतुपुरस्सर केले जाते, हा प्रश्न मला नेहमी सतावत राहतो. व्ही. शांताराम, बाबूराव पेंढारकर, मा. विनायक आणि भालजी पेंढारकर या भावंडांनी भारतीय चित्रपटसृष्टीच्या जडणघडणीत अत्यंत मौल्यवान कामगिरी बजावली आहे. एवढेच नव्हे तर त्यांच्या पुढच्या पिढीतल्या मुलांनीही ही परंपरा चालू ठेवली आहे. म्हणून वणकुद्रे-पेंढारकर-कर्नाटकी हे कुटुंब भारतीय चित्रपटसृष्टीची 'फर्स्ट फॅमिली' मानली जावी. तशी भारतीय चित्रपटसृष्टीच्या इतिहासात त्यांची नोंद व्हायला हवी. मात्र तो इतिहास जेव्हा लिहिला जाईल, तेव्हा त्या अनेक सोनेरी, रुपेरी झगमगत्या पानांमध्ये एक भगवे पान दिमाखाने उभे असेल आणि ते असेल चित्रपटमहर्षी श्री. भालजी पेंढारकर यांचे!

आणि त्याचे श्रेय असेल या तिघींचे!

◆

'तरुण भारत', दिवाळी २००१

२

गुडबाय प्रिया...

हिंदुजा हॉस्पिटलमधून घरी परतायच्या वाटेवर असताना पर्समधल्या मोबाईलची रिंग वाजली. घरातून माझी भाची बोलत होती,

''मावशी, देअर इज बॅड न्यूज, प्रिया तेंडुलकर गेली.''

''हो?''

त्या वेळच्या माझ्या आजारी अवस्थेमुळे असेल किंवा हॉस्पिटलच्या वातावरणात राहिल्यामुळे मनावर आलेल्या ताणामुळे असेल कदाचित, प्रिया गेल्याच्या बातमीचा मला फार मोठा धक्का तेव्हा बसला नाही. वाटलं, तिच्या आजाराबद्दल समजलंच होतं की आपल्याला...शिवाय गेल्या कित्येक वर्षांत तिनं होऊनच संबंध तोडून टाकल्यासारखे केले होते. एके काळी होती आपली अन् तिची ओळख. म्हटले तर थोडी मैत्रीसुद्धा; पण काळाच्या ओघात ते सगळं कुठल्या कुठे हरवूनच गेलं होतं. एरवी टीव्हीच्या पडद्यावर चमकणारी आणि दिवाळी अंकातल्या कथांतून भेटणारी प्रिया एवढाच काय तो इतर चारचौघांशी तिचा असतो तसा आणि तेवढाच तर संबंध उरला होता तिच्याशी माझा! मग ती गेली म्हणून दुःखी होत कोलमडून पडण्याचं मला काहीच कारण नाही...

मी घरी पोचले.

शहरात संध्याकाळच्या सावल्या दाट होत चालल्या होत्या. घराघरातल्या टीव्हीवर नेहमीचंच दळण सुरू झालं होतं.

'कसोटी जिंदगी की',

'कुटुंब',

'कुसुम.'

माझ्याही घरातली मंडळी टीव्हीला डोळे चिकटवून त्या विश्वात रमली होती. मी काहीशी वैतागून माझ्या खोलीत आले. कॉटवर बसले. औषध घेताघेता माझी नजर समोर गेली. शेल्फच्या काचेतून काही चमकले

विजया राजाध्यक्ष... सानिया... आशा बगे... मेघना पेठे... प्रिया तेंडुलकर?

पंचतारांकित... प्रिया तेंडुलकर.

ज्याचा त्याचा प्रश्न... प्रिया तेंडुलकर.

जन्मलेल्या प्रत्येकाला... प्रिया तेंडुलकर.

पुस्तकांच्या कपाटात ओळीनं लावून ठेवलेली तिची पुस्तकं. कपाटाचं दार न उघडतादेखील प्रथम दृष्टिक्षेपात नजरेत यावीत इतक्या समोर अन् नीट तिची पुस्तकं मी लावून ठेवली होती.

ते का?

कधी गरज पडली, पुन्हा वाचावीशी वाटली, तर सहज हाताशी यावीत या हेतूनं?

मराठी साहित्य विश्वातली एक अत्यंत अस्सल व स्वतंत्र लेखिका म्हणून माझ्या लेखी तिचं स्थान महत्त्वाचं व वादातीत आहे म्हणून? की तिची-माझी एके काळी ओळख, म्हटलं तर थोडीशी मैत्रीसुद्धा होती म्हणून?

की या सर्वांच्या पलीकडे, या कारणांची सरमिसळ होणारं आणखी एखादं भलंमोठं कारण आहे म्हणून?

आठवत गेले...

काही पूर्वीचं... विसरून टाकलेलं...

तिच्या पुस्तकाच्या प्रकाशनाचा एक सोहळा.

प्रियाला कुठल्याही समारंभाला जाताना बरोबर भरपूर लवाजमा असणं बहुधा आवडायचं. ती शूटिंगला अगदी जवळपास कुठे गेली तरी बरोबर बहिणींपैकी कुणीतरी असायचंच. इथे तर तिच्याच पुस्तकाचा प्रकाशन समारंभ होता; तेव्हा तिच्याबरोबर आई, बाबा, दोघी बहिणी, भाचेमंडळी अशी सगळी मंडळी थाटामाटात हजर होणार होतीच आणि तशी ती सगळी आलीदेखील. उत्साही प्रेक्षकांनी तुडुंब भरलेल्या हॉलमधून त्या लवाजम्याबरोबर चालत येणाऱ्या प्रियाला बघून माझा मात्र रागराग होऊन गेला. एवढी मोठी 'रजनी फेम', अन् साहित्यिका असणारी प्रिया तेंडुलकर चक्क काळ्या रंगाच्या साध्या लखनवी सलवार-कमीजमध्ये तिथे आली होती. केसांचा जेमतेम बांधलेला एक पोनी, अंगातला तो काळा कॉटनचा पोशाख आणि

पायात अगदी पार्ल्याच्या भाजीबाजारात जाताना घालावे असले सामान्य शूज, असा तिचा तो अवतार बघूनच मी सगळे शिष्टाचार विसरून तिथेच तिच्यावर उचकले.

"प्रिया, काय हे? स्वतःला ड्रेस डिझायनर म्हणवतेस, आज घालायला तुला दुसरा चांगला ड्रेस मिळाला नाही?"

त्यावर ती नेहमीसारखेच फिस्सकन हसली.

"यशू, हा काय वाईट आहे? मराठी पुस्तकाचं तर मेलं प्रकाशन...आणि हे बघ ना... तू बेळगावहून आणून दिलेलं खड्यांचं कानातलं घातलंय, काय झकास दिसतंय् की नाही? सगळ्यांना आवडलं, आता आपल्याला याच्यासुद्धा भरपूर ऑर्डर्स मिळतील..."

ते ऐकून माझा वैताग वाढतच चालला.

"काय प्रिया, तू पण..."

त्यावर ती अचानक (बहुधा खोटंखोटंच!) गंभीर होत म्हणाली,

"अगं, मला आज भाषण करायचंय नाही का? इथे हातपाय लटलटतायत माझे...आणि तुला ड्रेसची काळजी पडलीय."

आता एवढी टीव्ही-नाटक-सिनेमातून चमकणारी प्रिया भाषण करायला माझ्याइतकीच घाबरते?

"प्रिया, हे अतीच होतंय बरं!"

"अगं, तसं नाही, दिग्दर्शकानं लिहून दिलेले मोठेमोठे डायलॉग्ज मी पाठ करून धडाधड म्हणून दाखवू शकते; पण असं स्वतःच तयार केलेलं भाषण एवढ्या मोठ्या ऑडियन्ससमोर व्यवस्थित करायचं, ही मला जमणारी गोष्टच नाही."

प्रकाशन समारंभाला सुरुवात झाली. सगळे सोपस्कार पार पडत गेले. प्रियाचं भाषण...तेही अगदी व्यवस्थित पार पडलं. कार्यक्रम संपल्यावर प्रेक्षकांचा, चाहत्यांचा गराडा, पुस्तकांवर स्वाक्षऱ्या करून घेणाऱ्यांची गर्दी. ते सगळंही हळूहळू आवरत आलं. हॉलवरून निघताना तिकडून प्रश्न आलाच,

"हं मग? कसं झालं माझं भाषण?"

आता माझी बाजू पडती करणं मलाही चालण्यासारखं नव्हतं.

"ठीक!"

त्यावर ती खरोखरीची गंभीर होत गेली.

क्षणभर गप्प झाली.

मग म्हणाली,

"यशू, ज्या माणसांना उत्तम भाषण करता येत नाही, ती माणसंच चांगलं,

सकस, दीर्घ काळ टिकणारं लिहितात.''

ती निघून गेली.

पण, तिचं ते वाक्य आजतागायत माझा पाठपुरावा करत धक्के देत राहिलं आहे. स्टेजवरून भाषण करायला मी अजूनही पूर्वीइतकीच अतिशय टरकते; पण लिखाणाच्या बाबतीत म्हणाल तर पुस्तकपरीक्षणं, व्यक्तिचित्रणं, आत्मनिवेदनपर लेखन, जमेल तसं वेडंवाकडं कथालेखन... अशी माझी मुशाफिरी मोठ्या निर्धास्तपणे चालू आहे. त्या सर्व उद्योगांच्या पाठी तिचं ते एक वाक्य ठामपणे उभं आहे, हे मला अजिबात विसरता येत नाही; ते विसरणं शक्यही नाही.

तेव्हा आम्ही दोघी वर्सोव्याला राहत होतो. माझ्या आयुष्यातला तो एक खूप त्रासाचा, क्लेशाचा कालखंड होता. अशाच एका अतिशय घुसमटलेल्या क्षणी घाबरीघुबरी होत, मला काय करावं ते कळेनासं झालं होतं. का कुणास ठाऊक, अचानक वाटलं, की हे सगळं लिहून काढायला पाहिजे, अंतर्मनात उन्मळलेला हा दुःखाचा, मनस्तापाचा डोंब फुटून कागदावर अक्षरं बनून ठिबकला पाहिजे. नाही तर...? त्या दिवशी मी पहिल्यांदाच कागद पुढे ओढले आणि अगदी वेडाच्या किंवा तापाच्या भरात बेभान होऊन जावं, तसं होत एक कथा झपाट्यानं लिहून काढली.

कथा लिहून तर झाली; पण आता ही दाखवायची कोणाला?

तसं जवळपास कुणीच नव्हतं.

प्रियाची आठवण आली.

तशीच उठले, कपडे बदलले आणि प्रियाचं घर गाठलं. दारावरची बेल वाजवली. आतमध्ये पावले वाजली.

''यशू...''

''प्रिया...दार उघड लवकर!''

दरवाजा बंद राहिला. ती आतूनच बोलत होती.

''दरवाजा उघडते, पण एका अटीवर...तू आत यायचं नाही. मला पॅराटॉयफॉईड झालाय. तुला इन्फेक्शन होईल.''

''अगं पण...''

''नो नो...थोड्याच वेळात बाबा येणारेत मला पार्ल्याला घेऊन जायला.''

''म्हणजे तेंडुलकरांना इन्फेक्शन झालेलं चालेल?''

त्या परिस्थितीतदेखील मला 'पीजे' सुचत गेला.

''बरं प्रिया, तू म्हणशील तसं करू; पण तू दार उघडून माझी कथा तर घेशील की नाही वाचायला?''

''ओ वॉव्, तू चक्क कथा लिहिलीस, यशू?''

"हो गं, म्हणून तर धावत धावत आले तुला दाखवायला."

आता मात्र ही चावी बरोबर लागू पडली. दाराला आतून अडकवलेली साखळी काढत तिने दरवाजा उघडला. घरातला गाऊन घातलेली प्रिया समोर उभी होती. तापाच्या खुणा थकलेल्या चेहऱ्यावर, शरीरावर स्पष्ट दिसत होत्या; पण तशाही अवस्थेत तिने माझ्या हातातले कागद घाईघाईनं हावऱ्यासारखे ओढून घेतले आणि मला पुढचा एकही शब्द बोलण्याची संधी न देता ती म्हणाली,

"पळ आता. मी वाचून फोन करीन तुला."

आणि खरोखरच संध्याकाळी तिचा पार्ल्याच्या घरून फोन आला.

"यशू, खरोखरच कथा झालीय गं तुला!"

"खरंच प्रिया?"

"होय, कथा छोटी आहे; पण ती तेवढीच योग्य आहे. कुठेही शब्दांचा फापटपसारा न वाढवता, अगदी अलिप्तपणे तुला जे सांगायचंय ते नेमकेपणानं सांगितलंयस तू. तरीही अत्यंत बांधेसूद, सुदृढ कथा आहे ही!"

माझा आनंद गगनात मावेनासा झाला होता.

"खरंच प्रिया?"

"अगं हो. आता तू अशीच लिहीत राहा. आता तू लिहिशीलच. तुला स्वतःला थांबवताच येणार नाही. लोकल ट्रेनमध्ये, कुठल्याही चिटोऱ्यावर, बसच्या तिकिटामागे, एवढंच काय पॉटीवर बसल्या बसल्या पण तू लिहिशील. स्वतःशीच स्वतःला शोधत, सापडत जाशील."

"खरंच प्रिया, जमेल मला?"

"जमेल म्हणजे? आता तुझ्या हातात काहीच उरलेलं नाही. आता पाठी वळून बघायचं नाही, थांबायचं नाही. ऊर्मी आली की लिहीत सुटायचं. बस्स! आय ॲम सो हॅपी फॉर यू, यशू. एक नवीन ॲडव्हेंचर सुरू होतंय तुझ्या आयुष्यात!"

ती अशीच भरभरून बोलत राहिली.

मी ते माझ्याशी पूर्वी कधीच कुणी न बोललेले शब्द ऐकत थक्क होत राहिले. आणि तेवढ्यात तिचं पुढचं वाक्य ऐकून दणणकन जमिनीवर आले.

"आता ही कथा मी बाबांना वाचायला देणार आहे."

"ओह नो, प्रिया!"

बिचारे विजय तेंडुलकर, काय काय म्हणून त्यांनी सहन करायचं? प्रियाचा पॅराटॉयफॉईड, यशूची पहिली कथा...

मी धावतपळत पार्ल्याचं घर गाठलं.

प्रियाची आणि माझी ओळख तशी जुनी.

पार्ल्याच्या कुमार हाऊसिंग सोसायटीत माझा मामा, हिंदी-मराठी चित्रपटसृष्टीतील नामवंत छायाचित्रकार त्यागराज पेंढारकर राहत असे. त्यामुळे लहानपणापासूनच तिथे आमचं येणं-जाणं असायचं. त्याच्या शेजारच्याच घरात विजय तेंडुलकर नावाचे प्रख्यात मराठी साहित्यिक राहत होते. अर्थात त्या मोठ्या साहित्यिकाशी, त्यांच्या घराशी त्या वेळच्या मला काहीच देणं-घेणं नव्हतं. ते साहजिकच होतं; पण माझा मामेभाऊ अगदी पार्ल्यातल्या बिघडलेल्या कार्ट्यांसारखा नेहमी म्हणे,

"तेंडुलकरांची प्रिया, काय दिस्सते गं!"

त्यामुळे ही प्रिया नावाची व्यक्ती बघण्याची मला भलतीच घाई झालेली होती. शाळकरी प्रियाला मी पहिल्यांदा बहुधा जिन्यातून वर-खाली धावपळ करताना बघितलं असावं. ते तपशील मला आता नीटसे आठवत नाहीत; पण तिचे ते सुंदर सोनेरी छटा असणारे केस, गोरापान तरतरीत चेहरा आणि पिंगट रंगाचे रोखून बघणारे चमकदार डोळे... ते मात्र मला चांगलेच आठवतात. एक छोटीशी नाजूक बाहुलीच होती ती! मी मामेभावावर खूष होत त्याला पावती दिली.

"खरंच महेश, कसली गोड दिसते प्रिया!"

प्रियाला स्वतःला मात्र त्याचं भान नव्हतं. पुढे 'पंचतारांकित' या आपल्या आत्मनिवेदनपर लेखांच्या पुस्तकात तिनं स्वतःचं वर्णन 'किडकिडीत, शेंबडी, सतत आजारी असणारी आणि झिपरी' असं केलेलं आहे. किंबहुना, त्या लिखाणातून लहानपणची जी प्रिया आपल्याला सतत दिसत, भेटत राहते, ती अतिशय भेदरलेली, कुठल्याही समाजमान्य चाकोरीत न बसू शकणारी 'मिसफिट्', आईच्या आठवणीनं क्षणोक्षणी रडू फुटणारी, गर्दीत सामावून हरवून जाण्याची महत्त्वाकांक्षा बाळगणारी मुलगी अशी. मग तिची कोणती इमेज खरी होती?

मला दिसलेली, जाणवलेली एका सुंदर, तरतरीत, धावपळ्या, हायपर मुलीची?

की...

की तिला स्वतःला दिसायची तशी, झिपरी, बावळट...चेहरा नसलेल्या कुण्या एकीची?

कदाचित या दोन्ही प्रतिमा आपापल्या जागी, आपापल्या परीनं खऱ्याच होत्या.

त्यानंतर प्रिया मला भेटली ती खूपच कालांतरानं! ती तेव्हा नव्यानं सुरू झालेल्या दूरदर्शनवर निवेदिकेचं काम करायची. 'हयवदन' मधली छोटीशी भूमिका हौसेहौसेनं करता करता शिरीष पै यांच्या 'कळी एकदा फुलली होती' मधून तिचं व्यावसायिक रंगभूमीवर पदार्पण झालं होतं. तिच्या वागण्याबोलण्यात

एक सफाईदार धीटपणा आलेला होता. तिच्या व्यक्तिमत्त्वामधला पूर्वी जाणवलेला आकर्षक गोडवा आता अधिकच दाट गहिरा झाला होता. तिच्याशी नव्यानं, खरं तर पहिल्यांदाच प्रत्यक्ष अशी ओळख झाली तेव्हा ती अगदी मनापासून खूष होत हसत म्हणाली,

''अगं, असं काय? मी ओळखतेच की तुला. तू आबीआत्याची यशू. पेंढारकरांकडे तू लहानपणी यायचीस ना तेव्हा ताई, मी आणि तनू चोरूनचोरून कीहोलमधून तुला बघायचो, म्हणायचो, काय उंची दिलीय देवानं या मुलीला!''

''काय गं प्रिया! आणि आम्ही दाराच्या फटीतून तुला लपूनछपून बघायचो.''

लहानपणीचे ते एकमेकींचं फॅन होणं आठवून मोठ्या झालेल्या आम्ही खूप वेळ फिदीफिदी करून हसत राहिलो.

या कालखंडात ती जे. जे. स्कूल ऑफ आर्ट्समध्ये जाऊन चित्रकला शिकली. मग त्याचा कंटाळा आला म्हणून ते चक्क सोडून टाकून फाईव्हस्टार हॉटेलमध्ये रेस्टॉरंट रिसेप्शनिस्ट, एअर होस्टेस, सोशल वर्कर अशा अनेक उचापती तिनं केल्या. जाहिरात क्षेत्रात एक उत्तम व्यावसायिक मॉडेल म्हणून तिनं बराच नावलौकिक कमवला. नाटकात कामं करता करता मराठी, गुजराती, अन् हिंदी चित्रपटांतून तिनं भूमिका साकार केल्या. या क्षेत्रातले बरे-वाईट अनुभव पचवून ती जोमानं उभी राहिली. या सर्व धडपडीचं प्रतिबिंब तिच्या सुरुवातीच्या आत्मनिवेदनपर लिखाणात अतिशय सुंदर उमटलं आहे.

तिची ती अनेक प्रकारे परिस्थितीचा सामना करू पाहणारी, कुठल्या तरी अतिशय मिडीओकर माणसानं विनाकारण अपमान केल्याचा घाव झेलून अंतर्यामी घायाळ होणारी, प्रसंगी त्यामुळे कोलमडून पडणारी आणि नंतर त्यातूनच पुन्हा नव्यानं उभी राहू पाहणाऱ्या धडपड्या प्रियाची प्रतिमा मला आजही माझ्या खूप जवळची वाटते.

कधीकधी प्रकर्षानं असंही वाटतं की, अगदी माझ्या आत शिरून प्रियानं हे सगळं कधी अन् कसं शोधून काढलं असेल?

पण तिला ते जमलं खरं.

तिचं आणि माझं आणखी एका बाबतीत खूप जमून येई; ते म्हणजे आमचं आपल्या वडिलांवर असणारं प्रचंड प्रेम! तिच्या आईचं तिच्या आयुष्यात असणारं महत्त्व आणि योगदान याची प्रियाला अत्यंत डोळस अशी अगदी आतून जाणीव होती. विजय तेंडुलकरांसारखा लिखाण आणि केवळ लिखाणातच हरवलेला लेखक, त्याचं अस्ताव्यस्त पसरलेलं घर, चार दिशांनी, चार प्रकारांनी धडपडणारी मुलं, भलामोठा मित्रपरिवार अन् गोतावळा... हे सगळं सांभाळण्याची तारेवरची कसरत करत आपली आई आयुष्यभर कशी जगत आली, हे सगळं तिनंदेखील

अत्यंत जवळून बघितलं, अनुभवलं अन् पचवलं होतं. त्या अनुभवांच्या अत्यंत संवेदनशील छाया-पडछाया तिच्या कथांमधून अवचितपणे येत राहतात आणि चकित करून सोडतात.

आपल्या 'ज्याचा त्याचा प्रश्न' या पुस्तकाच्या अर्पणपत्रिकेत ती म्हणते,

'आई,
आजपर्यंतचे सगळे आयुष्य
तू बाबांच्यात
आणि आम्हा मुलांच्यात वाटून घेत आलीस.
हे फक्त तुला एकटीलाच.'

आपल्या आईला इतकी अपूर्व भेट जगातल्या कुठल्या मुलीनं दिली असेल? हे जरी आपल्या जागी कितीही खरं असलं तरी, तिचे लहानपणापासूनचे खरेखुरे हीरो होते ते तिचे बाबाच! आपल्या आयुष्यातल्या अनेक चांगल्या घटनांचं श्रेय ती नेहमीच बाबांबरोबर वाटून घेत आली आहे. आणि या धडपड्या मुलीच्या आयुष्यातल्या अनेक चिंता, विवंचना, दुःख आणि निराशेचे प्रसंग बाबांनी तिच्याबरोबर शेअर केलेले आहेत, त्यातून पुन्हा तोल सांभाळून उभे राहण्यासाठी तिला त्यांनी प्रेरणा दिली आहे. डोंगराएवढ्या उंचीचा हा एवढा ताकतवर लेखक या मुलीचा नुसताच बाप नव्हता, तो तिचा हीरो तर होताच; पण जिवाभावाचा सुहृद, सखा, मित्रदेखील होता, आहे.

प्रियाला आपल्या बाबांच्या उंचीबद्दल प्रचंड अभिमान होता. तशीच आपल्या खुजेपणाची जाणीवदेखील होती. खूप लहानपणीच तिनं हा विरोधाभास आतून जाणून घेतला आणि पचवला होता. अर्थात हे जाणूनदेखील तिला व्हायचं होतं ते बाबांसारखंच!

आणि बाबांनी आपल्या मुलीला कुठल्याही नव्या क्षेत्रात धडपडण्यापासून कधी रोखलं नाही. तिला स्वतःचे निर्णय स्वतः घेत स्वतंत्रपणे जगण्याच्या प्रयत्नाला त्यांनी नेहमीच एक समजूतदार व सशक्त आधार दिला. कधी आईनं नाराजी व्यक्त केली तर बाबांनी तिची समजूत काढून प्रियाला निर्णय घेण्याचा मार्ग खुला करून दिला. आपल्याकडे मुलींना जसं बंदिस्त कुंपणात ठेवून वाढवलं जातं, 'वळण' लावून लग्न करून देऊन जन्मभर एका अनोळखी, परक्या पुरुषाची, त्याच्या कुटुंबाची गुलाम म्हणून जगण्यासाठी तयार केलं जातं, तसं सुदैवानं या मुलीच्या बाबतीत झालं नाही. आयुष्याच्या प्रवासातले अनेक बरे-वाईट अनुभव तिला मोकळेपणी घेता आले. त्यातून तिचं व्यक्तिमत्त्व अनेक परीनं विकसित होत गेलं. कधी अपमानाचा, अपयशाचा फटका बसला तर सुरक्षित घराच्या उबदार कुशीकडे परतून येता आलं. त्याचं अतिशय सुंदर व

वास्तव असूनही उत्कट वर्णन तिच्या 'पंचतारांकित' या आत्मनिवेदनपर लिखाणातून प्रकट झालं आहे.

चित्रकला, ड्रेस डिझायनिंग, अभिनय, मॉडेलिंग अशा अनेक क्षेत्रांत गती असूनही प्रियाची स्वतःची अशी सक्षम व संपन्न आयडेंटिटी निर्माण झाली ती ललित लेखन व दूरदर्शन पत्रकारितेतच! याचे मूळ देखील कुठेतरी बाबांवरच्या तिच्या अतिप्रेमात आणि त्यातून उद्भवलेल्या त्यांच्यासारखेच बनण्याच्या तिच्या अट्टहासात होते, असे मला वाटते.

तरीही बाबा आयुष्याचे केंद्र होऊन गेल्यामुळे तिच्या आयुष्याला पडलेल्या एका अदृश्य परिघामुळे अनेक नवनवीन सुंदर नाती, वेगवेगळ्या प्रकारचे अनुभवविश्व तिच्यापासून प्रसंगी अगदी हातभर अंतरावरच असूनदेखील अतिशय दूर राहून गेले असेल का...?

हा प्रश्न माझ्या लेखी उरतोच.

तिचे बाबांवरचे जगावेगळे प्रेम आणि श्रद्धा बघून मी तिला कधीतरी चिमटा काढे.

"प्रिया, तुझं आपलं बरं आहे. तुझे वडील विजय तेंडुलकर."

त्यावर ती आपले मनमोकळे हसे आणि म्हणे,

"अगं, माझ्यासारखी मुलगी असल्याचा काय मनस्ताप असतो ते एकट्या बिचाऱ्या विजय तेंडुलकरांनाच ठाऊक. आणि तुझं काय वाईट आहे गं ? तुला एवढी जाईसारखी हुशार, चक्क पाचगणीच्या बोर्डिंग स्कूलमध्ये एकटी राहणारी, चांगल्या मार्कांनी पास होणारी आणि चित्रबित्रंसुद्धा काढणारी एवढी फॅण्टॅस्टिक मुलगी आहे, ते काय कमी आहे?"

मुले हा तर तिचा एक वीकनेसच होता. आपली भाचेमंडळी म्हणजे आदित्य ऊर्फ बंटी आणि अनुष्का ऊर्फ झुमकी यांच्यावर तिचे अफाट प्रेम होते. तिने आपले स्वतःचे बुटिक पार्ल्यात सुरू केले. त्याचे नाव ठेवले 'अनुष्का क्रिएशन्स' आणि आपल्या दूरचित्रवाणीसाठी कार्यक्रम शृंखलांची निर्मिती करणाऱ्या कंपनीचे नामकरण 'आदित्य आर्ट कंबाईन्स' असे केले. त्या दोघांवर तिने 'गुग्गुम् आणि झुमकी' ही अत्यंत हृदयस्पर्शी कथा लिहिली आहे. अर्थात एवढ्यावरच ही मजल थांबली नाही.

मला आठवते, प्रिया आणि करणचे (हिंदी अभिनेता-दिग्दर्शक करण राझदान) लग्न जुहूच्या हरे राम हरे कृष्ण मंदिरात मोठ्या थाटामाटात पार पडत होते. चित्रपट-नाटक-टीव्ही क्षेत्रातली निवडक नामचीन मंडळी त्या सोहळ्याला उपस्थित होती. काय हौसेनं नटली होती प्रिया! हातभर मेंदी, अंगावर उंची शालू अन् भरपूर झगमगणाऱ्या दागदागिन्यांनी लगडून नवरी बनून ती इथे-तिथे तोऱ्यात

फिरत होती. मला बघून तिला नेहमीसारखा खूप आनंद झाला. करणशी माझी ओळख करून देण्यात आली आणि तेवढ्यात तनुजा अनुष्काला कडेवर घेऊन तिथे आली. गोबऱ्या गोबऱ्या गालांच्या लहानग्या गोलुमोलू अनुष्काला बघताच मी पूर्वीसारखीच आनंदून म्हणाले, ''ए, काय गोड दिस्सते गं ही मुलगी!''

''मग? भाची कोणाची आहे? मी तर तनूला नेहमी म्हणतेच की ही मलाच देऊन टाक म्हणून! पण ती ऐकेल तर ना...''

आमचे हे बोलणे एकीकडे चालू असताना, त्या लहानशा बेरक्या कार्टीच्या, या दोघी जणी आपल्याबद्दलच काहीतरी बोलतायत् हे तेवढ्यातदेखील अगदी बरोबर लक्षात आले होते आणि ती मोठे गमतीशीर खट्याळ हसू हसत, डोळे चमकवत ते सगळं संभाषण अगदी मन लावून 'ऐकत' होती. तिचा तो एकंदर आविर्भाव बघून मला हसू फुटत गेलं. इकडे प्रियाचं आपलं चालूच,

''बघितलंस ना, कशी हुशार मुलगी आहे ही! कसं तिला बरोबर कळतंय, आपण तिच्याबद्दलच बोलतोय ते ! बघ, बघ, तिचे डोळे बघ...ते काही नाही तनू, आता मी हिला घेऊनच टाकणार...'' वगैरे वगैरे.

तिकडे वाजंत्री वाजतेय, भटजी 'लवकर...लवकर चला' म्हणून खाणाखुणा करतायत, बिचारा करण एवढ्या गर्दीत घामाघूम होत तिथे अवघडलाय; पण हिचे अनुष्कापुराण संपतंय कुठे?

अशी ही मूलवेडी प्रिया.

आपल्या या दोघा भाचरांमध्ये तिचा जीव एकवटला होता. त्यांच्या लहानसहान गोष्टींबद्दल बोलताना तिचा चेहरा आनंदानं कसा अगदी भरून येई. त्या दोघांचे अनेक प्रकारचे लाड तर तिनं केलेच; पण त्यांनी उत्तम शिक्षण घ्यावं, यावरही तिनं लक्ष दिलं. कॉलेजला कंटाळलेल्या बंटीला लंडनला फोटोग्राफीचा कोर्स करायला आग्रहानं पाठवलं ते प्रियानंच! आपल्या भावाच्या- 'राजूच्या' अकाली झालेल्या मृत्यूनंतर ती मोठ्या धीरानं तो तडाखा पचवून ठामपणे वहिनी सीमा व बंटीच्या पाठीशी उभी राहिली. बंटीनं आपल्या निवडलेल्या कार्यक्षेत्रात उत्तमपणे स्थिरस्थावर व्हावं, यासाठी ती सदैव धडपडत राहिली.

धडाडी अशी अंगातच मुरलेली असल्यामुळे, तिला प्रतिकूल परिस्थितीशी दोन हात करत मार्ग काढणाऱ्या मुलांचे, विशेषतः तळागाळातल्या धडपड्या मुलांचे विशेष कौतुक होते. मुंबईतील मुलांसाठी व्यवसायाभिमुख अभ्यासक्रम राबवणाऱ्या संस्थेत मी तेव्हा नुकतीच कामाला लागले होते. नवी संस्था, नवे शिक्षक व नव्या प्रकारचे अभ्यासक्रम मिळाल्यामुळे तिथल्या विद्यार्थ्यांमध्ये खूपच उत्साह संचारला होता. आमच्या संस्थेमध्ये पर्यटन दिनानिमित्त होणाऱ्या पहिल्यावहिल्या कार्यक्रमाला प्रियाला प्रमुख पाहुणी म्हणून आमंत्रित करावे, अशी एक टूम

विद्यार्थी वर्गातर्फे एके दिवशी पुढे करण्यात आली. प्रिया तेव्हा 'रजनी'मुळे ग्लॅमर व प्रसिद्धीच्या ऐन शिखरावर पोचली होती. तिला मॉडेलिंग, चित्रपटांच्या चिक्कार ऑफर्स येत होत्या. अगदी बीबीसी अन् फ्रेंच टीव्हीवर तिच्या मुलाखती झळकत होत्या. खूप मोठी सेलेब्रिटी झाली होती ती! त्यामुळे आमच्या अशा एखाद्या नव्या आणि अगदीच अप्रसिद्ध असणाऱ्या संस्थेमध्ये ती येईल की नाही त्याबद्दल मी साशंक होते. शिवाय या मधल्या काळात आम्हा दोघींमधला संपर्क पार तुटून गेला होता. शेवटी मुलांनीच पुढाकार घेऊन तिला कार्यक्रमाला यायचं आमंत्रण दिलं. आश्चर्याची गोष्ट म्हणजे ते तिनं मोठ्या आनंदानं स्वीकारलं. आणि मी तिथे आहे हे कळल्यावर तर ती इतकी खूष झाली; म्हणाली,

"हं, आता तर मी नक्कीच तुझ्या इन्स्टिट्यूटमध्ये येणार!"

कार्यक्रमाच्या दिवशी तिचं मढ आयलंडवर शूटिंग होतं. ते सहा वाजेपर्यंत कसंबसं संपवून, चेहऱ्यावरचा मेकअपदेखील न पुसता, निर्मात्याच्या त्रासिक चेहऱ्याला बिलकूल दाद न देता स्वतःच पॅकअप करून तिनं सेटवरून चक्क धूम ठोकली; पण एवढ्या लांबून कालिन्याला पोचेपर्यंत वाटेतल्या गर्दीमुळे तिला भरपूर उशीर व्हायचा तो झालाच. इथे कॅम्पसमध्ये संध्याकाळ कलंडून अंधार पसरू लागला होता. दुपारपासून तयारी करून तिची वाट बघणाऱ्या शिक्षक अन् विद्यार्थ्यांचे चेहरे क्षणोक्षणी उतरत चालले होते. दर दोन मिनिटांनी कुणीतरी डोकवायचे, "मॅम, अब क्या करेंगे?"

तेवढ्यात इन्स्टिट्यूटच्या गेटपाशी गाडीचा हॉर्न वाजला. त्या कोपऱ्यावरून गाडी आत वळलेली बघताच पायरीवर ताटकळत बसलेल्या मुलांच्या अंगात नव्यानं जोश संचारला.

"हेय्या, आ गयी रे आ गयी, रजनी आ गयी!"

खरोखरच प्रिया आली होती. तिच्या आगमनाची बातमी वर्गावर्गातून पसरत गेली. मुलांनी धावाधाव करत आपापल्या प्रोजेक्ट्सजवळच्या जागा पकडल्या. इतका वेळ मरगळून गेलेल्या इन्स्टिट्यूटमध्ये चैतन्य संचारत गेले.

आणि ती मात्र गाडीतून उतरल्या उतरल्या तिथे जमलेल्या विद्यार्थ्यांच्या गराड्याला पार न जुमानता पूर्वीसारखेच 'हीः हीः' करून हसत म्हणाली, "ए यशू, बघ, आले की नाही?"

ती सगळी संध्याकाळ तिने अगदी मनापासून साजरी केली. इन्स्टिट्यूटच्या प्रवेशद्वाराशी पारंपरिक भारतीय वेशभूषा केलेल्या मुलींनी आरती ओवाळून तिचे स्वागत केल्याने तर ती अगदी भारावूनच गेली. त्या प्रत्येकीची साडी, ती नेसायची पद्धत, घातलेले दागदागिने, एवढेच काय हेअरस्टाईलपर्यंत तिने सर्वांचे अगदी तोंड भरभरून कौतुक केले. प्रत्येक वर्गात मांडली गेलेली पर्यटनस्थळांची

प्रोजेक्ट्स, नकाशे, ऐतिहासिक वास्तूंची मॉडेल्स, त्यासंबंधीच्या माहिती पुस्तिका या सर्वांसाठी तिने भरपूर वेळ दिला. आपल्या चेहऱ्यावर अजूनही दिवसभराचा मेकअप तसाच आहे, अंगावर शूटिंगमधलाच कसल्याशा भडक रंगाचा सलवार-कमीज आहे, आपण थकलेल्या आहोत, हे सगळे विसरून ती त्या विद्यार्थ्यांमधलीच एक होऊन सहजपणे मिसळून गेली होती. तिचे ते सहज वागणे, गोड बोलून सर्वांचे कौतुक करणे, मधूनच आपली चमकदार नजर रोखून हसणे बघताना इन्स्टिट्यूटमधली सगळी कार्टी पार खल्लास होऊन गेली. कार्यक्रम संपल्यावर तिच्याबरोबर फोटो काढून घ्यायला त्यांनी नुसती गर्दी उडवून टाकली. तिने 'तहान लागली... ' म्हणेपर्यंत पाण्याबरोबर चहा, कॉफी, कोल्डड्रिंक्स, एवढेच काय खाद्य पदार्थांनी भरलेल्या अनेक बशा क्षणार्धात तिथे प्रकट करण्यात आल्या होत्या. सगळे जण आनंदानं भारून गेले होते.

शेवटी ती जायला निघाली तेव्हा इन्स्टिट्यूटच्या प्रशस्त आवारात गाडीपाशी तिला निरोप देताना मी म्हटले,

"प्रिया, थँक्स हं आल्याबद्दल!"

त्यावर ती म्हणाली,

"अगं, थँक्स तर तुझेच मानायला हवेत. रोज शूटिंग करून करून अगदी कंटाळून, थकून जाते मी. आज किती दिवसांनी असं हसायला, खिदळायला मिळालं! अगदी मोकळं, छान रिलॅक्स वाटतंय मला आज. अशाच एखाद्या आधुनिक बांधणीच्या इन्स्टिट्यूटमध्ये काहीतरी नवीन शिकायला जावं हे कधीपासूनचं स्वप्न होतं माझं. ते काही मला जमलं नाही बघ; पण इथे तर यायला मिळालं! आय ॲम सो हॅपी. तुझं आपलं बरं आहे. तू इथेच काम करतेस, सो लकी!"

म्हणजे, हे पुन्हा होतंच का वर?

साक्षात प्रिया तेंडुलकर आमच्या इन्स्टिट्यूटमध्ये येऊन गेल्याचा आनंद व तिनं दिलेल्या स्फूर्तीचं टॉनिक आम्हा सर्वांनाच पुढचे बरेच दिवस ऊर्जा पुरवत राहिले. त्या बॅचमधले विद्यार्थी आज मला कुठेकुठे भेटतात, जुन्या आठवणी निघतात, तेव्हा तिची आठवण निघतेच निघते,

"मॅम्, तुम्हाला आठवतं? आपल्याकडे प्रिया तेंडुलकर आली होती. शी वॉज सो एन्करेजिंग. त्या दिवशी मलाही वाटलं की आपणदेखील कुणीतरी महत्त्वाचे आहोत. व्हॉट अ वंडरफुल थिंग टु हॅव हॅपन्ड!"

आता ट्रॅव्हल एजन्सी, एअरलाईनमध्ये मॅनेजर झालेल्या, जगभर फिरून आलेल्या त्या विद्यार्थ्याकडे बघत मी मनातल्या मनात म्हणते, "खरं रे खरं!"

अशा तऱ्हेच्या समारंभांना जाणं तिच्यासाठी केवळ एक जनसंपर्काचा औपचारिक भाग नव्हता. त्यामागे सामाजिक बांधिलकीची एक अगदी पोटातून असलेली

जाणीव व आस्था होती. बाबा आमटेंच्या आनंदवनातले कुष्ठरोगी असोत किंवा 'नर्मदा बचाव' मधले धरणग्रस्त असोत, उपेक्षितांच्या लढ्याला तिची नेहमीच सहानुभूती व पाठिंबा मिळत असे. इथे प्रश्न जनसंपर्काचा नसून, एकूणच मानवी परस्परसंबंधांचा होता. ही तिची ह्यूमन रिलेशन्सची जाणीव तिच्या सर्वच कथासाहित्यातून उत्कटपणे व्यक्त होत गेली आहे.

खरे तर लेखिका अन् टीव्ही अँकर या दोन्ही भूमिका अगदी परस्परविरोधी आहेत. अस्सल जातकुळीचा लेखक अतिशय अप्पलपोटा, अंतर्मुख अन् आत्मकेंद्रित असतो. लिहिणं हे त्याच्या जगण्याचं प्रयोजन असतं, तसंच फलितदेखील. एकदा का लिखाणाचा विषाणू अंगात शिरला, की मग तो माणूस कुणाचा कुणीच राहत नाही. तो अगदी एकटा होतो. प्रसंगी स्वतःलाही परका होत तुटूनफुटून उद्ध्वस्त होत, शून्य बनून जातो. त्या शून्यातूनच तर होते निर्मिती! प्रियानं असं किती वेळा स्वतःला एकटं करून कोंडून घेतलं, कितीदा ती उद्ध्वस्त झाली आणि ते सगळं दुःख, ताप पचवून ती पुन्हा नव्यानं जिवंत होत गेली, एकाहून एक सरस कथा लिहीत गेली.

याच्या बरोब्बर विरुद्ध तिची टीव्ही अँकरची भूमिका आहे. मुळात शोचा विषय त्या घडीची गरज ओळखून ठरवलेला असतो. मग त्यावर तयार झालेलं स्क्रिप्ट, त्या विषयाच्या बाजूनं वा विरुद्ध अहमहमिकेनं बोलणारे चार-पाच भिन्न विचारप्रणालीचे पाहुणे वक्ते, त्या प्रश्नाशी संबंधित निमंत्रित प्रेक्षक या सर्वांचा कॅमेऱ्यापाठच्या तंत्रज्ञांशी, ताळमेळ घालत जे काही मांडायचं आहे, ते दूरचित्रवाणीच्या लाखो प्रेक्षकांपर्यंत नेमकेपणानं पोचवण्याची कसरत, करामत तिला करावी लागे.

धमनीतून टपटप गळणाऱ्या रक्ताच्या थेंबासारख्या तिच्या एकेक जीवघेण्या कथा आठवल्या की खरोखरच आश्चर्य वाटतं. एकीकडे सुंदर साडी नेसून, योग्य तेवढे दागिने घालून, मेकअप करून अगदी हसतमुख, तरतरीत होऊन स्वतःचं सादरीकरण उत्तम करायचं ते करायचंच; पण ते करताना कार्यक्रमाच्या गांभीर्यावरून प्रेक्षकांचे लक्ष जराही विचलित होऊ द्यायचे नाही, ती नस शेवटपर्यंत पकडून ठेवायची आणि तिने कार्यक्रमासाठी निवडलेले विषय तरी किती वेगवेगळे... राजकारणातली गुंडगिरी, मुंबईतली फेरीवाल्यांची समस्या, जाहिरात क्षेत्रातली बनवाबनवी, मुस्लिम धर्मातले स्त्रीचे स्थान... एकीकडे ही व्यवधानं उत्तम सांभाळायची आणि ते संपून पॅकअप झालं की झटकन त्या झगमगत्या, माणसांच्या आवाजांनी भरलेल्या दुनियेतून बाहेर पडत, अलिप्त होत आपल्या अंतर्मनाच्या काळोख्या भुयाराकडे निग्रहानं परतून यायचं!

किती कठीण होतं ते करणं...

पण या हट्टी मुलीला ते जमलं खरं!

लिखाण ही प्रियाची आंतरिक गरज होती. मला वाटतं, तिनं एवढ्या कथा लिहिल्या त्या स्वतःसाठीच लिहिल्या; कारण तिची प्रत्येक कथा वाचताना ती कुठल्यातरी अज्ञात प्रदेशात एकटीच बसून स्वतःशीच बोलतेय, असं वाटत राहतं. त्या परिघात प्रवेश करण्याची तुम्ही हिंमत केलीत तर तुम्हाला जे ऐकू येईल, उमजेल अन् पचेल ते तुमचं! पण सर्वसाधारण मराठी वाचक जेव्हा या कथेच्या परिघात येतो, तेव्हा तो ते विश्‍व बघून दचकतो, ठेच लागून अडखळतो, प्रसंगी भीतीनं अर्धमेला होत तिथून पळ काढतो, असं होताना मी बघितलं आहे.

तिची कथा प्रामुख्यानं शहरी, तथाकथित उच्चमध्यमवर्गीय वा नवश्रीमंत वर्गाच्या, जुन्या-नव्याची विचित्रशी सरमिसळ झालेल्या कॉस्मॉपॉलिटन संस्कृतीचं चित्रण करते. नव्या सहस्रकात नव्यानं उदयाला आलेल्या बहुराष्ट्रीय कंपन्या, जाहिरात क्षेत्र, फायनान्स, मार्केटिंग, प्रसारमाध्यमं अशा औद्योगिक क्षेत्रांत ही कथा जन्म घेते. या पर्यावरणात तिच्या मते दोन प्रकारची माणसं राहतात- पहिल्या प्रकारात दुसऱ्याला वापरून, प्रसंगी त्यांना बुडवून संपवून टाकून, स्वतःला सुरक्षित राखू पाहणारी, तर दुसऱ्यात त्यांच्यासमोर नतमस्तक, हतबल होत त्यांना तसं करू देणारी! या कथांमधला पुरुष आक्रमक तर स्त्री दुबळी, असहाय आहे. धर्म, समाज, अर्थ व राजकारण यांनी पुरुषाला आपसूक मिळवून दिलेल्या वर्चस्वामुळे तो स्त्रीवरचा त्याचा मालकी हक्क गृहीत धरून जगत आला आहे. निर्मितिक्षमतेच्या सगळ्या शक्यता निसर्गतःच अंगी बाळगणारी स्त्री- मग ती आई, बहीण, प्रेयसी, पत्नी, मैत्रीण वा सहकारी असो, या पुरुषी वर्चस्वापुढे झुकत आली आहे. स्वतःच या क्रूसावर बळी जात आली आहे. खरं तर या गतिमान आयुष्यातल्या जीवघेण्या स्पर्धेत निर्घृण हत्या केली जातेय ती स्त्रीची, तिच्या स्त्रीत्वाची आणि माणूस म्हणून असणाऱ्या तिच्या मूलभूत हक्कांची! प्रियाच्या 'ज्याचा त्याचा प्रश्‍न', 'जावे त्याच्या वंशा' मधल्या कथांतून हे भान स्पष्टपणे उमटलेलं दिसतं.

तरीही प्रियाची कथा पुरुषविरोधी आहे, असं मला वाटत नाही. तिच्या 'लग्न', 'लग्न संपल्यानंतर', 'सॉरी फॉर लास्ट नाईट' अशा काही कथांमधला पुरुष अहंकारी, शारीर भूक आवरू न शकल्यामुळे आक्रमक, प्रसंगी हिंस्र श्‍वापदासारखा अत्याचारी असू शकतो. स्त्रीला असं सतत वापरून घेऊन मग सहजगत्या एखाद्या कस्पटासारखं फेकून देणाऱ्या पुरुषांबद्दल प्रियाला अगदी तिटकारा वाटतो. तसं असूनदेखील हा पुरुष त्या वापरल्या जाणाऱ्या स्त्रीइतकाच दुबळा व असहाय आहे, याची तिला जाणीव आहे. तिच्या कथांतील स्त्री-पुरुषांमधले नातेसंबंधांचे ताणेबाणे आणि त्यातून उद्भवणाऱ्या चित्रविचित्र प्रसंगांचं जाळं वाचकाला जीव घुसमटेपर्यंत अडकवून, करकचून जखडून ठेवतं.

आणि स्वतःच्या अशा नगण्य, मूल्यहीन जिण्याचं भान असणारी, प्रसंगी त्यामुळे घाबरून घुसमटत उद्ध्वस्त होणारी; पण आतल्या आत कुठेतरी विचार करत स्वतःलाच प्रश्न विचारणारी स्त्री हा प्रियाच्या कथेचा केंद्रबिंदू आहे. कदाचित यामुळेच माझ्यासारख्या अनेक स्त्रियांना या कथा आपल्या वाटत आल्या आहेत. विशेषतः 'लग्न संपल्यानंतर', 'सुंदरचे दिवस' आणि 'बॅनर्जी मेला' या कथा वाचताना तर मी माझ्याच आयुष्याच्या परिघात पुन्हा फेरफटका मारून येते. वाटतं, प्रियाला माझं वैयक्तिक आयुष्य फारसं ठाऊक नव्हतं; मग हे सगळं तिनं अगदी स्वतः प्रत्यक्ष बघितल्यासारखं लिहिलं तरी कसं? तसं मी त्या थोर साहित्यिकेला विचारलं तेव्हा ती अतिशय गंभीर होत म्हणाली,

"अगं, असं म्हणणारी तू एकटीच नाहीस. मला किती तरी बायका कुठेकुठे कार्यक्रमात भेटतात, देश-परदेशातून पत्रं पाठवतात. त्या सगळ्या असंच म्हणतात की आम्हालाही नेमकं असंच म्हणायचं होतं; पण आम्हाला काही ते कधी जमलं नाही."

प्रियाच्या प्रत्येक कथेबद्दल स्वतंत्रपणे लिहिता येईल. तो मोह टाळून काही गोष्टींची नोंद इथं करणं मला आवश्यक वाटतं. प्रियाची कथा ही खास मुंबईची कथा आहे; कारण ती मुंबईतल्या अफाट गर्दीत जगणाऱ्या, कुटुंबात राहूनही एकट्या होत जाणाऱ्या माणसाच्या जगण्याचं अन् कुणाच्याही खिजगणतीत नसणाऱ्या मरणाचं चित्रण करते. या माणसाच्या जीवनाची सूत्रं कुणाच्या हातात आहेत? तर बहुराष्ट्रीय कंपन्या, निष्क्रिय शासन, खुनी अंडरवर्ल्ड, भोंदू धर्मरक्षक आणि या सर्वांचा पद्धतशीर वापर करून स्वतःचं उखळ पांढरं करून घेणाऱ्या अनेक प्रकारच्या दलालांच्या हातातल्या सूत्रांद्वारा हा माणूस खेळवला, वापरला, अन् चिरडलादेखील जातोय. परमेश्वर नावाचा इसम आज अस्तित्वातच नाही, म्हणून त्याच्या आधारे आंधळेपणानं जगायचे दिवस केव्हाच संपलेत. अशा आधारहीन जगातल्या माणसाच्या तुटलेपणाचं चित्रण ही कथा करते. या कथेला मुंबईतल्या झोपडपट्टीच्या बकालीचा, फोरासरोडवरच्या वेश्या वस्तीचा, हॉस्पिटलमधल्या प्रेतागारात सडत पडलेल्या निष्प्राण देहांचा दर्प आहे. मुंबईत राहणाऱ्या माणसाचा फक्त एकच सांगाती आहे आणि तो आहे मृत्यू! खरं तर 'जन्मलेल्या प्रत्येका'च्या बरोबर ती एकच गोष्ट सतत सावलीसारखी साथ देत वावरत असते; पण मुंबईतल्या माणसाला ती सावली सतत जाणवत, भेदरवत राहते. लोकलच्या प्लॅटफॉर्मवर, ऑफिसमधल्या कॉम्प्युटरच्या स्क्रीनवर, मोठ्या विश्वासानं मुलासाठी विकत घेतलेल्या टॉनिकच्या बाटलीतून...ती छाया माणसाला आपलं भीषण रूप दाखवत भेडसावते. 'जन्मलेल्या प्रत्येकाला' हा प्रियाचा कथासंग्रह वाचताना 'त्या'च्या पावलांचे रौद्र पडघम, आपल्या कानातच नव्हे, आपल्या छातीच्या ठोक्यांतून स्पष्ट जाणवू लागतात अन् लक्षात येतं, तो आला

आहे. तुमच्या दारात...आतल्या बेडरूममध्ये. लिहिण्याच्या टेबलवर!

बस्स, अब कुछ देर की तो बात है!

प्रियाचं व्याकरण कच्चं म्हणून बाबा ते तिला सुधारून द्यायचे, अशी कबुली तिनंच दिली असली तरी ते फारसं खरं नसावं. प्रियाची भाषा हा तर स्वतंत्र चिंतनाचा विषय आहे. प्रसंगी प्रासादिक मराठीचा अगदी सहज व समर्पक वापर ती करताना दिसते, तर कधी त्या क्षणाची गरज ओळखून चटपटीत इंग्रजी व फुटपाथवरचं बंबईया हिंदी अगदी शिव्यांसकट त्यात मिश्रित करते. एखाद्या वाक्याची नजाकत किती वाढवायची अन् कुठे गोठवायची, तेही तिला नेमकेपणानं ठाऊक असतं, म्हणून तिच्या लिखाणातले अल्प-स्वल्प-पूर्णविराम माझ्या दृष्टीने अतिशय महत्त्वाचे आहेत. एका इवल्याशा टिंबामुळे कथेच्या प्रवाहात अचानक अंगावर भीतीचा काटा कसा निर्माण होतो, तो थरार जर अनुभवायचा असेल तर प्रियाच्या कथा मुळातूनच वाचायला हव्यात.

तिच्या कथांतले दृश्य परिमाण हादेखील एक प्रचंड मोठा अभ्यासाचा विषय आहे. तिच्या कथेतील पर्यावरण, वातावरण, पात्रं अन् घटना त्यांतील लहानसहान तपशिलासकट एखाद्या चित्रपटासारखी मला दिसू शकतात, त्यातल्या निवेदकांचे शब्द आणि पात्रांमधले संवाद त्यांच्या सगळ्या संमिश्र भाषिक झटापटीसकट ऐकू येतात, हॉस्पिटलमधल्या फिनाईल-क्लोरोफॉर्मचे वास नाकाशी झोंबू लागतात तर कधी पोटात मळमळायला लागून तोंडात आंबूस चव दाटून येते. अशी प्रियाची कथा वाचकाला सर्वांगानं व्यापून घेणारी, तरीही आकलनाच्या मर्यादेपलीकडे बरीच शिल्लक राहणारी.

प्रियाच्या साहित्याबद्दल लिहावं तेवढं थोडं आहे. प्रिया नावाची एक समृद्ध व्यक्ती, लेखिका आणि तिचं कथासाहित्य या सगळ्या अलग अलग गोष्टी आहेत, याची मला जाणीव आहे; पण मला मात्र त्यांच्याकडे तसं अलग, सुटे भाग असल्यासारखं बघता येत नाही. याचं एक कारण असंही असेल की प्रियाचा आवाज, बोलण्याची स्टाईल ही इतकी परिचयाची आहे की तिचे लेख वा कथा वाचताना, जणू काही प्रियाच समोर बसली आहे आणि मोठ्या खुषीत येऊन आपलं लिखाण स्वतःच वाचून दाखवत आहे, असं मला वाटत राहतं.

तर अशी ही लेखिका.

अशी एखादी मोठी लेखिका आपल्या जगातून कायमची निघून जाते तेव्हा नेमकं काय होतं?

तिच्या घरात अगदी पूर्वीपासून खंडीभर पुस्तकं, मासिकं, कॅसेट्स असा भरपूर पसारा पडलेला असे, तसाच तो आताही पडलेला असेल. शिवाय अनेक नव्या कार्यक्रमांच्या योजना, प्रपोजल्स, स्क्रिप्टच्या फाईल्स, कात्रणं, टिपणं,

फोटोग्राफ्स, अल्बम्स वगैरे वगैरे गोष्टी कम्प्युटरच्या आजूबाजूला विखरून ठेवलेल्या असतील.

आता ती नसताना सगळं आवरणं, घरातल्या मंडळींना किती उद्ध्वस्त करणारं असेल?

पण दिवस जसजसे पुढे सरकतील, तसं ते सगळं हळूहळू आवरलं जाईल.

रडतकढत का होईना सावरलं जाईल.

पण खरंच तसं होईल का?

एक फार मोठा लेखक म्हणतो,

'आयुष्यातून जाणारा प्रत्येक घटक जाता जाता आपला एकेक तुकडा घेऊन जातो. कित्येक तुकडे संदर्भाकडे गहाण पडलेले असतात.

मग कधीतरी आपले तुकडेच संपून जातात. त्यांच्याबरोबर हरवून जातात.'

प्रियादेखील जाताना असा माझा एक तुकडा घेऊन गेली का?

खरंच, कोण होती ती माझी?

गेल्या बऱ्याच वर्षांत आमच्यात कोणताच संवाद नव्हता, साधं फोनवरूनदेखील संभाषण होत नव्हतं. तशा आम्ही सख्या, जिवाभावाच्या, सुखदुःखाच्या गोष्टी करणाऱ्या मैत्रिणी कधीच नव्हतो; पण मोठ्या अवधीनंतर जेव्हा आम्ही भेटत होतो, तेव्हा आमच्यातल्या आंतरिक प्रेमाच्या अन् जिव्हाळ्याच्या नात्याचा माझा मलाच शोध लागत होता. तिच्या त्या प्रत्येक भेटीतून मला काही मिळत गेलं. स्वतःविषयीही काही सापडत गेलं; पण एका विशिष्ट टप्प्यावर मात्र तिनंच काहीशा कृत्रिमपणे हे नातं तोडून टाकलं आणि तेही मला इतकं जाणवून देऊन, की मी ते समजूनच तिच्यापासून दूर राहावं.

अशा आम्ही आपापल्या जगात, आपापल्या परीनं, माझ्या मते चांगल्या जगत राहिलो.

आज तिच्या आठवणीने हळवी होत मला फुदुक फुदुक करून रडू येत नाही.

तिच्या कथांमधले अनेक प्रसंग आठवतात.

तिची 'अंकुर' मधली पहिलीवहिली भूमिका आठवते.

'टॉक शो' मध्ये एखाद्या धर्मरक्षकाची फिरकी घेताना झालेली वात्रट मुद्रा आठवते.

तर कधी खरोखरीच राग आल्याने 'थ्रिल्' झालेला तिचा स्वर.

आणि...

'भाईयों और बहनो, आप सबको लता मंगेशकर का नमश्कार' अशी गाडी वेगाने चालवता चालवता केलेली लतामावशीची अप्रतिम नक्कल...

अशा अनेक गोष्टी आठवतात.

स्वतःचे असे अनेक छोटे छोटे कण तिनं कुठेकुठे, कधी, अन् कुणाकुणाच्या आत पेरून ठेवले असतील!

आणि नातेसंबंध तुटून गेले असले तरी गेले दोन दिवस तिच्या आठवणींचा मागोवा घेत कित्येक दिवसांनी मी अशी झपाट्यानं लिहीत का बसले आहे, तेही लक्षात येतं.

'हर रिश्तेकी एक उम्र होती है।'

असं जीवघेणं सत्य इतक्या सहजपणे गुलजारजींशिवाय कोण सांगू शकेल? आयुष्याच्या एका टप्प्यावर हे सुंदर नातं मला सहज मिळून गेलं. त्या काळात मला गरज होती ती स्वतःचा चेहरा स्वतःच शोधण्याची! प्रियाच्या प्रत्यक्ष सहवासातून आणि तिच्या कथांतून माझी मीच मला पुनःपुन्हा भेटत गेले. तिनं केलेल्या कौतुकामुळे लिहू लागले. त्यामुळे माझ्या आयुष्याला एक सुंदरसं स्थिरपण लाभत गेलं. मग काळाच्या ओघात या नात्याची 'उम्र' संपली का? मला वाटतं, या नात्याच्या संदर्भात ते तितकंसं खरं नसावं.

जाववत नव्हतं तरी तिच्यासाठी आयोजित केलेल्या शोकसभेसाठी गेले. तिथल्या त्या उदास, मळकट वातावरणात खुर्चीत खांदे पाडून बसलेल्या, फिकुटलेल्या बाबांना बघताच मला ब्रह्मांड आठवलं. त्यांच्या पाठीमागे टेबलावर प्रियाचा सुरेखसा रंगीत फोटो होता. रसरशीत ताज्या फुलांच्या हारामागची प्रिया अजूनही तशीच पूर्वीसारखी डोळे चमकवत हसत होती.

खट्याळ.

आणि जिवंत.

काय करावं, काय बोलावं...सगळेच शब्द हरवून गेल्यासारखे झाले.

शेवटी बाबाच सर्वांना भेटायला उठले. प्रत्येकाशी शब्द-दोन शब्द बोलत ते आमच्यापाशी येत गेले, तसा माझ्या पोटातला भीतीचा गोळा जास्त घट्ट होत चालला. कसाबसा धीर करत मी म्हटले,

"बाबा, मी यशू."

त्यावर ते अगदी प्रियासारखेच हसले अन् म्हणाले

"हो, ओळखलं की मी तुला."

मला अजूनही शब्द सापडत नव्हते. पूर्वी त्यांचं माझ्याशी संभाषण "हो?", "बरं", "असं कां?" एवढ्यावरच संपायचं, कारण ...ते विजय तेंडुलकर!

पण आता...

"बाबा...?"

"विचारायचं नाही."

एवढंच बोलून ते पुढच्या व्यक्तीकडे वळले. लक्षात आलं, त्या क्षणी ते देशातल्या सगळ्या मोठमोठ्या मानसन्मानांनी अलंकृत, प्रतिभाशाली लेखक श्रीयुत विजय तेंडुलकर नव्हते, तर अकाली निघून गेलेल्या एका हट्टी मुलीचे खूप थकलेले फक्त वडील होते.

आणि त्या क्षणी एका फार दूरच्या गूढ अवकाशात ते पार एकटे होते.

निघताना पुन्हा त्यांचा निरोप घ्यायला गेले. अगदी अनपेक्षितपणे माझे हात हातात घेत ते म्हणाले,

"काय करतेयस सध्या?"

"बाबा, तसं सध्या मी काहीच करत नाही. पण...पण लिहितेय्."

ते ऐकताच एक मोठी गमतीशीर खुषीची लहर सरसरत त्यांच्या चेहऱ्यावर उमटत गेली.

"काय काय लिहितेस?"

"काही विशेष नाही बाबा, असंच मनातलं!"

त्यांच्या फिकटलेल्या चेहऱ्यावर आनंदाचा हलकाहलका रंग पसरत गडद होत गेला. मी स्तिमित होऊन तो खेळ बघत राहिले.

"मग ते कुणाला दाखवलंस की नाही?"

आता गौप्यस्फोट करणं भागच होतं. घाबरत घाबरत उत्तर दिलं.

"हो, माझं पुस्तक निघतंय्, बाबा...मेहता काढतायत्..."

"छान, छान, छान...मला दे बरं का, मला वाचायला आवडेल!"

किती अवघड क्षण होता तो! एकीकडे आनंद अन् दुसरीकडे अश्रू घेऊन आलेला!

पाठीमागच्या फोटोतली प्रिया अजूनही मान वाकडी करून, भुवया उंचावत हसत होती.

खट्याळ.

आणि जिवंत.

मग या रिश्त्याचं नाव कोणतं?

आणि त्याची 'उम्र' किती? कशी मोजायची ती?

कशी मोजता येईल?

कधी असं स्थिर-अस्थिर झालं, की मी रिचर्ड बाक या सुप्रसिद्ध लेखकाचं 'इल्यूजन्स '(*Illusions*) हे पुस्तक उघडते. तसंच ते आताही उघडलेलं आहे. तोही इतका बेरका, समोरच्या पानावर त्याच्या या ओळी आहेत.

'Don 't be
dismayed at good-byes.
A farewell in neccessary
before you can meet again,
And meeting again
after moments or
lifetimes, is certain for
those who are friends. '

कदाचित तिलादेखील ते ठाऊक होतं.
गुड बाय प्रिया... गुड बाय माय फ्रेंड!

◆

'कथाश्री', दिवाळी २००२

३

ते तिघे- पप्पा, पपा, दादा आणि मी

आठवणींच्या प्रवाळद्वीपांवर फेरफटका मारायला मला तसे फार आवडते. या इथली सगळी सृष्टी म्हटले तर माझ्या अगदी परिचयाची आहे. संध्याकाळच्या मतलई वाऱ्याबरोबर मी या किनाऱ्यावरच्या जेटीवर येऊन उतरते तेव्हा इथे सगळी सामसूम व्हायला लागलेली असते. ओसरत जाणाऱ्या सूर्यप्रकाशाबरोबर इथल्या जीवसृष्टीचे चलनवलन हळूहळू थंडावायला लागते अन् या द्वीपावर नीरव शांतता पसरू लागते. ना धड दिवस; ना रात्र, अशा त्या मिस्टिकल वेळी एरवी नित्य परिचयाची वाटणारी सृष्टी कशी कोणास ठाऊक, एक नव्हे, अनेक अद्‌भुत रूपे धारण करून सामोरी येत राहते.

कधी ती नुकत्याच उन्मळून फुटलेल्या ज्वालामुखींच्या जळजळीत अंगाराने काठोकाठ भरलेल्या अवाढव्य विवरासारखी आपला जबडा वासत अंगावर भयाचा रसरशीत काटा फुलवते, तर कधी पहाटेच्या कोवळ्या सूर्यप्रकाशात समुद्राच्या नितळ पाण्याच्या तळाशी चमकणाऱ्या रंगीबेरंगी जिवंत प्रवाळ स्फटिकांसारखी नजरेला गुंगवून भुलवून टाकते. तो झपाट्याने बदलणाऱ्या चित्रविचित्र प्रतिमांचा कॅलिडोस्कोप बघता बघता मी त्यात अगदी गुंतून जाते. ही प्रतिमासृष्टी मला कधी हसवते, कधी रडू कोसळवते, तर कधी आनंदाने वेडावून सोडते.

पहाटेच्या खाऱ्या वाऱ्याबरोबर इथून परत जाताना माझ्या ओंजळीत कधी तिथले लालजर्द टणक खडक असतात, कधी प्रवाळांचे धारदार चकचकीत स्फटिक, तर कधी समुद्राच्या खोल तळाशी दडी मारून बसलेल्या शिंपल्यातला एखादा नवजात मोती! ते सगळेच मी या शहराकडे परतून येताना माझ्याबरोबर घेऊन येत नाही; त्या भूमीचे भूमीला, समुद्राचे समुद्राला पुन्हा अर्पण करते आणि तिथून माझ्या दुनियेत परतून येते. तरीही आठवणींचे काही कोवळे, तेजस्वी मोती माझ्या कोटाच्या खिशात शिल्लक राहतातच. घरी परतून आल्यावर कोट रॅकवर टांगून ठेवताना ते घरंगळून खालच्या जमिनीवर पडतात आणि जमिनीवर टुणटुणत प्रकाशाचे असंख्य चमकारे फेकत घरभर धावतपळत सुटतात. काही क्षण सगळे घर त्या अद्‌भुत, चमकदार प्रकाशाने भरून निघते आणि मी आश्चर्यचकित होत

ती जादू बघत तिथेच उभी राहते.

अशी न संपणारी जादू मी कित्येक वेळा अनुभवली आहे. असे असूनही माझे त्याबद्दलचे आकर्षण आजतागायत कमी झालेले नाही, संपलेले तर मुळीच नाही. उगीच खोटे कशाला बोला!

असे प्रकाशमान क्षण माझ्या ओंजळीत अलगद ठेवणारी माझ्या आयुष्यातली सर्वांत पहिली व्यक्ती होती माझे वडील- पप्पा.

नरेंद्र अनंत काटकर.

माझ्या अगदी जन्मापासून माझे सगळे लालनपालन केले ते माझ्या कोल्हापूरच्या आज्जीने म्हणजे आईच्या आईने! (लीलाबाई ऊर्फ माई पेंढारकर). आई-पप्पा तेव्हा मुंबईला होते. गोव्यातल्या पोर्तुगीज राजवटीच्या जाचाला कंटाळून अनेक कुटुंबे तेव्हा जीव बचावून पोटापाण्यासाठी, विकासाच्या संधी शोधायला मुंबईकडे धाव घेत होती; पण आई-पप्पांनी मुंबईकडे येण्यामागे तेवढेच कारण नव्हते. पिढ्या न् पिढ्या चालत आलेल्या सामंतशाही व्यवस्थेत, नारळी-पोफळींच्या भाटांच्या उत्पन्नावर सुस्त सुखासीन जीवन जगण्याचा सोईस्कर मार्ग नाकारून त्यांनी हा कष्टप्रद मार्ग स्वीकारला होता, तो स्वतःच्या पायावर उभे राहण्यासाठी... स्वतःची हिंमत, कर्तृत्व व परिश्रमांच्या जोरावर स्वतःचे असे काही निर्माण करण्याच्या, मिळवण्याच्या ध्यासापायी! त्यामुळे माझे लहानपणीचे विश्व विद्यापीठ हायस्कूल, आज्जीचे घर आणि आजोबांचा (चित्रपटतपस्वी भालजी पेंढारकर) जयप्रभा स्टुडिओ या लहानशा त्रिकोणापुरते मर्यादित व सुरक्षित होते.

आई-पप्पांच्या लग्नातला त्यांचा एक अगदी झकास फोटो, जसा सगळ्या मध्यमवर्गीय मराठी घरात अगदी दर्शनी भिंतीवर मोठ्या हौसेने लावला जातो, तसा आज्जीने हॉलमध्ये समोरच लावला होता, तेव्हा पप्पा मला प्रथम भेटले ते त्या फोटोतून! फोटोतल्या आईपेक्षा ते खूपच उंच होते. दिसायला ते काही फार हॅण्डसमबिण्डसम नव्हते. होते आपले साधेसुधे अन् काळेसावळे; पण त्या साध्या चेहऱ्यावरची विस्तीर्ण कपाळपट्टी, त्याखालचे सरळ नाक आणि तरतरीत हसरे डोळे लक्ष वेधून घेत होते. त्या हसऱ्या डोळ्यांमुळे त्यांच्या सबंध चेहऱ्यालाच एक आनंदाचा, खुषीचा तजेला प्राप्त झाला होता. त्या फोटोतूनदेखील आईच्या अंगावरच्या नव्याकोऱ्या करकरीत बनारसी शालूचा अन् पप्पांच्या उंची सूटचा संमिश्र वास माझ्या नाकात शिरायचा. मी रोज तिथून येता-जाता क्षण दोन क्षण तिथे रेंगाळत, तो वास नाकाने आत खोलवर ओढून घेत राही आणि त्यांच्यासारखे खांदे ताठ करत स्टायलिश पोझ घेत, हसण्याची नक्कल करून बघे.

मग स्वतःशीच खूष होऊन जाई.

एकदा अशीच संध्याकाळची शाळेतून परतून मी घरात शिरत होते. घरात

सामसूम होती. बघते तर काय पाठमोरी आज्जी हॉलमधल्या आई-पप्पांच्या फोटोसमोर उभी होती. ती एकटक नजर रोखून त्या दोघांकडे बघत होती. ते दृश्य पाहताच बिनधास्त धावणारी माझी पावले तिथेच दारापाशी थबकली. अचानक आज्जीच्या डोळ्यांत गलबलून पाणी तरळत आले. काचेतल्या पप्पांच्या प्रतिमेवर आपली बोटे अतिशय मायेने फिरवत ती अगदी हळवी झाली. म्हणाली,

"बाबा...नरेन्बाबा...असेच मोठे व्हा...नाव मिळवा."

स्वतःचे दोन कर्तबगार मुलगे असणारी ती आई दूर परमुलखात धडपडणाऱ्या आपल्या जावयाच्या आठवणीने कातर झाली होती. त्यामागचे कारण अगदीच सामान्य असेल. म्हणजे पप्पांना मिळालेली छोटीशी वार्षिक पगारवाढ किंवा सुपरवायझरच्या (उच्च) पदावर मिळालेली बढती वगैरे; पण तेवढेदेखील त्या क्षणी तिच्या लेखी असामान्य व अमूल्य होते. त्यानंतर पप्पांना अनेक नवनव्या संधी मिळत गेल्या. उत्तरोत्तर त्यांची अनेक प्रकारे प्रगती होत गेली. आयुष्यात त्यांना जे जे हवे होते, ते ते सगळे त्यांनी मिळवले आणि तेवढ्याच सहजपणे ते आपल्या आप्तस्वकीयांना अगदी उदारपणे भरभरून दिले. त्या प्रत्येक वेळी आज्जीचे त्यांच्याबद्दलचे प्रचंड कौतुक आणि आशीर्वाद त्यांची साथ करत राहिले.

मी हळूच पुढे होत आज्जीला विचारले,

"आज्जी...काय झालं गं?"

ती सूं सूं करत नाक ओढत, डोळ्यांतले पाणी निपटत वळली.

"यशू, तुझ्या पप्पांना घर मिळालं. आता ते तुला मुंबईला घेऊन जायला येणार आहेत."

मुंबईला जायचं?

आज्जीला सोडून?

मी मोठ्ठ्याने भोकाड पसरले. त्यानंतर मधले मला काहीच आठवत नाही.

एकदम कट् टू... नॅशनल रेयॉन कॉलनी...ॲट पोस्ट मोहोने...कल्याण. जिल्हा ठाणे.

नॅशनल रेयॉन आजकाल सतत चर्चेत आहे. ती वर्तमानपत्राच्या मथळ्याचे लक्ष्य बनली आहे. जवळपास साठ वर्षांपूर्वी बाबूभाई चिनॉय यांनी कल्याणजवळच्या या वैराण पठारावर सिंथेटिक पॉलिस्टर यार्न बनवण्याच्या कारखान्याची मुहूर्तमेढ रोवली. तेव्हा उद्योग क्षेत्रात ती एक क्रांतिकारी घटना होती; कारण त्या काळात रिलायन्स, बॉम्बे डाईंग, ओर्के किंवा गरवारे या नंतरच्या कालखंडात या क्षेत्रात मोठ्या अहमहमिकेने उतरलेल्या उद्योगांचा कुठे आसपास मागमूसदेखील नव्हता; पण केवळ आधुनिक यंत्र-तंत्रशक्तीचा वापर करून नफा कमावण्याचे मर्यादित

उद्दिष्ट बाबूभाईंच्या डोळ्यांसमोर नव्हते. फॅक्टरीतील सर्व लहान-मोठी चक्रे सुरळीत चालवणाऱ्या कामगार व अधिकारी वर्गासाठी त्यांनी एक सुंदरशी वसाहत तिथे उभारली होती. त्या कॉलनीत त्यांनी मराठी, गुजराती व इंग्रजी माध्यमाची शाळा, सर्व खेळांच्या सुविधा असणारा क्लब, प्रशस्त व सुसज्ज हॉस्पिटल आणि जीवनोपयोगी वस्तू पुरवणारी सोसायटीदेखील उभी केली होती. कल्याणसारख्या सदैव घाणीने बुजबुजलेल्या अन् रोगराईने पिडलेल्या कोंदट शहराजवळ ही आखीवरेखीव बांधणीची स्वच्छ कॉलनी का उभी करावीशी वाटली, ते एक बाबूभाई चिनॉयच जाणोत; पण ती करताना त्यांनी अत्यंत चांगल्या मनाने आणि श्रद्धापूर्वक केली; कारण आजतागायत इतकी संकटे (अगदी दत्ता सामंताच्या राजवटीसकट!) येऊनदेखील ही फॅक्टरी, इतरांप्रमाणे बंद पडली नाही. अनेकदा संप, लॉकआऊट होऊनदेखील ती शेकडो कामगारांचे पोषण करत राहिली.

पण हे सगळे अलीकडचे.

भोकाड पसरून कितीही आकांडतांडव केले तरी अखेरीस मला पप्पांबरोबर कल्याणला यावेच लागले होते. त्यामुळे माझी-त्यांची पहिली खरीखुरी आठवण आहे ती त्यांच्याबरोबर कॉलनीचे भलेमोठे प्रवेशद्वार ओलांडून आत आल्याची. एका बाजूला पप्पांनी माझे बोट घट्ट धरून ठेवले होते, दुसऱ्या हातात माझी बॅग घेतली होती आणि उंचनिंच धिप्पाड पप्पा माझ्याबरोबर कॉलनीच्या रस्त्यावरून एखाद्या महाराजासारखे चालत घरी निघाले होते.

मी गुपचूप चालत होते खरी; पण पोटात चांगली धाकधूक होती. कुठे घेऊन जातायत कुणास ठाऊक!

चाळ हा शब्ददेखील मला तेव्हा ठाऊक नव्हता. कामगारांसाठी बांधलेल्या भागातल्या चाळीपाशी आम्ही आलो.

जी एन नऊ - एकशे चौदा. सर्वांत वरच्या मजल्याकडे बघत पप्पांनी हात हलवला. मी वर पाहिले तर वरच्या मजल्यावरून आई खाली वाकून बघत होती.

आई?

हो. आईच होती ती.

फोटोतून नवरी बनून बघणारी...कपाळावर ठसठशीत कुंकू लावलेली... आज्जीची आबी.

आबी.

मला बघताच तिच्या चेहऱ्यावर आनंदाने हसू फुटत गेले. तेवढ्यात तिच्या बाजूने अनेक शेजाऱ्यांची डोकी कठड्यावरून वाकत डोकावली आणि बरोबरचे पप्पा एकदम मोठ्ठ्याने ओरडले.

"ए माधवी..ए बेल्लारे...बघा बघा...यशू आली."

इतकी वर्षे दूर राहिलेल्या लेकीला स्वतःच्या हक्काच्या घरी घेऊन आल्याचा आनंद त्यांच्या सर्व अंगातून धावत उसळत सुटला. धावतपळत जिने चढून आम्ही वर पोचतो, तोपर्यंत सगळ्या मजल्यांवरच्या घराघरातून बातमी पसरत गेली.

"काटकरांची यशू आली."

वर घराच्या दारात आई उभी होती आणि तेवढ्यात आईच्या पाठून हळूच बाहेर आली एक बुटकी, नकटी चिनी बाहुली. मी त्या क्षणी सर्वांच्या लक्षाचे केंद्र झाल्यामुळे गाल फुगवून अगदी रुसून गेलेली. तिचा तो आविर्भाव बघताच भवितव्यातले सगळे संभाव्य धोके माझ्या पटापट लक्षात येत गेले.

"ए, ओळखतेस का गं हिला?" पप्पांनी विचारले.

"हो. माझी बहीण...रत्नजा, हो ना पप्पा?"

त्या एवढ्या कठीण (!) प्रश्नाचे उत्तर मला इतक्या सहज देता आल्यामुळे ती रागावून आणखीच फुगून गेली.

आई-पप्पा हसत सुटले.

मी आई-पप्पांचे नवे घर बघत होते. घर कसले? पुढे एक उठायबसायची, राहायची खोली अन् पाठीमागे स्वयंपाकघर अशा दोन खणांत आईने आपला संसार थाटला होता. पुढच्या खोलीपुढे लांबलचक समांतर व्हरांडा होता. चाळीतल्या पंड्या, मेहता, बेल्लारे, पवार कुटुंबातल्या मंडळींचा वावर तिथूनच व्हायचा. स्वयंपाकघरामागे मात्र एक बऱ्यापैकी प्रशस्त बाल्कनी होती. पप्पांनी त्या बाल्कनीला पार्टिशन लावून मुलींसाठी खोली तयार केली होती. घरात नळ असल्याने अंघोळीपुरती मोरी होती; पण संडास मात्र चाळीसारखेच सर्वांसाठी कॉमन होते. बाबूभाईंच्या कडक शिस्तीनुसार दिवसातून दोन वेळा सर्व चाळीतल्या संडास-बाथरूमची फिनेलने धुलाई-सफाई केली जायची. तरीही कॉमन संडासात जायचे? माझ्या पोटात प्रचंड गोळा उठला.

मला फार लहानपणी बघितलेले पप्पांचे गोव्यातले घर अंधूकसे आठवत गेले. पोर्तुगीज स्टाईलचा भलामोठा व्हिला...लाकडी तक्तपोशी असणाऱ्या

मोठमोठ्या खोल्या...दरवाजासारख्या पूर्ण उंचीच्या अर्धवर्तुळाकार खिडक्या असणारा हॉल ... उंच छतापासून खाली तरंगत येणारी झुंबरे...लाकडी कोरीव फर्निचर...सगळा युरोपियन फ्युडलिस्टिक थाटमाट. पुढेपाठी हिरवीगार कुळागारे असणारे ते बांदोड्याचे घर. इथे तर सगळाच उलट प्रकार होता. त्या घरातली बाथरूमदेखील या स्वयंपाकघरापेक्षा प्रशस्त होती.

मग पप्पा...पप्पा कसे राहत असतील इथे?

पण ते तर इथे सर्वांशी जमवून जुळवून घेऊन राहत होते. शेजारच्या पंड्या, मेहता, बेल्लारेसारखे 'कॉमन मॅन' बनून फॅक्टरीच्या शिस्तीनुसार वेळच्या वेळी उठून कामावर हजर होत होते. स्टोअर खात्यात कामाला असल्याने त्यांना फक्त दिवसाची शिफ्ट करावी लागायची, एवढाच काय तो फरक होता. पप्पा आपली मातृभूमी, हिरवीगार संपन्न कुळागारे, तेथील माणसे यांची याद कधी विसरले नाहीत; पण आपल्या भाटकारपणाचे, त्या बडेजावाचे ओझे ते गोव्याच्या हद्दीवरच सोडून आले होते. आई आपले शिक्षण पुढे चालू ठेवत शाळेतल्या मराठी माध्यमाच्या विभागात शिक्षिका म्हणून काम करू लागली होती आणि मुली तिच्याबरोबर शाळेत जाऊ लागल्या होत्या. जी उद्दिष्टे मनाशी ठरवून पप्पांनी मुंबईची वाट धरली होती, त्यांची पूर्ती होण्यासाठी आता फारसा अवधी लागणार नव्हता.

आणि खरोखरच तशा घटना घडत गेल्या. पप्पांच्या मेहनतीच्या जोरावर त्यांना भराभर वरची पदे मिळत गेली. लवकरच नॅशनल रेयॉनमधील नोकरी सोडायला लावून चिनॉय मंडळींच्याच 'इनॅमल्ड वायर्स' या कंपनीत त्यांची मॅनेजरपदावर नेमणूक करण्यात आली. आई शाळेत स्थिरावल्यामुळे आमची कामगार वसाहतीतून उचलबांगडी करण्यात आली व आम्ही चार खोल्यांच्या (अन् स्वतंत्र संडास-बाथरूम असणाऱ्या) फ्लॅटमध्ये राहू लागलो. काटकरांच्या घरात पूर्वी कधी न झालेली ही गोष्ट होती. घरातल्या संस्कृती- परंपरेत जगणारी स्त्री कधी अर्थार्जनासाठी, नोकरी करण्यासाठी घराबाहेर पडली नव्हती. इथे घरची सून लेकाच्या बरोबरीने काम करत होती. आपल्या घरासाठी दोघेही खस्ता खात होते.

सर्व प्रकारे स्थैर्य व सुबत्ता आल्यामुळे पप्पांच्या हौसेला आता जे काही उधाण आले की सांगता सोय नाही. घराच्या खिडक्यांना पेल्मेट्स लावून मुंबईहून सुंदर पडदे शिवून आणवून (क्रॉफर्ड मार्केट ते मोहोने!) त्यांनी लावून घेतले. सेटीज, सेंटरटेबल, मुलींसाठी स्टडी टेबल्स अशा फर्निचरने ते घर सजत गेले. माशांच्या टाक्या, पक्ष्यांचे अनेक पिंजरे बाल्कनीत घुसून सगळी जागा अडवून बसले. मुलींची खोली पुस्तके व खेळांनी भरून गेली. ऑफिसमधून परतताना टोपलीभर मासे, नारळ, मसाले असे सगळे पदार्थ जीपमध्ये भरून घेऊन यायची त्यांना केवढी हौस!

मग कॉलनीतून येता येता मित्रांना हाका मारून आग्रहाने बोलावून आणायचे, आईने केलेले चार पदार्थ त्यांना खाऊ घालायचे, ही त्या घरात नित्याची गोष्ट होती. या सर्व धावपळीतून आई बी. एड.पर्यंत शिक्षण पूर्ण करू शकली ती पप्पांच्या पाठिंब्यावर. पप्पा स्वतः फार शिकलेले नव्हते; पण उत्तम इंग्लिश, व्यवस्थापन कौशल्य आणि सर्वांना बरोबर घेऊन काम करण्याची हातोटी, या गुणांच्या जोरावर ते कारकिर्दीत यशस्वी वाटचाल करू शकले; पण वैयक्तिक प्रगती साधण्याचा संकुचित दृष्टिकोन न ठेवता, त्यांनी आईला हवे तितके शिक्षण घेण्यासाठी भरपूर प्रोत्साहन दिले. त्यासाठी स्वतः सर्व प्रकारच्या तडजोडी करत मुलींच्या संगोपनात संपूर्ण सहकार्य केले. तिची गाणे शिकण्याची अपुरी राहलेली इच्छा पूर्ण करण्यासाठी गायनाचे शिक्षक खास तिच्यासाठी डोंबिवलीहून घरी येत व तिचा रियाझ करून घेत. मला आठवते, कॉलनीच्या गणेशोत्सवासाठी कार्यक्रम बसवले जात. त्यात आम्ही मुली अधूनमधून चमकत असायचो. तसेच कॉलनीतल्या सर्व मोठ्या मंडळींचे हौशी नाटक बसवले जायचे. एके वर्षी कधी नव्हे ते आईने 'दिवा जळू दे सारी रात' या प्रसिद्ध नाटकात नायिकेची भूमिका केली होती. आपली बायको नाटकात काम करतेय म्हटल्यावर असली नाटकवेड्या गोवेकरांसारखा पप्पांना इतका उत्साह उचंबळून आला की आईला काय हवे नको ते तर त्यांनी बघितलेच; पण प्रयोगासाठी लागणारी सगळी प्रॉपर्टीदेखील घरातून स्वखर्चे सढळ हस्ते पुरवली. हौसच दांडगी!

नाटक सुरू झाले. नायिकेचे संवाद बोलणाऱ्या माधवीताई जरा कुठे नायकाच्या आसपास गेल्या की प्रेक्षकातून,

"अहो पप्पा...पप्पा.."

"काटकरसाहेब.."

असा पुकारा सुरू होऊन चिडवाचिडवीला ऊत येत गेला. मला वाटते, आईपेक्षा पप्पांनी ते नाटक जास्त एन्जॉय केले असावे.

अस्सल गोवेकराप्रमाणे उत्तम कपडे, उंची सेंट्स, चवदार खाणे (आणि पिणे!) या सगळ्या प्रकारांवर त्यांचे अतिशय प्रेम होते. घर अत्यंत व्यवस्थित, टापटीप असावे यावर त्यांचा कटाक्ष होता; पण ते तसे नीटनेटके ठेवण्यात आईइतकीच त्यांची स्वतःची मेहनत असे. त्यात जरा कुठे गबाळेपणा दिसला की त्यांना खूप राग येई. ते म्हणत,

"घाटी कुठले, तुम्ही असेच 'शॅबी' राहणार, सुधारणार नाही कधी!"

अर्थात हेदेखील खऱ्या गोवेकरांसारखेच!

स्वकष्टाने कमावलेल्या प्रत्येक पैशाचा आनंदाने उपभोग घेत ते त्या चार खणातदेखील एखाद्या राजासारखे संपन्न आयुष्य जगले. त्यांनी जे काही कमावले त्यातून भविष्यासाठी बचत, मुलींसाठी गुंतवणूक, त्यांच्यासाठी सोने घेऊन ठेवणे

असे अनेक प्रकार ते या हाताचे त्या हाताला कळू न देता करून टाकत. हे सगळे करत असताना त्यांनी कुटुंबातल्या मंडळींसाठी व त्या परिघाबाहेरच्या माणसांसाठी जे काही केले, तेही फार आश्चर्यकारक होते. गोव्यातल्या घरी त्यांचे वडील, सावत्र आई व भावंडे राहत होती. आम्हाला सुट्ट्यांचे वेध लागले की पप्पांचे सुरू होई,

'माधवी...हम चले...ला ला ला'

मग जी काही ट्रेन, बस वा बोटीची रिझर्वेशन्स मिळतील ती मिळवून आम्ही गोव्याला रवाना व्हायचो. एकदा बांदोड्याला पोचलो की मग मात्र पप्पांचे रूप बदलायचे. साधा ढिलाढाला शर्ट, पायजमा चढवून गळ्यात रुमाल बांधून बांदोड्याच्या आपल्या जुन्या मित्रांबरोबर गजाली करत रात्री उशिरापर्यंत त्यांच्या पार्ट्या रंगायच्या, पण ते तेवढ्यापुरतेच. पप्पांचे आपल्या वडिलांशी त्या पिढीच्या मुलाचे आपल्या तीर्थरूपांशी असतात तेवढेच संबंध असावेत; कारण ते दोघे सुखदुःखाच्या गोष्टी करत कधी निवांतपणे बलकांववर बसले आहेत, असे दृश्य मी चुकूनदेखील बघितले नाही. आई लहानपणीच गेल्यामुळे पप्पांचा सांभाळ व कोडकौतुक केले होते ते त्यांच्या सावत्र आई- माईआज्जीने! त्यामुळे त्यांचे सगळे गॉटमॅट चाले ते तिच्याशी. तिला जे काही हवे ते ती आपल्या या लेकाकडून हक्काने मागून घेई. ती कधी गोव्याहून मोहोन्याला आली की पप्पा तिचे अतोनात लाड करत. तिला आपल्या माहेरचा म्हणजे माहीमचा फार अभिमान,

'आमच्या म्हायमाला..'

असे तिचे सतत पालुपद सुरू असे. म्हणून ती येणार असली की तिची जिरवायला पप्पा मुद्दाम माहीमच्या स्पेशल हलव्याचे अनेक डबे भरभरून आणून ठेवत. तीही वर्षातून एकदा घरी येणाऱ्या आपल्या चाकरमानी लेकासाठी स्वयंपाकघरातल्या चुलाणावर सुंगठाचं हुमण, मुगांगांठी, सांसव, फणसाचा केक अशा तोंडाला पाणी सुटवणाऱ्या अनेक चविष्ट पदार्थांच्या तपेल्या रांधत राही. गोल चेहऱ्याची, ठेंगणीठुसकी, नऊवारी साडी नेसलेली माईआज्जी, नाकावरचा चष्मा सांभाळत अगदी मन लावून चुलीवरच्या भल्यामोठ्या लगडीत उसळणारे कालवण ढवळताना मला अजून आठवते. भाटकराची बायको म्हणून त्या घरात तिचे स्थान तसे नगण्य असावे (त्यातून ती दुसरेपणाची!) पण तिच्या या लेकाने मात्र तिला कधी तसे वागवले नाही. त्यामुळे त्या दोघांमधले आंतरिक प्रेमाचे नाते खूप चिवट व बळकट होते.

कोल्हापूरची आज्जी, गोव्याची आज्जी यांच्याबरोबर पप्पांचे आणखी एक श्रद्धास्थान होते आणि ते म्हणजे त्यांची आत्या...

नबूबाई (नर्मदा) शापूरजी इंजिनिअर.

ही काटकरांच्या घरची खरी लक्ष्मी. ज्या गावात शाळा, बँक, पोस्टऑफिसदेखील नव्हते, अशा चार घरकुलांच्या खेड्यात जेव्हा तेव्हा तिचा जन्म झाला, तेव्हा गोव्यात मग्रूर पोर्तुगीज राजसत्तेने स्थानिक लोकांच्या हक्कांची पूर्ण गळचेपी केली होती. देश संकटात होताच; पण देवधर्मावरही मोठे संकट आले होते. धर्मकार्ये करण्यास संपूर्ण मज्जाव, देवळातले देवीदेवता हद्दपार आणि धर्म बदलण्याची सक्तीची टांगती तलवार सर्वांच्या मानेवर असणारे 'इन्क्विझिशन'चे जाचक कायदे सेंट झेविअर्सच्या कृपेने आणि जुलमी राजसत्तेच्या जबरदस्तीने लागू करण्यात आले होते. अशा भयावह कालखंडात ही मुलगी मोठी होत गेली. तेव्हा शिक्षणाच्या संधी उपलब्ध नव्हत्या आणि जरी त्या तशा असत्या तरी काटकरांच्या या देखण्या मुलीला शाळा-कॉलेजात कोण जाऊ देणार होते? पण सुदैवाने शापूरजी ऊर्फ बापूंशी विवाह होऊन ती मुंबईला आली, त्यांच्या प्रचंड पसरलेल्या स्थावर-जंगम संपत्तीची मालकीण झाली. त्यामुळे तिने स्वतःच्या कुटुंबाचा सर्वतोपरी उद्धार केला. भावाला गावात सुंदर घर बांधून दिले. उसगात, आक्षी, दुकोळे, मोळे अशा ठिकठिकाणची भाटे खरेदी करून भावाच्या मुलांना बक्षीस दिली. त्या भाटांची निगराणी करून येणाऱ्या नारळ, सुपारी अन् काजू-फणसांच्या उत्पन्नावर आपल्या पिढ्या न् पिढ्यांनी सुखेनैव जगावे, असा तिचा त्यामागचा हेतू होता. आपल्या भावाच्या सर्व मुलांवर तिचे कडक लक्ष असे. या आईवेगळ्या मुलांना तिने मुंबईला आणून तेव्हाच्या नावाजलेल्या रॉबर्टमनी, क्वीन मेरी अशा शाळांमध्ये दाखल केले होते. त्यांनी सुशिक्षित होता होता पाश्चात्त्य जगाचे उत्तम संस्कारही करवून घ्यावेत, अशी तिची दूरदृष्टी यामागे होती.

पण, तिचे लक्ष केवळ कुटुंबातल्या मुला-मुलींवरच केंद्रित झाले नव्हते. गोव्यातल्या अनेक होतकरू, हुशार मुलांच्या शिक्षणासाठी आणि उपवर मुलींच्या लग्नासाठी तिने अनेक प्रकारे मदत केली. अनेक प्रकारचे शैक्षणिक व सामाजिक कार्य करणाऱ्या संस्थांसाठी तिने उदारहस्ते देणग्या दिल्या. बांदोड्यातल्या महालक्ष्मीच्या देवळाचा जीर्णोद्धार तिच्याच घसघशीत आर्थिक मदतीच्या जोरावर करण्यात आला होता. गोव्यातून मुंबईत स्थलांतरित होणारी अनेक गरजू कुटुंबे मदतीच्या आशेने तिला भेटायला येत.

"भाटकारणी, तुजोच आधार आमका."

त्यांना बघून तिच्या कपाळावर खंडीभर आठ्या पडत. ती चिडून म्हणे,

"आले मेले राशी मारायला!"

पण कमरेच्या चाव्यांचा जुडगा काढत ती आतून नोटांच्या कवळ्या काढून लपवून आणून त्यांना देई. मग बडबडे,

"घ्या मेल्यांनो...निघा आता. मी आहे म्हणून तुमच्या सगळ्या मिजाशी!"

ती माणसे तिला दुवा देत निघून गेल्यानंतर मात्र ती स्वतःशीच समाधानी होई. काहीतरी पुण्यकर्म केल्याचा आनंद तिच्या मनात दाटून येई. ती घरातल्या मुलींना म्हणे,

"गेले मगो ते वसंती? पार पडो मेल्यांवर; पण माझ्याशिवाय कोण करणार गं त्यांचं बापड्यांचं?"

बाहेरून अतिशय कडक, रागीट आणि सुनांच्या बाबतीत खाष्ट असणाऱ्या या स्त्रीचे मन अत्यंत प्रेमळ, संवेदनशील व श्रद्धाळू होते. तिची राहणी त्या काळच्या उच्चभ्रू खानदानी व सुधारकी वळणाच्या पारशी स्त्रियांप्रमाणे होती. पारशी पद्धतीची पांढरीशुभ्र उंची साडी पेहेनलेली, गळ्यात सदैव बापूंचा फोटो असणारे सोन्याचे घसघशीत लॉकेट घातलेली दाचीआज्जी पप्पांचे आणि आज आम्हा सर्वांचे एक मोठे श्रद्धास्थान आहे. आज तिचे तैलचित्र गोमंतक मराठा समाजाच्या पणजीतल्या हॉलमध्ये सन्मानपूर्वक लावण्यात आले आहे. तिच्या नावाचा शिलालेख महालक्ष्मीच्या मंदिराबाहेर कोरला गेला आहे आणि फोंड्याच्या 'स्नेहमंदिर' या अत्यंत नावाजलेल्या वृद्धाश्रमात तिच्या नावाने माझ्या काकांनी सुरू केलेले हेल्थ सेंटर आज तिथल्या रुग्णांची देखभाल करत आहे. काटकरांची ही महालक्ष्मी आजतागायत गोमंतकाची सेवा करत आहे.

मग तिच्या पावलावर पाऊल टाकून चालणारे पप्पा वेगळे कसे असतील? स्वतःच्या सख्ख्या-सावत्र भावंडांसाठी त्यांनी अमाप केले; पण इतरांना त्यांनी किती आर्थिक मदत केली त्याला गणती नव्हती; कारण तसे केलेले काम ते आईलादेखील कळू देत नसत. कोल्हापूरच्या आज्जीला कधी कमी पडू नये म्हणून ते सतत धडपडत असत. दाचीआज्जीकडे जशी माणसे केव्हाही येऊन उभी राहत, तशीच ती काटकरांच्या दारात येऊन ठाकत. मग कुणाच्या मुलाला ॲडमिशन मिळवून देण्यासाठी चिठ्ठी दे, कुणाला नोकरीवर चिकटव, कुणाला आर्थिक मदत कर, तर कधी कुणाच्या नव्या संसारासाठी आईकडून भांडीकुंडी घेववून दे, अशा अनेक उचापती ते करत बसत. आज मला कुठे कुठे ती जुनी माणसे अचानक भेटतात. त्यांच्या कहाण्या ऐकून मी थक्क होते. जुने दुवे सापडत जातात...

"अगं, तू...काटकरसाहेबांची मुलगी?"

त्यांच्या आठवणी काढणारी माणसे आज वर्षानुवर्षांनंतरदेखील सद्‌गदित होतात, म्हणतात-

"ते होते म्हणून आम्ही इथवर पोचलो बरं!"

आज पप्पांना जाऊन तीस वर्षं उलटून गेली तरी त्यांची सावली आमच्यावर सतत माया करते आहे, हे मला अगदी आतून सतत जाणवत राहते. पप्पांची

उत्तम कपडे वापरण्याची आवड, उंची सेंट, रुमाल अन् शूज वापरण्यातली निवड माझ्यात अगदी पुरेपूर उतरली आहे. पप्पा ड्रॉईंग सुंदर काढायचे, घर देखणे सजवायचे, त्यांनी केलेली फिशटँकची रचना बघताना नजर एखाद्या घनदाट वनाच्या गूढरम्य लँडस्केपमध्ये हरवल्यासारखी आत आत खेचली जात खेळत, भुलत रहायची. आज मी घरात सुंदर रॉड्स लावून नवे पडदे शिवून आणते, सेटीवरच्या चादरी व कुशन्सची रंगसंगती मनासारखी जुळेपर्यंत बदलत राहते. एखादे सुरेख पेंटिंग आणून भिंतीवर सजवते. त्यातल्या एखादय़ा लहानशा वस्तूचा व रंगछटेचा तोल बिघडलेला मला सहन होत नाही. मग ते नीटनेटके लावलेले घर बघून मी स्वत:शीच खूष होते अन् म्हणते,

"वा पप्पा, क्या बात है?"

अगदी परवाचीच गोष्ट...

मी आणि माझी मुलगी जाई नवा फ्रीज घेण्यासाठी बाजारात गेलो खऱ्या; पण परतताना मूळ ठरवलेल्या फ्रीजऐवजी बरोबर घेऊन आलो तो माझ्यापेक्षा उंच असा ट्रिपल डोअर फ्रीज! स्वयंपाकघरात अगदी सुंदर दिसणारा नवाकोरा फ्रीज बघून आम्हाला दिवसभर आनंदाच्या अगदी उकळ्या फुटत राहिल्या.

पण, दुसऱ्या दिवशी मात्र आपल्या मध्यमवर्गीय वृत्तीला अनुसरून त्या फ्रीजकडे बघताबघता आता आपण हे काय करून बसलो, या कल्पनेने मला चांगलेच कापरे भरले. मी जाईला तसे हळूच म्हटलेदेखील; तर ती म्हणते कशी,

"मम्मी, आता एवढे मासे, भाज्या आणि कोल्ड्रिंक्स वगैरे ठेवायला ट्रिपल डोअर फ्रीज नको का? आता मी आहे...माझं एवढं फ्रेंडसर्कल आहे...त्यांना कोण खाऊ घालणार गं?"

आता यापुढे मी काय बोलणार?

पप्पांचे मत्स्यप्रेम त्यांच्या नातीत अगदी पुरेपूर उतरले आहे. ते एवढे की ती लहानपणी पहिलीवहिली चित्रे काढायला शिकली ती कोंबडी आणि माशांची! पप्पांना फोटोग्राफीची अतिशय आवड होती; पण तेव्हा महागडा कॅमेरा त्यांना कुठून परवडणार? म्हणून त्यांनी सुरुवातीला एकेरी भिंगाच्या चौकोनी खोक्यासारख्या कोडॅक ब्राऊनी कॅमेऱ्यावर स्वतःची हौस भागवून घेतली; पण ही दुधाची तहान फार दिवस ताकाने भागण्यासारखी नव्हती. पुढे थोडे थोडे पैसे जमवून त्यांनी एक बऱ्यापैकी आग्फा कॅमेरा विकत घेतला. माझा कोडॅकवर डोळा आहे, हे त्यांनी कसे जाणले होते कुणास ठाऊक; पण एके दिवशी मला जवळ बोलावून म्हणाले,

"तुला शाळेत मैत्रिणींचे फोटो काढायचेत ना, मग हा कॅमेरा आता तुलाच घेऊन टाक."

ओ हो!

त्या दिवशी मला अक्षरशः गगन ठेंगणे झाले होते.

पण...कॅमेरा तर रिकामा होता. माझे विमान दण्णकन खाली आले.

''पप्पा...पप्पा, यात रोल नाही.''

त्यांनी आपल्या पाकिटातून रोख सहा रुपये काढून मला दिले आणि म्हणाले,

''जा पळ. सोसायटीतून रोल घेऊन ये. वनट्वेंटी एम् एम् हं!''

सोसायटीतून तो ओरवो कंपनीचा हिरव्या रंगाचा बॉक्स हातात घेऊन मोठ्या अभिमानाने घरी परतणारी यशू मला अजून आठवते. त्यानंतर ते दर महिन्याला सहा रुपयांची ती भलीमोठी रक्कम मला न चुकता देत असत, आणि बारा फोटोंचा तो रोल मी महिनाभर पुरवून चैन करत राही. त्यांनी आपल्या मुलींच्या अभ्यासाबरोबर वाचन, चित्रकला, खेळ सगळ्या छंदांची जोपासना केली. त्या काळी कॅमेऱ्याच्या लेन्समधून ती अंधारातील मायावी प्रतिमासृष्टी बघण्याचा मला जो नाद लागला तो आजतागायत! आज आमच्याकडे कॅनन, याशिकासारखे महागडे कॅमेरे आहेत. त्यापायी चिक्कार खर्च होतोय, हे जाणूनही माझे आणि जाईचे ते वेड अजून कमी झालेले नाही. आज जाई चित्रकला-फोटोग्राफीची सांगड घालत उत्तम ग्राफिक डिझायनर झाली आहे. भारत, अमेरिकेच्या वाऱ्या सहजी करत त्या क्षेत्रात स्थिरावण्यासाठी धडपडत आहे. तिच्याप्रमाणे माझे अनेक विद्यार्थी देशपरदेशात विखुरले गेले आहेत. आज एखाद्या गरजू विद्यार्थ्याला नोकरी मिळवून देण्यासाठी मी ठिकठिकाणच्या ट्रॅव्हल एजंट्सना फोन करते. प्रसंगी स्वत:ची हमी देऊन त्या मुलाला नोकरी लावून देते. तो मुलगा स्वत:च्या पायावर उभा राहताना बघून स्वत:शीच समाधानी होते.

हे सगळे माझ्यात कुठून आले?

आणि जाईपर्यंत कसे पोचले?

संध्याकाळी देवासमोरच्या प्रकाशात घर उजळून निघते, तेव्हा मी रोजच बघते फोटोतले पप्पा हसतहसत मोठ्या खुषीत घराकडे, त्यांच्या मुलीकडे (आणि पाठच्या त्या टोलेजंग फ्रीजकडे) बघतायत.

पप्पा...आप तो चले गये! लेकिन आपका सब कुछ हमारे लिये छोड गये...

-तर तसे ते पप्पा.

आणि असे हे पपा.

माझे सासरे- गजानन शंकरराव भोसले.

ऊर्फ भाई.

हे पपा माझ्या आयुष्यात आले हा एक विलक्षण योगायोग होता. ज्येष्ठ चित्रपट अभिनेत्री सुलोचना या माझ्या लाडक्या मावशीचे ते मानलेले बंधू,

त्यामुळे लाटकर-भोसले कुटुंबीयांमध्ये एक अत्यंत जवळिकीचे अन् जिव्हाळ्याचे नाते होते. सुलोचना मावशीकडच्या कुठल्याही कार्यक्रमात, समारंभात जी काही घरची मंडळी आवर्जून उपस्थित असायची, त्यात भाई असायचे. त्यांच्याबद्दल मी ऐकले होते; पण प्रत्यक्ष भेटायचा योग मात्र कधी आला नव्हता.

एकदा मी घरात दुपारची नेहमीप्रमाणे पुस्तक वाचत त्यात हरवून, रंगून गेले होते. ते पुस्तक होते 'डॉक्टर झिवॅगो' चे इंग्रजी भाषांतर! काही दिवसांपूर्वीच मी तो सिनेमा बघितला होता आणि अक्षरशः 'खल्लास' होऊन थिएटरबाहेर पडले होते. त्यानंतर कित्येक दिवस सिनेमातल्या ओमर शरीफ व जेराल्डिन चॅपलीनच्या अभिनयाने मला पार झपाटून टाकले होते. रात्री झोपेतदेखील ती भव्य चित्रपटकथा माझ्या डोळ्यांसमोर उलगडत जाई. खिशातले थोडेसे पैसे खर्च करून कुणाच्या तरी पाठी लागून त्यातल्या 'लॉराज थीम' ची छोटी रेकॉर्ड मी मुंबईहून मागवली होती आणि शेवटी न राहवून घाईघाईने लायब्ररीतून ते पुस्तक मिळवून, अभ्यासबिभ्यास चक्क बासनात गुंडाळून ठेवत पुन्हा त्या कथानकात बुडी मारली होती.

अचानक दारावरची बेल वाजली. या वेळी कोण असेल असा विचार करत मी बघितले तर एक प्रौढसे गृहस्थ माझ्या हातातले लठ्ठ पुस्तक अगदी कौतुकाने निरखत दाराशी उभे होते. स्वतःचा अगदी औपचारिकपणे परिचय करून देत ते म्हणाले,

"मी भाई भोसले आणि या माझ्या पत्नी कमलाबाई भोसले."

आई शाळेत गेलेली असल्याने आता घराची जबाबदारी माझ्यावरच होती. तिला स्मरून त्यांना चहापाणी देण्यासाठी मी स्वयंपाकघरात धाव घेतली. ते सगळे सोपस्कार होईपर्यंत भाई स्वयंपाकघराच्या टेबलापाशी बसून माझ्याशी छानपैकी गप्पा मारत राहिले. शाळा संपवून घरी आलेली आई हा सगळा प्रकार बघून चक्रावून गेली. मुंबईच्या तेव्हाच्या चार्टर्ड बँकेत अधिकारी असणारे भाई टिटवाळ्याच्या गणपतीला जाण्याच्या निमित्ताने कधी नव्हे ते आमच्याकडे येतात काय आणि तिच्या मते तिची ही बिघडलेली कार्टी त्यांना चहा करून देते काय आणि करून देतादेता बरोबरीच्या नात्याने गप्पा मारते काय! सगळेच आश्चर्यकारक होते.

पुढे मी त्यांची सून झाले तेव्हा भाईंनी त्याच्यामागचे रहस्य मला सांगितले,

"तुझा चहा तसा बऱ्यापैकी झाला होता गं, पण तू ते झिवॅगो वाचत होतीस ना ती माझ्या दृष्टीने अतिशय महत्त्वाची गोष्ट होती."

म्हणजे मला स्वयंपाक, शिवण किंवा कलाकुसर करता येते की नाही, यापेक्षा मी वाचते की नाही आणि काय वाचते ते त्यांच्या लेखी जास्त महत्त्वाचे होते.

आणि माझ्याही.

त्याचे महत्त्वाचे कारण म्हणजे एरवी अभ्यासात पुढे असणारी मी, त्या वर्षी कॉलेजच्या परीक्षेत चक्क नापास झाले होते. त्यामुळे व्यक्तिशः माझ्यावरच नव्हे तर सगळ्या घरावरच एक अपयश व नामुष्कीचा शिक्का बसला होता. पप्पा त्यामुळे आतून खूप दुखावले गेले होते. दुर्दैवाची गोष्ट अशी की मी हा शिक्का पुसून काढण्यापूर्वी त्यांच्यावर काळाने झडप घातली होती. शिक्षण पूर्ण करणे हा माझ्या लेखी आता केवळ वैयक्तिक प्रगतीच्या मार्गावरचा एक टप्पा नव्हता, तर पप्पांच्या अपूर्ण उद्दिष्टांची पूर्ती करण्याचा एक संकल्प होता. भाईंनी बहुधा ते ओळखले असावे; कारण लग्न ठरताना माझे अपुरे राहिलेले शिक्षण पूर्ण करण्याची हमी त्यांनी स्वतःहून दिली, पण वरवर म्हणाले कसे,

"माझी मुलंमुली इतकी चांगली शिकलेली आहेत, मग अशी अर्धवट शिकलेली सून मला बरी चालेल? तेव्हा मुली, आजपासून तुझ्या शिक्षणाची सगळी जबाबदारी माझ्यावर!"

मराठी चित्रपट-नाटकातल्या मामंजींप्रमाणे ते मला लग्नापूर्वी 'मुली' आणि नंतर मोठ्या प्रेमाने 'सूनबाई' अशी हाक मारत. त्यांची मुले त्यांना पपा म्हणत तेव्हा मीही त्यांना भाई किंवा काका न म्हणता पपाच म्हणावे, असे त्यांनी स्वतःच ठरवून टाकले. आता मी घरात सगळ्यात लहान असल्याने अंमळ जास्तच लाडकोड होणाऱ्या तिसऱ्या मुलीचे स्थान मला लवकरच प्राप्त झाले, त्याबद्दल माझ्या दोघी नणंदा कृतक्कोपाने कधी कधी तक्रार करत,

"पपा, ही आल्यापासून तुम्ही आम्हाला विसरलात."

"कानामागून आली आणि तिखट झाली..."

"आता आम्हाला कोण विचारतंय? सगळे लाड तिचेच."

ते ऐकून पपांना अगदी मनापासून खुदूखुदू हसू येई. चष्म्याच्या जाड भिंगांमागचे त्यांचे डोळे लुकलुकू लागत. मग तसेच उचंबळून हसत हसत ते म्हणत,

"चला सूनबाई, जरा चहा पाजा बघू ."

तिकडे आणि एक फोडणी पडे,

"बरोबर आहे, आता तिच्याच हातचा चहा गोड लागायचा तुम्हाला."

हळूहळू माझ्या लक्षात येत गेले, एक पपा सोडले तर घरातल्या इतर कुणाला मी रीतसर कॉलेजमध्ये जाऊन शिक्षण घ्यावे, हे फारसे पसंत नव्हते. एखादा कुकरी, बेकरी किंवा बोन्सायचा कोर्स करायला मात्र कुणाची हरकत नव्हती; पण घरातला हा सुप्त विरोध सांभाळून घेत, लग्नानंतर काही महिन्यांनीच पपांनी स्वतः माझे नाव माझ्या पूर्वीच्या सोमय्या महाविद्यालयात विज्ञानशाखेत दाखल केले. त्यांच्याबरोबर कॉलेजच्या पायऱ्या चढताना माझी पावले जड होत

गेली. मोहोन्याच्या शाळेतल्या लहानशा जगात सुरक्षित अन् सुरळीतपणे शिकत गेलेल्या लहानग्या यशूला, कॉलेजच्या भल्यामोठ्या विश्वात प्रवेश करवून द्यायला पूर्वी तिचे पप्पा बरोबर आले होते. किती आनंदाने आणि अभिमानाने फुलून गेले होते ते! किती किती स्वप्ने बघितली होती त्यांनी! आज पप्पा माझ्याबरोबर नव्हते, पण सून बनून सासरी आलेल्या आपल्या या मुलीला कॉलेजात दाखल करायला माझे सासरे माझ्याबरोबर विद्यार्थ्यांच्या गर्दीतून वाट काढत आले होते, माझी सर्टिफिकेट्स घेऊन तास न् तास रांगेत ताटकळत उभे राहिले होते. त्यानंतरची तीन वर्षे त्यांनी माझ्या अभ्यासाकडे पूर्ण लक्ष दिले. अर्थात हा अभ्यास मी घरातली सगळी कामे केल्यानंतरच करायचा असायचा. घरातली सून रात्रीची टेबललॅम्प लावून झुऑलॉजीच्या जर्नलमध्ये डायग्रॅम्स काढत बसली आहे किंवा नवऱ्याकडून फिजिक्स-केमिस्ट्रीतली इक्वेशन्स समजून घेत आहे, हे दृश्य आजच्या काळातदेखील कुठल्या घरात बघायला मिळेल, असे मला वाटत नाही.

या पपांची राहणी अतिशय साधी पण स्वच्छ व नीटनेटकी होती. त्यांना अगदी सौम्य रंगाचे कपडे व ठरावीक पॅटर्नच्या सॅण्डल्स पायी घालायला आवडत. चार्टर्ड बँकेसारख्या युरोपियन कंपनीत कामाला असल्याने त्यांच्या विचारात, वागण्यात एक आधुनिक मोकळेपणा होता, तसेच कडक शिस्तबद्धता होती. त्यांच्या दिनक्रमाचे वेळापत्रक ठरलेले होते. प्रसंगी ते अडचणींचे असले तरी घरातल्या सर्वांनाच त्याबरहुकूम हलावे लागे.

त्यांच्या खाण्यापिण्याच्या सवयी मात्र त्यांच्या अगदी लहानपणापासूनच्या सीकेपी मित्रपरिवारामुळे अगदी बिघडून गेलेल्या होत्या; कारण वालाचे बिरडे, उकडीचे मोदक, पुरणपोळ्या, बडीशेपेचे मटण, निनाव आणि दिवाळीचे कानवले...हे पदार्थ करावेत ते त्या जातीच्या सीकेपी सुगरणींनी! ते येरागबाळ्याचे कामच नोहे. कमलताई स्वतः हे सगळे पदार्थ अगदी उत्तम करत. एवढेच काय, माझ्या दोघी नणंदा अनेक खाद्यप्रकार अतिशय सुंदर बनवत. ते सगळे भरलेले टेबल बघून हे पपा माझ्या पप्पांसारखेच खूष होत आणि पहिला घास घेतला रे घेतला की अगदी त्यांच्यासारखे म्हणत,

"वाटण जरा अजून बारीक व्हायला हवं होतं नाही?"

की झालं सुरू!

त्या घरात पूर्वी सहसा न केले जाणारे मत्स्यप्रकार आता तिथे नित्यनियमाने होऊ लागले. कोलंबी, पापलेट आणि बांगडे अशा प्रकारांवर प्रेम करणारी आणि ते पकवणारी मी त्या घरातील एकमेव व्यक्ती असल्याने माझे सगळे बरे-वाईट, वेडेवाकडे प्रयोग पपांना खावे लागत व खूप कौतुक करत ते सगळे चालवून

घेत. आणि एके दिवशी त्यांच्या सर्व सीकेपी मित्रमंडळींना जेवायला बोलवून माझ्या हातचे कोलंबीचे कालवण आणि भरलेले पापलेट त्यांना भरपूर खायला घालून त्यांनी अगदी तृप्त करून टाकले. त्या चिकित्सक सुगरणींच्या बारीकसारीक प्रश्नांना उत्तरे देताना मला चांगलाच घाम फुटला होता; पण आपल्या सुनेचा सुगरणपणा त्यांच्या अक्षरशः गळी उतरवून पपांनी आपली बऱ्याच वर्षांची दबून राहिलेली खुमखुमी अखेरीस पुरी करून घेतली होती.

असे त्यांचे-माझे छानच जमून गेले.

अभ्यासाबरोबर इतर अवांतर वाचनासाठी त्यांनी मला नेहमी प्रोत्साहन दिले. त्यांच्यासारखे रोजचे वर्तमानपत्र अगदी अथपासून इतिपर्यंत वाचण्याची सक्ती त्यांनी मला केली होती. त्यांना स्वतःला नाटकाची, विशेषतः नाटकात अभिनय करण्याची भलतीच हौस होती. त्यामुळे कमलाकर सारंग व रत्नाकर मतकरींच्या नाट्यसंस्थांच्या नाटकांतून लहान-मोठ्या भूमिका हौसेहौसेने केल्या. चार्टर्ड बँकेत काम केल्यासारखाच अभिमान त्यांना नाटकाच्या तालमीला जाताना वाटे. रिहर्सल आटपून ते रात्री उशिरा घरी येत; पण प्रयोगाचा दिवस जवळ येत चालला की मग मात्र पाठांतर झालेले नसल्याने त्यांना घाबरेघुबरे व्हायला होई. मग रात्री तालमीहून आलेल्या सासरेबुवांचे पाठांतर करून घ्यायला पेंगलेल्या सूनबाईंना हातात नाटकाची चोपडी घेऊन स्टुलावर जागत बसायची सक्ती व्हायची; पण पपांच्या या वेडामुळे वहीतले शब्दरूप नाटक रंगमंचावर दृश्यरूपात सजीव होण्यापर्यंतचा प्रवास मला अनेकदा जवळून बघता आला. 'पंचेचाळीस हेच लग्नाचं वय', 'आरण्यक', 'लेकुरे उदंड जाहली' अशी नाटके, एवढेच काय, ज्या नाटकातून नाना पाटेकर नावाचा एक कडमड्या पोरगा मराठी रंगभूमीवर अभिनेता म्हणून पदार्पणातच गाजला, ते विजय तेंडुलकरांचे 'पाहिजे जातीचे,' ही सगळी नाटके मला जवळपास तोंडपाठ होत गेली. मुळात गोवेकरांच्या रक्तातच नाटक भिनलेले आहे. मी त्याला अपवाद नव्हते; पण माझी ही आवड या पपांमुळे खूपच जोपासली गेली. त्यांना आणखी प्रचंड आवड होती ती नाट्य व शास्त्रीय संगीताची! मी ते ऐकावे याबद्दल ते खूप आग्रही असत; पण ते मात्र मला कधीच मनापासून आवडले नाही किंवा जमले नाही हे खरे! त्यांच्या नाटकाचे दौरे ठरले की त्यांच्या उत्साहाला अगदी उधाण येई. दौरा तसा जवळपासचाच असे; पण त्यांच्यासारख्या स्वच्छ, शुद्ध व नीटनेटके राहणाऱ्या माणसाला नाटक कंपनीच्या बिऱ्हाडी ज्या काही त्रास अन् अडचणींचा सामना करावा लागत असेल, ते सगळे ताप ते मुकाटपणे सहन करत. आपली नोकरी किंवा तब्येतीच्या कारणास्तव त्यांनी कधी नाटकाच्या प्रयोगात खंड पडू दिला नाही. त्यांचे नाटके बघण्याचे वेड, वेळापत्रकाची शिस्त आणि नीटनेटकेपणा या

गोष्टी आपोआपच बऱ्याच अंशी माझ्या अंगवळणी पडत गेल्या.

पण...

पदवीपर्यंतचे शिक्षण पूर्ण केल्यानंतर पुढचे शिक्षण घेण्यास वा एखादी लहानशी नोकरी करण्यास मात्र त्यांनी मला अतिशय विरोध केला. त्यांच्याच ओळखीच्या काही मंडळींनी नाट्य क्षेत्रात येण्याची संधी मला देऊ केली होती; पण त्या चालून आलेल्या संधीचा मी नुसता साधा विचार करणेदेखील त्यांना मंजूर नव्हते. एकीकडे मला स्वतःहून कॉलेजात घेऊन जाणारे, नाटकातल्या इतर होतकरू मुलींचे अतिशय कौतुक करणारे पपा माझे पुढचे शिक्षण व करिअरच्या बाबतीत मात्र अशी दुटप्पी भूमिका का घेतायत, ते मला अगदी कळेनासे झाले. बँकेतून सेवानिवृत्त झालेल्या पपांनी लहानग्या जाईची खूपशी जबाबदारी आता उचलली होती. त्यामुळे एखादी पार्टटाईम नोकरी करणे मला सहज शक्य होते. तरीही माझ्या घराबाहेर जाण्याला, करिअर करण्याला त्यांनी नेहमीच तीव्र विरोध केला आणि त्यांच्यातरील प्रेम व आदरापायी मी नेहमी त्यापुढे झुकत राहिले. माझे स्वतंत्र व्यक्तिमत्त्व कुठेतरी हरवून टाकून मी त्या घरातील केवळ एक घटक म्हणून जगत राहिले.

आज त्यांच्याबद्दल किंवा त्या गेलेल्या दिवसांबद्दल विचार करताना मला खूप खंत वाटत राहते. वाटते, तेव्हा योग्य शिक्षण व विकासाची संधी मिळाली असती तर आज आयुष्यात खूप काही करून दाखवता आले असते, मिळवता आले असते; पण म्हणून मला त्यांचा राग मात्र येत नाही. माझ्या शिक्षणाला घरातून अनेक प्रकारे होणारे छुपे विरोध रोखून धरताना आपल्या गृहस्थाश्रमाचा तोल सांभाळणे कदाचित मला वाटते तितके त्यांना सोपे गेले नसावे. तो तोल सांभाळण्यासाठी कदाचित ते त्या पद्धतीने वागत, माझ्या बाबतीत कठोर होत गेले. स्वतःच्या मुली उच्च शिक्षण घेऊन निवडलेल्या नोकरी-व्यवसायात उत्तम करिअर करत असताना सुनेला मात्र घरातल्या चौकटीत बंदिस्त करणे, हे माझ्या लेखी तेव्हा जितके अन्यायकारक होते तेवढेच ते आजही आहे; पण या सासऱ्यांनी त्या चौकटीतदेखील आपल्या सुनेसाठी जे जे काही केले, त्याबद्दल मी आजतागायत त्यांची ऋणी आहे.

आज ते घर माझ्यापासून दूर गेले, ती माणसेही दुरावली आहेत; पण त्या पपांच्या आठवणी अजूनही माझ्या मनाच्या तळात तेवढ्याच ताज्यातवान्या अन् सुंदर आहेत.

पपांच्या घरी सून म्हणून नांदत असताना माझ्या आयुष्यात आणखी एक व्यक्ती अक्षरशः वादळासारखी अवतीर्ण झाली. या व्यक्तीवर केवळ माझे एकटीचेच नव्हे, तर आख्ख्या महाराष्ट्राचे...छे, कदाचित तसे म्हणणेही चुकीचे

ठरेल, प्रत्येक इतिहास व साहित्यवेड्या माणसाचे प्रेम होते. कोल्हापूरच्या मातीत जन्मलेले, तिथेच शिकलेले आणि अगदी तरुण वयातच लेखक म्हणून नावारूपाला येत अनेक मानसन्मान व पुरस्कार विजेते, ज्या काळात भारत सरकारचे 'पद्म' पुरस्कार आजच्यासारखे खिरापतीप्रमाणे वाटले जात नव्हते, त्या काळात पद्मश्रीने अलंकृत झालेले सुप्रसिद्ध साहित्यिक रणजित रामचंद्र देसाई (कोवाडकर) ऊर्फ दादा अचानक आमच्या आयुष्यात आले. सगळ्या बाजूंनी होत असलेल्या विरोधाला तोंड देत झालेला आई-दादांचा पुनर्विवाह आणि त्याची पुढची चित्तरकथा सर्वांनाच ज्ञात आहे, म्हणून त्या तपशिलात आता इथे शिरणे इष्ट नाही; पण आई-दादांच्या सहजीवनाचा कालखंड हा माझ्या दृष्ट्या त्यांच्या आयुष्यातला सर्वोत्कृष्ट कालखंड होता.

दादांचा जन्म व कर्मभूमी कोवाड हे कोल्हापूरजवळचे एक लहानसे खेडेगाव. म्हटले तर बांदोड्यापेक्षा ते मागासलेले होते; पण दादांनी कोल्हापूरसारखे शहर सोडून या गावात आपला वाडा बांधला, शेती सांभाळली अन् 'श्रीमान योगी' 'स्वामी', 'राधेय' या ऐतिहासिक कादंबऱ्या, 'माझा गांव' सारखी उत्कृष्ट ग्रामीण कादंबरी अन् 'कातळ' मधल्या दीर्घ कथा, ज्या माझ्या मते मराठी ग्रामीण कथेतल्या अत्यंत उच्च दर्जाच्या, प्रातिनिधिक अशा कथा आहेत, असे अनेक प्रकारचे विपुल लेखन त्यांनी या खेडेगावात बसून केले. आईशी लग्नानंतरच्या टप्प्यात ऐतिहासिक नाटके, संगीतप्रधान कथा, ग्रामीण कथा, निसर्गकथा, असे त्यांचे लेखन विविध अंगांनी फुलत बहरत गेले. 'अभोगी', 'राजा रविवर्मा', 'समिधा' या कादंबऱ्या त्यांनी या कालखंडात लिहिल्या आणि मराठी साहित्य दरबारातले बिनीचे मानकरी म्हणून त्यांनी आपले स्थान पक्के केले. दुर्दैवाने त्यांच्या साहित्याची म्हणावी तशी विविध प्रकारे जी समीक्षा व्हायला हवी होती, ती अजून झालेली नाही. आणि ग्रामीण साहित्य चळवळीचे आजचे अध्वर्यू स्वतःलाच तिचे जनक म्हणवून घेण्यात इतकी धन्यता मानत आहेत की त्यांनी दादांचे या बाबतीतले योगदान सोईस्करपणे दुर्लक्षित करून टाकले आहे. मला त्या सर्वांना ओरडून सांगावेसे वाटते की, अरे महाभागांनो, रणजित देसाई हा एक लेखक असा होता जो खेड्यात राहत होता, तो आपली जमीन स्वतः मोठ्या अभिमानाने कसत होता आणि निसर्गचक्रानुसार जगणाऱ्या ग्रामीण संस्कृतीशी तो एकरूप झाला होता. तो शहरातल्या बंगल्यात राहून सुखवस्तू प्राध्यापकी करत, कधीच मागे सोडून आलेल्या आपल्या देशाकडच्या माणसांबद्दल गहिवरलेल्या कथा लिहीत नव्हता. तो खरोखरच या गावच्या मातीचा, ताम्रपर्णी नदीचा लाडका ल्योक होता.

पण, दादांना कुठे होती अशी कोणत्याही श्रेयाची अपेक्षा?

ते आपले आपल्या मुली-नातवंडे, मित्रपरिवार, शेती आणि लिखाण यात मश्गुल झाले होते. कोवाडच्या त्या प्रचंड वाड्यात एरवी आई आणि दादा ही दोन माणसे राहत असायची; पण त्यांच्याबरोबर सात-आठ कुत्रे (झीनी, सॅण्डी, ज्यूली, सलीम, सलमान, जंबो, रॉकी इ.), माकडे (गंगी अ‍ॅण्ड कंपनी), टर्कीज (रॉबर्ट अ‍ॅण्ड फॅमिली), मोर, कोंबड्या, हरणे, कबुतरे, बदके, ससे, मासे असे अनेक प्राणी कायमचे वास्तव्य करून असायचे. आपला हा प्राणिसंग्रह व एकंदरीत घराचा गाडा संभाळायला दादांची पुंडलीक, गुंडू, शिवाजी, तानाजी इ. एकाहून एक शूर मावळ्यांची फौज तत्परतेने कार्यरत झाली होती. शाळांना सुट्ट्या लागल्या की पाच मुली, जावई, नातवंडे अन् व्याही मंडळींची त्यात भर पडे अन् सगळ्या घरात गोंधळ उडून जाई. घरात सगळ्यात मोठे असणारे दादा मग सर्वांत धाकट्या सहाव्या नातवंडाची भूमिका घेत पोरांमध्ये रमून जात.

पपा आणि दादांचे तर छानच जमून येई; कारण दोघेही पानाचे शौकिन. शिवाय गप्पा मारायला इतिहास, नाटक व शास्त्रीय संगीत हे विषय होतेच. तेव्हा दादांच्या वेताच्या डब्यातल्या चांदीच्या अगणित डब्या पुढ्यात पसरून दोघे आपले पानाला चुना लावत अगदी ब्रह्मानंदी टाळी लावून बसायचे.

दादांच्या सहवासात माझे वाचन नव्या जोमाने सुरू झाले होते. शिवाय चित्र, शिल्प, नाटक, सिनेमा अशा अनेक कलांमध्ये दादांना रस होता. त्यामुळे मधल्या काळात माझे या सर्वांशी तुटलेले नाते दादांमुळे पुन्हा जुळले गेले. दादांना शास्त्रीय संगीत प्रिय होते हे खरे; पण त्यांना देशोदेशींचे संगीतही ऐकायला आवडे. त्यामुळे आमच्याबरोबर ते एल्व्हिस प्रीस्ले, क्लिफ रिचर्ड, हॅरी बॅलॉफॉन्त, आर. डी. बर्मन यांची गाणी, मेहदी हसनच्या गजला, रूना लैलाची बांगला लोकगीते (आणि लॉराज थीम!) मोठ्या कौतुकाने ऐकत आणि नंतर त्यांच्या प्रेमात पडून आमच्या कॅसेट सरळ उचलून पळवून नेत.

दादांचा मित्रपरिवार जसा प्रचंड, तसा त्यांचा वाचक वर्गही विस्तृत होता. आम्ही कुठेही गेलो की माणसे त्यांना भेटायला धावत येत. त्यांना नमस्कार करत. दादाही त्यांच्याशी अगदी मजेत गप्पा मारत.

"कसं काय? बरं आहे ना, पीकपाणी काय म्हणतंय यंदा?"

आणि तो माणूस निघून गेल्यानंतर सुटकेचा निःश्वास सोडत, कपाळावरचा घाम पुसत म्हणत,

"यशू, कोण होता गं तो?"

त्यांच्या अजिबात लक्षात राहत नसे; पण फॅन्सना दुखवणार कसे?

एकदा तर त्यांनी कहरच केला. हिंदी चित्रपटाच्या इतिहासातला मैलाचा दगड मानला गेलेला 'शोले' हा चित्रपट नुकताच मोठ्या थाटामाटात प्रदर्शित

झाला होता. त्याची सगळी निर्मितीमूल्ये लक्षात घेता, तो नव्याने सुसज्ज केलेल्या मिनर्व्हा थिएटरला जाऊन बघणे भाग होते. दादांनी त्यासाठी कोवाडहून निघण्यापूर्वी मुद्दाम फोन करून तिकिटे बुक करून ठेवायला सांगितली होती. आम्ही सगळे मोठ्या जोशात सिनेमाला गेलो.

सिनेमा सुरू झाला.

थिएटरच्या भव्य पडद्यावर कथानक उलगडायला सुरुवात झाली. अत्याधुनिक स्टीरिओ सिस्टीमवर ठाकूर-जय-वीरूची खणखणीत जुगलबंदी ऐकण्या-बघण्यात प्रेक्षक रंगून गेले.

इकडे चुळबूळ सुरू झाली.

"यशू...ए यशू...हा लंबू कोण?"

"शूः दादा, अमिताभ बच्चन."

"आणि हा लठ्ठ्या कोण? संजीवकुमार?"

"दादा, नाही, तो धर्मेंद्र आणि हा ठाकूर झालाय हा संजीवकुमार."

काही क्षण शांतपणे गेले.

पुन्हा सुरू झाले.

"मग तो अमजदखान कुठंय? आणि ही...ही वटावटा बोलतेय ही बया कोण?"

हेमामालिनी ! ड्रीमगर्ल!!

कुठून यांच्याबरोबर सिनेमाला यायची बुद्धी मला झाली. 'हाय रे कर्मा' म्हणत मी कपाळाला हात लावला. शेजारचे प्रेक्षकही वैतागून गेले होते; कारण कथेच्या ओघात पडद्यावर कुणी ना कुणीतरी नवीन पात्र अवतरायचे की पुन्हा प्रश्नांची सरबत्ती सुरू! शेवटी पुढल्या रांगेतली एक लठ्ठ गुजराती बेन मागे वळली,

"ओ भाईसाब, जरा शांती राखो ने. अमणे पण पिक्चर जोवा दो. अमेपण पैसा खर्च करीने पिक्चर जोव्या आव्या छे, फ्रीमां नथी."

झाले! पद्मश्री श्रीमान रणजित देसाई - कोवाडकर सरकारांना असा सज्जड दम मिळाला, तेव्हा कुठे आम्हाला उरलेला सगळा सिनेमा शांतपणे बघता आला.

दादांमुळे मला भरपूर वाचता आले, तसेच मराठी साहित्यातल्या 'पुलं', कुरुंदकर, कुसुमाग्रज, शांताबाई, अनिल बर्वे अशा थोरामोठ्या मंडळींना 'याचि देही याचि डोळा' बघता आले. दादांच्या त्यांच्याबरोबरच्या गप्पा मला ऐकता आल्या. बेळगावात राहून वर्षानुवर्षे साधना करणाऱ्या चित्रतपस्वी के. बी. कुलकर्णी यांच्याशी दादांनी माझी ओळख करून दिली, ही माझ्या आयुष्यातली एक महत्त्वाची घटना. जगातल्या

थोरामोठ्या चित्रकारांच्या कलाकृतींबद्दल दादांनी मला अनेक गोष्टी शिकवल्या, सांगितल्या अन् त्या सर्वांकडे बघण्याची नवी दृष्टी दिली. व्हॅन गॉग, मॉने, मायकेल अँजेलो, गोगॉ यांच्याबरोबर त्यांना टिशियन आणि राजा रवी वर्माची चित्रे आवडत. दादांनी त्या सर्वांची चरित्रे माझ्याकडून अक्षरशः डोक्यावर बसून वाचून घेतली. के. बी. सरांचे तर संपूर्ण आयुष्यच कलानिर्मिती व शिक्षणाला समर्पित झालेले आहे. कला क्षेत्रात इतक्या उंचीवर पोचूनदेखील हा महापुरुष इतका नम्र, विरक्त आणि आनंदी असतो. त्याला कलाजगतातल्या हेव्यादाव्याचा स्पर्शदेखील कधी होत नाही. स्वान्तसुखाय कलानिर्मिती करता करता जी रहस्ये त्यांना उलगडत गेली, जी अमूल्य रत्ने त्यांना या प्रवासात सापडली, ती सर्व अत्यंत निःस्पृहपणे ते आपल्याकडे येणाऱ्या विद्यार्थ्यांना मुक्त हस्ते देऊन टाकतात. के. बी. सरांच्या मठात येणारा प्रत्येक जण त्यांच्याकडून चित्रकलेबरोबर अनेक मूल्यवान गोष्टी कळत-नकळत शिकून परत जातो. सर त्या अर्थी माझे शिक्षक आहेत. त्यांनी न बोलता, न शिकवता, शिकवलेल्या अनेक गोष्टी मला जगण्यासाठी आशा, उत्साह आणि शक्ती पुरवत राहतात.

दादांनी माझे असे अनेक थोरमोठ्या साहित्यिक, संगीतकार, कलंदर, कलाकारांशी अप्रत्यक्ष नाते जोडून दिले. मराठी साहित्य विश्वात मी कुणीच नव्हते, आजही नाही; पण तसे असूनही त्यांनी मला या कुटुंबातल्या अनेकांशी नाते जुळवायला शिकवले. मला वाटते त्यांनी आपल्या या लेकीला दिलेली ही सर्वांत मूल्यवान भेट आहे. पुढे आयुष्यात अनेक वादळे, वावटळी आल्या, आजही त्या येतच आहेत. त्यांचा सामना करत असताना माझा हा 'Sense of belonging' कधी हरवून साथ सोडून जात नाही, ही माझ्या लेखी किती महत्त्वाची गोष्ट आहे!

माझे शालेय शिक्षण संपेपर्यंतच मला पप्पांची साथ लाभली. त्यांची माया व मार्गदर्शन मला त्या काळात मिळत राहिले. पुढे पपांनी माझे कॉलेजचे शिक्षण पूर्ण करू देण्याची संपूर्ण जबाबदारी स्वीकारली व यथाशक्ती ती पुरी केली. पुढे पदव्युत्तर शिक्षण घेण्याचे ठरवले, तेव्हा मुंबई विद्यापीठातील मराठी विभागाच्या तत्कालीन प्रमुख डॉक्टर सरोजिनी वैद्य यांच्याकडे रणजितदादांच्या नावाचा पासपोर्ट वापरून मी विज्ञानाकडून कलाशाखेकडे येण्यासाठी द्याव्या लागणाऱ्या प्रवेश परीक्षेस बसण्याची परवानगी मिळवली. माझ्या एम. ए.च्या पदवी शिक्षणाची सुरुवात अशी दादांच्या नावाने झाली. या तिघांमुळे माझे औपचारिक शिक्षण पूर्ण झाले; पण त्यांच्याकडून जे अनौपचारिक शिक्षण मला मिळत गेले, ते फार महत्त्वाचे अन् मूल्यवान होते. आजच्या या असुरक्षित व धकाधकीच्या आयुष्यात स्थिर व समतोल कसे राहावे, ते त्यांनी मला शिकवले. आपापल्या आयुष्यातल्या मूल्यांचा व तथ्यांचा ज्याने-त्याने स्वतःच्या परीने, स्वतःच्या कुवतीनुसार शोध

घ्यायचा असतो अन् जीवनाची उद्दिष्टे ठरवायची असतात. वाडवडिलांनी चोखाळलेल्या वाटेवरून पुढची पिढी मार्गक्रमण करत पुढे जात असते; पण कोण्या एका क्षणी ती वाट सोडून स्वतःचा मार्ग स्वतःच्या अंतःप्रेरणा व शक्तीनुसार शोधावाच लागतो. प्रत्येक 'जिवंत' माणसाच्या आयुष्यात हा एक अद्‌भुत अन् गूढ क्षण येतोच येतो. यापुढचा मार्ग वहिवाटीचा नसून, तो अनेक आपत्तींनी, खाचखळग्यांनी भरलेला बिकट रस्ता आहे याची जाणीव असूनही त्या मार्गावरून पुढचा प्रवास प्रत्येकाला एकट्याने करावा लागतो. अशा वेळी पावले डगमगू न देता स्वतःच्या आयुष्यातल्या मूल्यांचा आणि तथ्यांचा शोध घेत, अर्थपूर्ण जीवन जगणाऱ्याला माणूस म्हणता येते. पूर्वसुरींनी दिलेली शिकवण आंधळेपणाने न स्वीकारता, स्वतःचा गुरू स्वतःच होऊन जो डोळसपणे जगतो, तो खराखुरा जिवंत माणूस असतो. मला वाटते, आपल्या जगण्यातून व कार्यातून या तिघांनी मला कळत-नकळत शिकवलेली ही सर्वांत महत्त्वाची गोष्ट आहे.

या तीनही व्यक्ती हे जग सोडून पुढच्या प्रवासाला कधीच निघून गेल्या आहेत. त्यांच्या अनेक कडू-गोड आठवणी अजून माझ्यापाशी आहेत. ते आठवणींचे चमकदार मोती जेव्हा जेव्हा माझ्या हातात येतात, तेव्हा तेव्हा त्यांच्या उजळ प्रकाशात मी आयुष्याची नवी तथ्ये शोधून बघते. माझ्या बुद्धीनुसार आपल्या आयुष्याची नव्याने संगती लावून घेते. प्रत्येक मुलीचे जन्मदाते वडील तिच्यासाठी असे काही खास करत असतील. कदाचित नसतीलही.

कदाचित असेही असेल, की माझ्या वडिलांच्या अकाली निघून जाण्यानंतर आधी माझे सासरे आणि पुढील काळात सावत्र वडिलांच्या रूपाने त्यांनी माझी काळजी घेतली, मला स्वतंत्र, सक्षम व निर्मितिशील व्यक्ती म्हणून जगायला आणि त्या निर्मितीच्या क्षणांच्या आनंदाचा उपभोग घ्यायला शिकवले, आणि हे सगळे केल्यानंतर कुठल्याही आभाराची व श्रेयाची अपेक्षा न करता ते अलगद माझ्या आयुष्यातून निघून गेले.

त्यांचे मोठेपण माझ्या लेखी वादातीत आहे.

◆

इये मराठीचिये नगरी, दिवाळी २००२

४

अस्वस्थ

एक अतिशय प्रचंड आकारहीन बेट होते.

खरे म्हणजे ते तसे एकसंध बेट नव्हते.

भिकाऱ्यासमोरच्या फाटक्या गोणपाटावर कुणी भिरकावलेल्या तुच्छ नाण्यांसारखी सहासष्ठ बेटांची ती चिल्लर अरबी समुद्राच्या तेलकट पृष्ठभागावर कधीपासून तरंगत होती कुणास ठाऊक...

बेटावरची जुनीजाणती वाकलेली झाडे म्हणतात की पूर्वी कधीकाळी या बेटावरच्या टेकड्यांमध्ये गोड पाण्याच्या दोन प्रचंड नद्या आणि डोहासारखे खोल, शांत पाण्याने तुडुंब भरलेले काळेशार सात तलाव होते. बेटावर उगवलेल्या घनदाट जंगलामुळे इथं वर्षभर भरपूर पाऊस पडायचा, की असा सतत घनघोर पाऊस पडल्यामुळे असे गच्च भीषण जंगल इथे वाढले होते, ते सांगणे कठीण होते. माध्यान्ही तापलेल्या सूर्याचे किरण जमिनीपर्यंत पोचू न देणाऱ्या माजोरड्या बाओबाब वृक्षांनी भरलेल्या त्या भीतिदायक अरण्यात दिवसाढवळ्या फिरणाऱ्या वाघ, चित्ते, बिबळे अन् तरसांच्या डरकाळ्या काळीज थरकापून टाकायच्या. या झाडांच्या भुलभुलय्यातून मायावी दलदली आपले हिरवेगार हातपाय पसरून आळसावून पडल्या होत्या. त्यांच्या आजूबाजूला झाडांना वेटोळी घालून बसलेल्या अजगरांचे विषारी डोळे दिवसभर चमकत, विझत रहायचे.

कोवळ्या, लुसलुशीत मांसाच्या लचक्यांसाठी हपापलेल्या जंगली प्राण्यांनी बुजबुजलेले ते जंगल दोन पायांच्या माणसांच्या राहण्याच्या लायकीचे नव्हते.

तरीही ते होतेच.

कधी अरबी समुद्रावरून वादळ चाल करून यायचे, तेव्हा प्रलयासारख्या प्रचंड लाटा उचंबळायच्या. झिंज्या पिंजारत, दातओठ चावत तुफानी वेगाने त्या बेटावर हल्ला करायला झेप घ्यायच्या. त्या प्रचंड लाटा आकाशाला टेकलेल्या बघून तिथली जाणतेली झाडे भीतीने लटालटा कापत अर्धमेली व्हायची. बेटावरील प्राण्यांच्या गर्जना संपायच्या आणि क्षणार्धात जंगल सामसूम होऊन जायचे; पण आश्चर्याची गोष्ट म्हणजे लाटांचा हा अत्याचार वर्षानुवर्षे सहन करूनदेखील तो चिल्लरपिल्लर बेटांचा समूह त्या तेलकटलेल्या, घाणेरड्या अरबी समुद्रात कधीच

बुडला नाही.

ते बेट तसेच निर्विकार अलिप्तपणे समुद्राच्या पृष्ठभागावर अलगद तरंगत राहिले होते.

जणू कित्येक युगांपूर्वी पृथ्वीच्या गर्भातून उन्मळून वर येताना ते अमरपट्टा घेऊन जन्माला आले होते.

पण, एके दिवशी त्या बेटावर आक्रीत घडले.

अशाच एका लालजांभळ्या संध्याकाळी बेटावरच्या सर्वांत उंचावरच्या म्हाताऱ्या बाओबाबने आपल्या थकलेल्या नजरेने आश्चर्यचकित होत बघितले. एक प्रचंड लाकडी गलबत पश्चिमेच्या वाऱ्याबरोबर लाटांवरून संथ ढकलत जात अलगद त्या बेटाच्या किनाऱ्याला येऊन टेकत होते. ते बघून म्हाताऱ्या बाओबाबच्या अंगातून भीतीची एक लहर धावत गेली. ती जाणवून फांदीवर आळसावून आडव्या पडलेल्या काळ्या माकडाचे डोळे भीतीने विस्फारत वेडेवाकडे होत गेले. शेपूट ताठ करत ते टण्णकन उठले, डोळे ताणताणून बघू लागले.

गलबताच्या डेकवर कुणीच दिसत नव्हते. कुठे गेला त्याचा कप्तान? सुकाण्या? एखादा तरी नावाडी...छे, कुणी म्हणजे कुणीच तिथे दिसेना. मग हे आले तरी कुठून? कुणाला सांगाती घेऊन आले? की कुणाला इथून उचलून घेऊन जायला आले आहे?

काळे माकड त्या कल्पनेने शहारून गेले. ती भीती त्याच्या शरीरातून थरथरत भरत गेली तसे ते स्वत:चे केस ओरबाडत, बाओबाबच्या फांद्या तुडवत वेडेवाकडे पळत सुटले.

ती भीतीची लाट सगळ्या जंगलातून कचकचत धावत गेली तशी जंगलात पिनड्रॉप शांतता पसरली.

कोण येत आहे ?

कोण ते ?

आणि अचानक...

कुण्या यक्षिणीने काळ्या जादूचा मंत्र फुंकून चमत्कार घडवावा, तसा त्या गलबतातून, सगळ्या अंगाला राख फासलेला, भगव्या वस्त्रातला, उग्र चर्येचा धिप्पाड संन्यासी किनाऱ्यावर अवचित अवतरला. त्याला बघताच वृद्ध बाओबाबचे त्राण क्षणात संपून गेले आणि त्याचे थकलेले डोळे मंदावत मिटून गेले. ते जाणवून आधीच गर्भगळित झालेले काळे माकड तोल हरवून वेडेवाकडे होत बाओबाबच्या खांद्यावरून खालच्या अंधारलेल्या करवंदी जाळीत धप्पकन कोसळले. त्या क्षणाची जणू कधीपासून वाट बघत असलेल्या आसुसलेल्या, भुकेल्या काट्यांनी त्याच्या लुकड्या शरीराची चाळण उडवली. आणि वृक्षाच्या तळीची

मऊ माती माकडाच्या कातडीखालच्या लालजर्द गरम रक्ताने थेंब थेंब भिजू लागली.

संन्याशाने आपल्या पिवळ्याधमक अहंकारी डोळ्यांनी बेटाचा सगळा आसमंत क्षणभर निरखला आणि हातातला चमकदार त्रिशूळ पेलत, किनाऱ्यावरच्या वाळूतून पावले टाकत तो सरळ टेकडीवरच्या जंगलाच्या रोखाने चालू लागला. त्याला टेकडीच्या रोखाने येताना बघून झाडावरच्या टिटव्या, घुबडे, वटवाघळे सगळेच जिवाच्या आकांताने किंचाळत सुटले.

पण प्रकरण एवढ्यावरच संपले नाही.

संन्याशापाठोपाठ किनाऱ्यावर उतरला दम्मन नावाचा एक स्टेनगनधारी राक्षस! जमिनीवर पाय टेकताच इथेतिथे सराईत सावधपणे बघत तो त्या स्वच्छ वाळूवर तुच्छतेने पच्चकन थुंकला आणि गलबताकडे पाठी बघत भसाड्या आवाजात गरजला, ''अबे भोसडीके...चुत्त्या, भार निकल्...चल् देख कोई लौंडी बिंडी मिलती क्या...''

मग आला आपले लटालटा कापणारे पाय सांभाळत अर्धमेला झालेला एक भगोडा सैनिक.

हाताला गजरा बांधलेला चकणा दलाल.

स्मशानात मुडदे गाडणारा वेंधळा.

कचाकच शिव्या घालणारा नागडा थेरडा.

रांड. तमन्ना. बायको. पोलीस.

भावलीसाठी हट्ट करताकरता मरून जाणारी निष्पाप पोरगी.

एक बहीण. आई. बाबा. आजीसुद्धा. सावरीच्या केसांची.

तो. ते. ती.

अनामिक.

गलबतातून उतरणारे ते सगळे किनाऱ्यावर येत राहिले आणि बेटावरच्या वाळूत पावले टाकत निःशब्दपणे जंगलातल्या झाडीत नाहीसे होत राहिले. माना खाली घातलेली ती माणसांची गप्पगप्प गर्दी टेकडी चढत सर्वांत वरच्या बाओबाबच्या प्रचंड खोडामागे हळूहळू लुप्त होऊन गेली.

क्षितिजावरचा मळकट सूर्य आता संपूर्णतः लयाला जात समुद्रात खोलवर बुडून गेला.

आणि...

हळूहळू ती लाल-जांभळी संध्याकाळ निळ्या-काळ्या अपारदर्शक काचेसारखी होत गेली.

रात्र.

आकाशात ना चंद्र, ना तारे. एक भयाण काळोखी रात्र.

गलबताच्या डेकवर कुणीच उभे नव्हते.

रात्र. बेट. आकाश. समुद्र.

आणि स्तब्ध गलबत.

बऱ्याच वेळाने डेकवरच्या अंधारात हालचाल जाणवली.

तो त्या जहाजावरचा शेवटचा माणूस असावा.

की पहिला ?

त्या पोरगेल्याशा माणसाच्या अंगात काळा टी-शर्ट होता. खाली काळ्याच जीन्स आणि पायात पिनोकिओसारखे पॉईंटेड शूज होते. त्याचा चेहरा स्पष्ट दिसत नव्हता; पण त्याच्या डोळ्यांवरच्या रे-बॅनची सोनेरी फ्रेम अंधारातही नाजूकशा विजेसारखी चकाकत होती. त्या प्रकाशाच्या लकेरीबरोबर त्याच्या पाठीवरच्या हॅवरसॅकमधून टॉर्चचे स्टीलचे निमुळते नळकांडे बंदुकीच्या नळीसारखे वर डोकावताना ओझरते दिसत होते. आणि त्याच्या खांद्याला लॅपटॉपची बॅग लटकवलेली होती. त्याने नजर वर करत, डोळे बारीक करून बेटावर उतरलेल्या मंडळींचा अंदाज घेतला आणि स्वतःशीच मान हलवत, एक दीर्घ श्वास आत खेचून घेतला. खूप थकले होते शरीर त्याचे! किती हजारो दिवस अन् किती रात्री बंदिस्त जहाजावर त्या सगळ्या मंडळींबरोबर लक्षावधी योजनांचा खडतर प्रवास करत या बेटापर्यंत तो आता येऊन पोचला होता. पुढे निघून गेलेल्या मंडळींच्या पाऊलखुणा शोधत तोही टेकडीवरच्या काळवंडलेल्या झाडांच्या दिशेने रवाना झाला.

टेकडीच्या पायथ्याशी जिथे झाडी सुरू होत होती तिथे पोचताच तो का कुणास ठाऊक एकदम थबकला.

वळला.

मागे बघताच त्याचा थकून सुकलेला चेहरा झाकोळून खिन्न होत गेला.

संपूर्ण किनारा आता अक्षरशः रिकामा होता. काही क्षणांपूर्वी तिथे लाटांवर डुलत उभे असणारे गलबत आता अदृश्य झाले होते. ते तिथे नसणार ते त्याला ठाऊक होतेच तरी आपले काहीतरी अमूल्य कायमचे हरपल्यासारखे होत, आतून कळवळून जात त्याचे निरागस डोळे अश्रूंनी डबडबून आले.

कुठाय् माझा बाबा? आज्जी? कुठे गेली ती?

मोठ्या शर्थीने स्वत:वर ताबा ठेवत तो वळला. हुंदका फुटू न देता त्या गर्द झाडीत शिरत क्षणात नाहीसा झाला.

त्या अवकाशात आता कुणीच शिल्लक उरले नाही.

काळोख फक्त.

बिनआवाजाचा.

तो चढण चढत टेकडीच्या अगदी माथ्यावर आला. पाठीची सॅक बाजूला ठेवत थकूनभागून म्हाताऱ्या बाओबाबच्या खोडाशी टेकून बसला. त्या टणक खरखरीत खोडाचा स्पर्श त्याच्या पाठीला होताच का कुणास ठाऊक त्याला एकदम बरे वाटले. अगदी शांत आणि किंचित मऊदेखील.

डोळ्यावरचा रे-बॅन काढत त्याने वर बघितले. वृद्ध झाडाच्या वेड्यावाकड्या फांद्यांच्या फटीतून दिसणारे आभाळ अजूनही तसेच अमावस्येसारखे थंडगार काळेकुट्ट होते. त्याच्याकडे बघत त्याने एक सुस्कारा सोडला. खांद्याची लॅपटॉपची बॅग त्याने समोर मांडीवर घेतली आणि चर्र...कन् आवाज करत तिची झिप् उघडली. लॅपटॉपचे कव्हर उघडले गेले. आता त्याच्या समोर होता अंधार...काळोख्या पडद्यावरचा असीम अंधार...त्याने अंधारातच एक की दाबली आणि लॅपटॉपच्या पडद्यावर एक झगमगते सोनेरी वर्तुळ अवतरले. क्षणभर त्या अंधारलेल्या अवकाशात फक्त ते वर्तुळ एखाद्या फ्लाईंग सॉसरसारखे चमकत, डुलत, तरंगत राहिले. मग त्या वर्तुळाच्या केंद्रातून, अगदी त्या टिंबाच्या आतून दुसरे वर्तुळ अवतरले.

मग तिसरे...

चौथे...

अंधारात बसलेल्या पोराची आकृती उडत्या तबकड्यांच्या झगमगत्या प्रकाशात उजळून निघाली आणि पोराच्या नजरेत एक छोटेसे खट्याळ हसू उमटत गेलेले बाओबाबने बघितले. मग त्या पोराने पाठ ताठ करत, मोठ्या अभिमानाने आपला

हात वर उचलला आणि बोट पुढे करून लॅपटॉपवरची एक की दाबली.

"ट्वॅंग्ऽऽ"

ती प्रकाशाची वर्तुळे एकापाठोपाठ एक झपाझप मिटत, विझत गेली.

पडद्यावर पुन्हा पूर्वीसारखा अंधार दाटून आला.

मग तिथे पूर्वी कुणीच कधी न बघितलेली अक्षरे उमटली. सोनेरी. सुंदर. स्पष्ट.

डब्ल्यू डब्ल्यू डब्ल्यू . राही अनिल बर्वे .कॉम्

म्हातारा बाओबाब आणि पोरगा आनंदाने हसत सुटले.

तर हा आमचा राही अनिल बर्वे.

राहीला प्रत्यक्ष भेटण्यापूर्वी मी त्याच्याबद्दल बरेच काही ऐकून होते. राहीची आई प्रेरणा ही माझी मैत्रीण. आम्ही दोघी प्रभात चित्रमंडळाच्या एकदमच सभासद झालो. आणि नव्या नव्या सभासदांच्या अमाप उत्साहाने जपानी, चिनी, इटालियन, तुर्की, बघायला मिळतील त्या सगळ्या सिनेमांना आमची हजेरी लागू लागली. प्रेरणाच्या तोंडी नेहमी तिची मोठी मुलगी फुलवा आणि धाकट्या राहीचा विषय असे.

"अगं, आमच्या राहीचं ना अस्सं..."

म्हणजे राही कसा एकलकोंडा आहे, त्याला कॉलेजातली त्याच्या वयाची इतर मुलं जे करतात त्याच्यात कसा अगदी इंटरेस्ट नाही, मुळात त्याला इतरांसारखं कॉलेजात जाऊन अभ्यासबिभ्यास करायला कसं अजिबात आवडत नाही, तो फटकळच आहे वगैरे वगैरे...

अर्थात माझ्या लेखी ते सगळे राहीचे डिस्क्वालिफिकेशन मुळीच नव्हते. तो कॉलेजमध्ये जाऊन उगीच बी.ए., बी.कॉम्.सारख्या निरर्थक बाबींमागे आपला बहुमूल्य वेळ फुकट न घालवता कुठल्यातरी जगप्रसिद्ध खासगी संस्थेत, सर्वसाधारण आईबापांना न परवडणारी गलेलठ्ठ फी भरून ॲनिमेशनचा कोर्स करतोय, एवढेच कारण माझ्या लेखी त्याची पाठ मनातल्या मनात का होईना थोपटण्यासाठी पुरेसे होते. कॉम्प्युटरच्या स्क्रीनवरच्या सतत बदलत्या प्रतिमासृष्टीच्या ध्यासापायी वेडेपिसे होत त्याचे त्या भूलभुलय्यात रमून जाणे, त्यासाठी एकलकोंडे होऊन जाणे, मग त्या तंद्रीचा भंग करायला अगदी आई जरी आली तरी तिलादेखील प्रसंगी फटकारणे हे माझ्या लेखी चालण्यासारखे होते; पण घरात पाहुणेमंडळी-विशेषतः आईच्या मैत्रिणी घरी आलेल्या असताना नाक उडवून त्यांच्याकडे चक्क दुर्लक्ष करणे, ऊठसूठ खोलीत जाऊन घुम्यासारखे बसणे, हे मात्र मला मुळीच मान्य नव्हते. मग घरात असतो तेव्हा करतो तरी काय तो मुलगा ?

"अगं, तो भरपूर वाचतो, चित्रं काढतो आणि ...आणि लिहितोदेखील!"

"राही लिहितो?"

राही अनिल बर्वे यांचे तेव्हाचे वय वर्षे सतरा किंवा सोळा.

माझा 'ऑ 'झाला.

"हो मग, तो कथा लिहितोय् सध्या, ती पण मराठीतून."

कथा? मराठीतून? ते ऐकल्यावर मात्र मी त्याला त्याचे सगळे ऐकीव गुन्हे (मनातल्या मनातच!) माफ करून टाकले.

कारण इथपावेतो राही अनिल बर्वे यांच्याशी माझी प्रत्यक्ष भेट झालेलीच नव्हती.

त्याला सिनेमेबिनेमे बघायचे एवढे प्रचंड वेड, मग त्याने प्रभाततर्फे दाखवल्या जाणाऱ्या सिनेमाला यायला काहीच हरकत नव्हती. प्रेरणाला मी तसे विचारलेसुद्धा. तर ती नेहमीच्याच ठसक्यात म्हणाली,

"अगं, आमच्याकडे अशी आईबिईबरोबर कुठे जाण्याची पद्धत असते का? मी राहीला कित्ती म्हटलं की तू निदान फिल्म फेस्टिव्हलला तरी चल. हवं तर मी हातात बोर्ड घेऊन थिएटरसमोर उभी राहते की, 'मी राहीची आई नाही."

खल्लास, सगळा प्रश्नच निकालात निघाला.

त्यामुळे राही म्हणजे कुणी चार कथा लिहून स्वतःला ग्रेट मराठी लेखक समजणारा अत्यंत शिष्ट व तुसडा इसम असावा, असा माझा समज होत गेला त्यात आश्चर्य नव्हते. कधी ना कधी आमची भेट होणारच होती. ते एन्काउंटर होण्याच्या कल्पनेलादेखील मी तेव्हा टरकून असे.

प्रत्यक्षात त्याची आणि माझी पहिली भेट झाली, तेव्हा तो अत्यंत कोवळ्या पण गंभीर चेहऱ्याचा, अबोल ओठांचा, तुमच्या-आमच्या घरातला असावा तसा एक अगदी साधासुधा मुलगा होता; मात्र त्याच्या अंगातल्या त्या काळ्याभोर टी-शर्टवर कुठल्याशा भीतिदायक फ्ल्युअरोसंट रंगांचे, दोन मानवी कवट्यांचे एक भयाण चित्र छापलेले होते. त्याखालच्या जीन्सदेखील तशाच भयानक काळ्या रंगाच्या होत्या. दोन्ही कपडे काळेच घालण्याची चूक केल्यामुळे फुलवा त्याला चक्क चिडवत होती. त्यातच आमच्या येण्याची भर पडल्यामुळे राही अनिल बर्वे अतिशय अस्वस्थ होऊन जखमी वाघासारखे घरात जोरजोरात येरझाऱ्या घालत होते. फुलवाचे त्याला चिमटे काढणे काही थांबत नव्हते. वातावरणातले टेन्शन वाढत चालले. ते बघून मी म्हटले,

"ए गप गं फुलू, तुला काही माहीत नाही. जगातले सगळे मोठे आर्टिस्ट नेहमी संपूर्ण काळाच ड्रेस घालतात. बघ ना, मायकेल जॅक्सन्, मॅडोना, बीजीज्...आणि हॉलिवूडचे स्टार्स ऑस्कर्सच्या समारंभाला जाताना कोणत्या रंगाचे कपडे जास्त करून वापरतात? काळ्याच की नाही? तसंच चित्रकार, पियानिस्ट, ऑपेरा

सिंगर्स...काळा रंग ही सगळ्या जगातल्या कलाकारांच्या सॉलिडॅरिटीची निशाणी आहे...''

माझ्या प्रत्येक वाक्याकडे त्या अस्वस्थ येरझाऱ्या घालणाऱ्या मुलाचे बारीक लक्ष होते. तो प्रत्येक शब्द न् शब्द त्याला मनापासून पटत होता आणि आवडतदेखील होता. ते ऐकता ऐकता त्याचा ताणलेला चेहरा हळूहळू सैलावत, मोकळा होत गेला. त्याच्या नाकावर 'मीच शाणा है नं...आणि ती ...ती येडीच्च आहे...' असा भाव अलगद उमटत गेला; पण ते कुणाला जरासुद्धा दर्शवू न देण्याचा प्रयत्न करत त्या मुलाने जोराजोराने श्वास घेत आपली मान 'हूं हूं...हूं..' करत वर-खाली हलवली आणि माझ्याकडे बघत तो अगदी गंभीरपणे म्हणाला,

''करेक्ट.''

आणि धाप् धाप् करत आपल्या गुहेत...सॉरी...खोलीत पळून गेला.

त्या एन्काऊंटरपासून राही अनिल बर्वे यांच्याशी आमची चांगलीच ओळख झाली.

ब्लॅक वॉज इन्डिड ब्यूटिफूल्.

पहाटे पहाटे प्रेरणाला काही कामानिमित्त फोन केला की तिकडून झोपाळलेला गंभीर आवाज येई.

''हॅलो!''

''राही, कसा आहेस?''

''..... ''

''राही...''

''मी? मी जिवंत आहे...अजून तरी मी जिवंत आहे.''

आमच्यातल्या कम्युनिकेशनमध्ये केवढी प्रगती ही!

'काळ्या माकडाची गोष्ट' ही त्याची मी वाचलेली पहिली कथा.

तीन-साडेतीन पानात व्यक्त झालेली ही कथा बघताना प्रथम वाटले की ही खरीखुरी मराठी 'लघु'कथा दिसतेय्, आत्ता वाचून संपेल! आणि खरोखरच एका झटक्यात ती वाचून संपलीदेखील.

आणि लक्षात आलं, आपण हादरलोय्.

त्याच्या कथा पुढे जसजशी वाचत गेले, तसतशी ही अस्वस्थता वाढत गेली. लक्षात येत गेले की याच्या प्रत्येक कथेत, मग ती कथा शहरात घडत असो, वाळवंटात वा युद्धभूमीवर, त्या प्रत्येक कथानकात झिंज्या पिंजारलेल्या वृक्षांनी भरलेले एक गहन अरण्य दडलेले आहे...अंधाराने भरलेले... शेवाळलेल्या दलदलींनी व्यापलेले, क्रूर विषारी जीव-जिवाणूंनी बुजबुजलेले... कुजबुजणाऱ्या पाशवी शक्तींनी घेरलेल्या टेकड्यांचे... ते खरोखरीच कधीपासून 'आ' वासून

आपला घास घ्यायला दबा धरून बसले आहे. ते तिथे का आहे, कधीपासून आहे या प्रश्नांची उत्तरे अजून तरी सापडलेली नाहीत. हे मात्र खरे आहे, की या जंगलात शिरणाऱ्या माणसांच्या पावलांच्या अस्पष्टशा खुणा इथल्या पाऊलवाटांवर दिसत आहेत; पण परतून बाहेर येणाऱ्या कुणाची कोणतीच खूण या अवकाशात कुठे उमटलेली नाही.

आणि या प्रत्येक कथेच्या बंदिस्त परिघात आणखी एक वर्तुळाकार कथानक आईच्या गर्भाशयातल्या इवल्याशा बाळासारखे सामावलेले आहे. हे विश्व इतके अपरिचित आहे की पहिल्यापहिल्याने त्याच्या असण्याची कुणाला जाणीवदेखील होत नाही, इतके ते आश्चर्यकारक अन् अनोळखी आहे.

हे असे...अगदी असेच का, याला मात्र कुणाकडेच उत्तर नाही.

इटस् सो अमेझिंग.

'काळ्या माकडाच्या गोष्टी'तले ते जंगलातल्या फांदीवर बसलेले क्षुद्र निरुपद्रवी काळे माकडच घ्या ना! लहानपणी बावळट चेहरा करून आईच्या ओटीपोटाला घट्ट बिलगून रहाणारा अन् मोठेपणी कळपाच्या कौटुंबिक परिघात सुरक्षित जीवन जगणारा हा चलाख, चपळ प्राणी; पण या कथेतले माकड त्याच्या जातीला न शोभेलसा आळशीपणा करत एकटेच या अजस्र वृक्षावर वस्तीला राहिले आहे. टोळीतल्या इतर नरांशी झगडा करून, मार खाऊन तिथून ते पळून आले असावे किंवा कळपातून बहिष्कृत केले गेले असावे. म्हणजे त्याच्या आयुष्याची एक क्षुद्रशी का होईना एक पूर्वकहाणी आहे. त्या भीषण जंगलातले ते देऊळ पिढ्यान्‌पिढ्यांपूर्वी कुण्या भाविकाने मोठ्या श्रद्धेने बांधले असेल; पण आता ते ओसाड तुटके-फुटके झाले आहे. का झाली अशी त्याची अवनती? म्हणजे त्या देवळाचादेखील एक इतिहास आहे.

तसेच सर्वसंगपरित्याग केलेला तो अघोरी साधू जंगल तुडवत त्या भग्न देवळातच वस्तीला येऊन रहावा? त्याचे भक्त कुठून आले? आणि त्या वेड्या मुलीला तिथे घेऊन आलेली म्हातारी नेमकी तिथेच कशी आली? का आली? याचाच अर्थ असा की रूढ अर्थाने ज्या बिंदूपासून ही कथा सुरू झाली त्याच्या किती तरी आधी...वर्षानुवर्षे आधी या कथेचा प्रारंभ झाला होता. या कथाविश्वाच्या परिघात हे सगळे उपरे घटक कुठून कुठून प्रवास करत एकत्र येत गेले, तिथे काही काळ ते नांदले, त्या ताण्याबाण्यातून या कथेची वीण तयार झाली. आणि एका शोकात्म क्षणी ही कथा संपली असे वाटले तेव्हा ती खरोखरच संपली का? ज्या वेड्या, निष्पाप मुलीवर असा अघोरी बलात्कार झाला तिचे पुढे काय झाले?

तो साधू? त्याचे नंतर काय झाले?

आणि माकड? ते फांदीवर बसून हा तमाशा बघत अप्रूपाने हसते?

का?

लक्षात येऊ लागते, म्हणजे हे माकड दख्खनच्या पठारावर सापडणारे तांबडे, तपकिरी वा भुरे माकड नाही. ते काळे आहे. स्वत:ला वनवासात एकटे राहण्याची सक्ती झालेली असूनही, दुसऱ्या कुणाच्या दुःख-वेदनेचा सहकंप जाणू न शकणारे, निरपराधी मुलीवर बलात्कार होताना बघून त्यात आनंद मानणारे आहे. असे का?

मानववंशाचा पूर्वज म्हणून माकडाचे आणि आपले नाते आहेच. शिवाय पवनपुत्र चिरंजीवी हनुमानाच्या स्वरूपात पिढ्यान्‌पिढ्या आशियाई हिंदू संस्कृतीने त्याची पूजा केली आहे. कदाचित या ईश्वरी अंश धारण केलेल्या हनुमानासाठीच ते जंगलातले देवालय बांधले गेले असेल; पण तिथून हा देव देशोधडीला लागून स्वत्व हरवल्यासारखा का वागतोय्? हनुमान हे आपल्या संस्कृतीने पराक्रम, पुरुषार्थ व परमभक्तीचे प्रतीक मानले आहे. मग त्याचे हे भ्रष्टीकरण, ही अधोगती का व्हावी? देवीच्या रक्षणासाठी ज्या हनुमानाने अवघी लंका पेटवली, त्याच्यासमोर एका कोवळ्या मुलीवर अत्याचार होताना बघून त्याला आनंदाचे कढ कसे येऊ शकतात?

हे माकड केवळ निसर्गाचा घटक किंवा एक पात्र म्हणून या कथेत आलेले नाही.

तर...

तर मानवी मनाच्या खोल भुयारात सदैव दडून राहणाऱ्या, इतरांची रक्तलांच्छित शरीरे वा उद्ध्वस्त होणारी घरे बघून प्रतिबंध करू न धजणाऱ्या, उलट त्याची आसुरी मजा लुटू पाहणाऱ्या पुरुषी वांझोटेपणाचे, नपुंसकत्वाचे प्रतीक आहे. या नामर्दपणाला धर्मपरंपरेची संमती व साथ आहे याचे मात्र कुणालाच भान नाही.

त्या मुलीचे पुढे काय होणार याची पर्वा कुणाला पडलीय्? कदाचित एवढा अत्याचार सहन केल्यानंतर ती कोवळी पोरगी जिवंत राहील?

कदाचित राहीलही.

आणि जिवंत राहिलीच तर त्या भोगलेल्या यातनांचा सूड घेण्यासाठी एखादी फूलन बनून अनेकांच्या नाशाला कारणीभूत ठरेल, कुणी सांगावे?

म्हणजे ही कथा जिथे संपते, तिथे अनेक कथांच्या न संपणाऱ्या गूढ वाटा फुटलेल्या दिसतात. मला वाटते की उत्तम कथेचे हे एक व्यवच्छेदक लक्षण आहे.

आदिम प्रतिमांचे संदर्भ घेऊन जन्मलेली ही कथा, आपल्या वर्तमानातील काही अल्पशा क्षणांचे चित्रण करते आणि भविष्यकालीन घटनांचे भीतिदायक संकेत देऊन वाचकाला अस्वस्थ करून सोडते. राहीच्या सर्व कथांचे हे फार मोठे

वैशिष्ट्य आहे. या कहाण्या भूत-वर्तमान-भविष्याचे ताणेबाणे विणत वाचकांना साठा उत्तरांशी आणून सोडतात; पण त्याला सुफल, संपूर्ण करणारी भाबडी मूल्ये न देता या नश्वर मानवी जीवनातल्या विरूपता व विद्रूपतेचे दर्शन घडवून अंतर्बाह्य थरारून सोडतात. 'युद्धविराम', 'स्मशानरात्र', 'नेव्हर एन्डिंग स्टोरी' या सर्वच कथांनी मला असा प्रत्यय दिला.

ही प्रत्येक कथा वाचकाच्या मेंदूत रसरशीत जाळ पेटवणारे दोन-पाच सणसणीत लाफे मारते अन् म्हणते,

"अबे फोकणीके... ये द्येख्... इस्कू बोलते है लैफ...असली जिंदगी ये हय्... समझा क्या रे मुर्गीचोर?"

या सगळ्या कहाण्या हरलेल्या माणसांच्या कथा सांगतात. कोण आहेत ही माणसे ? ती समाजाच्या तळागाळातली आहेत असे म्हणणे खूप सोपे पडेल. ही माणसे धर्मसंस्कृती, रूढीपरंपरा, सत्तालोलुपता, वैयक्तिक स्वार्थ यांच्या गाळात रुतलेली, गुदमरलेली आहेत. शोषक आणि शोषित, भक्षक आणि भक्ष्य असे माणसांचे सरळसरळ दोन गट इथे आपल्याला दिसतात; पण या दोहोंच्या डोळ्यांवर अज्ञानाची, मूढपणाची एक काळीकुट्ट पट्टी कधीपासूनची बांधलेली आहे. महापुजारी, पाषाणमूर्ती (निरीक्षक), दलाल (एक नाट्य), संन्यासी (काळ्या माकडाची गोष्ट), महात्रऋषी (माकडीण आणि तिचं पिल्लू) अशी अनेक पात्रे इतरांचे शोषण करून स्वत:ला जिवंत ठेवण्याची धडपड करताना दिसतात आणि अनेक निष्पाप व्यक्ती, विशेषतः स्त्रिया, या पुरुषी आक्रमकतेचा बळी ठरताना दिसतात. आज्जी (आम्हाला एक आजी होती), तमन्ना (युद्धविराम), वेडी मुलगी (काळ्या माकडाची गोष्ट), माकडीण (माकडीण आणि तिचं पिल्लू), भावलीसाठी हट्ट करणारी मरणासन्न पोरगी (स्मशानरात्र), देवळाच्या पायरीवर प्रेत बनून सडत पडलेली मुलगी (नेव्हर एण्डिंग स्टोरी) हे सगळे या स्वतःला ज्ञानी समजणाऱ्या अहंकारी मूढपणाचे बळी आहेत.

खरे म्हणजे इथे खून होतोय् तो माणुसकीचा

निष्पाप माणसांचा...

अन् माणसातल्या निरागसतेचा.

वेड्या मुलीच्या हातातली नाजूक कळी (काळ्या माकडाची गोष्ट), गढूळ चिखलात सुळुकणारा चंदेरी मासा (युद्धविराम), छोट्या पोराची पम्पम् (पहाटवारा) ही सगळी प्रतीके त्या निरागसपणाकडे लक्ष ओढून घेतात.

मला आठवले पूर्वीचे काही...फार फार पूर्वीचे.

तुम्ही आणि मीदेखील शाळेत जात होतो. कधी पम्पम्शी खेळत होतो... सोनेरी किरणांत चकाकणारा मासा उसळ्या मारताना पाहून भान हरपून खुळावत

होतो...नाजूक कळ्यांपायी वेडे होत होतो.

मग कुठे हरवून गेले ते सगळे सुंदर क्षण ?

आज हे गेंड्याच्या कातडीसारखे निब्बर आयुष्य जगताना आपण त्या हरवलेल्या निरागसतेसाठी, त्या घरंगळून गेलेल्या स्वच्छ क्षणांसाठी कासावीस होतच नाही.

का होते असे? का?

हा प्रश्नही आपण आता स्वतःला विचारत नाही.

इतका मूढपणा.

त्यांचा आणि आपलाही.

राहीच्या कथांतली माणसे अशी बुभुक्षितासारखे जिणे जगत आहेत. समाजाने त्यांना कधीच ठोकर मारली आहे आणि आर्थिक-शारीरिक-मानसिक दुबळेपणा हा त्यांचा विशेष आहे. इथला म्हातारा हा विक्षिप्त थेरडा (आम्हाला एक आजी होती), कचाकचा शिव्या घालणारा महत्त्वाकांक्षी नागडा (परीकथा) आहे, सैनिक मातृभूमीच्या रक्षणार्थ प्राणांचे बलिदान करणारा वीरपुरुष नसून रांडेला भोगण्याची स्वप्ने बघणारा भ्याड पुरुष आहे (युद्धविराम). तसेच वेश्यांच्या बाजारातला चकणा दलाल, मुडदे गाडणारा वेंधळा, अजाण पोरांकडून भीक मागण्याचा धंदा करवणारा यासीन, त्याला एकट्याला गाठून यथेच्छ बदडणारा इन्स्पेक्टर अशी अनेक मंडळी इथे आपल्याला भेटतात. आपल्या मध्यमवर्गीय सुसंस्कृत सोसायटीच्या फ्लॅटची दारे तोडूनफोडून टाकत या नावे आणि गावे नसलेल्या, प्रसंगी मरून कुजत पडलेल्या मंडळींचा प्रवेश होतो आणि आपले सुरक्षित कड्याकुलपांमागचे जग भयकंपित होऊन जाते.

राहीला मी त्याबद्दल एकदा विचारले,

"राही, तुझ्या कथांतली सगळी माणसं अशी का असतात? वेंधळा, चकणा, वेडा, विक्षिप्त, त्रस्त समंध...ती नॉर्मल का नसतात?"

त्यावर तो प्रचंड रागवत, कपाळाला आठ्या घालत धुसफुसला,

"माणसं नॉर्मल असतात का कधी? अशीच तर असतात ती..."

लक्षात येतं काही.

आपल्या अवतीभोवतीच तर असतात ही मंडळी.

राहीच्या कथांचे कर्तेकरविते हे असे न-नायक आहेत.

क्षुद्र. दुबळे. भित्रे. लाचार.

पांगळे.

वखवखलेले.

आणि लेखक/निवेदक म्हणून राहीच्या मनात या पात्रांबद्दल कोणतीही

सहानुभूती वा अनुकंपा अजिबात नाही.

ती माणसे आहेत, अशीच आहेत आणि अशीच राहणार आहेत. त्यांना वाटले तर स्वीकारा, नाहीतर दुर्लक्ष करत अनुल्लेखाने मारून टाका. त्याला काय त्याचे?

त्याला सहानुभूती आहे ती त्या सगळ्या चिरडल्या गेलेल्या स्त्रियांबद्दल. मग ती मुले जन्माला घालायचे मशीन होण्याची सक्ती केली गेलेली आज्जी (आम्हाला एक आजी होती), सैनिकाच्या स्वप्नातली कोवळी तगन्ना (युद्धविराम), नाटककाराची उपाशी भुकेली पत्नी, मुलगी (एक नाट्य), रस्त्यावरच्या मरतुकड्या कुत्र्यासाठी उकिरड्यावरूनच शोधून आणलेल्या शिळ्या भज्यांचा आंबूस घास राखून ठेवणारी अमीनाबी (नेव्हर एन्डिंग स्टोरी), औषधपाण्याशिवाय झिजून मेलेली पोर (स्मशानरात्र), कुणीही स्त्री असो. यातली आज्जी, अमीनाबी या कथानकात तशा 'जिवंत' नाहीत, त्या मेलेल्या आहेत आणि ज्या जिवंत आहेत त्यांचा कुठल्याही क्षणी बळी जाण्याची दाट शक्यता आहे. स्त्रीला देवतेचे स्वरूप देणाऱ्या महान संस्कृती व गृहसंस्थेत जन्मलेल्या राहीच्या मनाचा एक कोपरा कुठेतरी त्यांच्यासाठी चिंब ओला आहे.

त्याचे अगदी पोटातून सहवेदनेचे, अनुकंपेचे अन् करुणेचे नाते आहे ते इथल्या सगळ्या कोवळ्या, अजाण मुलांशी! 'मी' (आम्हाला एक आजी होती), पोरगा (पहाटवारा), राजकुमार (परिकथा), यांच्याशी. या सर्व निष्पाप मुलामुलींना नावे नाहीत. 'Child is father of the man' असे म्हणून कितीही गौरवले गेले असले तरी जन्मतःच माणूस दुबळा अन् पराधीन असतो. सतत पुढे धावणाऱ्या कालचक्राच्या दावणीशी तो करकचून बांधलेला असतो. या अजाण मुलांच्या आयुष्यात भीषण अनुभवांचे जे क्षण आले त्या गोठलेल्या क्षणांच्या या कथा आहेत. ज्या क्षणी एका निरागस पोराला त्याच्या बाबाचे प्रेत पोटात घेऊन जाणारी ॲम्ब्युलन्स 'पम्पम्' नसून पांढरी टेंम्पो मोटारगाडी हे स्वतःला समजावण्याची ताकद येते, त्या क्षणी तो पोरगा त्या कथेतल्या इतर सर्वांपेक्षा मोठा माणूस झालेला असतो. तिथून पुढे सुरू होतो त्या मोठ्या माणसाचा यातनामय जीवनप्रवास! असा हा चिमुरडा पोरगा, देवासमोर मरून पडलेली बेवारशी अमीनाबी, ज्याची भूक संपण्यापूर्वीच कोवळं पान लेकाचं संपून गेलं ते माकडिणीचं पिल्लू, हे राहीचे नायक-नायिका...त्याच्या सहवेदनेची नाळ यांच्याशी जुळलेली आहे.

अशा प्रकारचे नायक-नायिका मराठी साहित्यात इतरत्र कुठे सापडतील?

राहीच्या कथेत देव आहे आणि धर्मही आहे. 'दृष्टी' ही संपूर्ण कथाच एक दगडी देऊळ बांधून तिथे मूर्तीची स्थापना होण्याच्या प्रक्रियेपर्यंतच्या टप्प्याची कथा आहे; पण हा देव आपल्या भक्तांचे दुष्टांपासून रक्षण करण्यासाठी दशावतार

धारण करत धावून येणारा परमपिता परमेश्वर नाही, तर अहंकाराने उन्मत्त झालेला दगडी काळजाचा खलपुरुष आहे. समोर येणाऱ्या प्रत्येक जित्याजागत्या माणसाचा बळी मागणारी ती एक अघोरी शक्ती आहे. सर्वांत महत्त्वाची गोष्ट म्हणजे या शक्तीची निर्मिती स्वार्थी माणसाने केली आहे; पण अशा कुठल्याही शक्तीचे अस्तित्व मान्य करत तिच्यासमोर झुकणे या लेखकाला मंजूर नाही. असे झुकणे म्हणजेच स्वतःच्या बुद्धीचा, प्रज्ञेचा, ऊर्जेचा खून करणे, पर्यायाने मृत्यूला स्वतःच्या हाताने आमंत्रण देण्यासारखे आहे, याकडे तो आपले लक्ष वेधून घेतो आहे.

या कथांमधून भेटणारा निसर्ग आपल्याला भयचकित करून जातो. छोट्या छोट्या वाक्यातून प्रकट होत जाणाऱ्या या निसर्गचित्रांना स्वतःचे असे अतिशय मोहक रंग आहेत. राहीमधला चित्रकार त्यासाठी मोठ्या उदारपणे आपल्या पॅलेटवरच्या रंगाच्या सर्व छटा वापरून त्यांना अतिशय उत्तम दृष्यात्मकता मिळवून देतो. ही वर्णने अतिशय काव्यात्मक आहेत; पण रोमँटिक नाहीत. कधी हा निसर्ग 'पानांची छान छान भजी करून देणारी' अशा चकित करून टाकणाऱ्या अनेकार्थी प्रतिमेच्या रूपाने येतो. घुबड, गिधाडे, टिटव्या, नाग, साप, अजगर, वटवाघळे, डोमकावळे, तरस अशी इथली निशाचर भक्षकांची प्राणीसृष्टी आहे. रात्रीच्या अंधारात अशुभाचे सूचन करणारी, जादूटोण्याच्या मंत्रतंत्राशी नाते ठेवणारी ही भयावह जमात आहे. कुठल्याही क्षणी झडप घालण्यासाठी दबा धरून बसलेल्या 'त्या'चे ते सांगाती आहेत. 'पूर्णविरामानंतर' या कथेत तर माणसेच नाहीत. वाचकाची नजर जणू निवेदकाच्या मूव्ही कॅमेऱ्यातून या मरूभूमीतले वादळ, वाळू, प्रकाश, विवस्वान, निवडुंग, मंदिर (इथेही हे भग्न, 'मरून पडलेले!'), विहीर, पाने या 'पात्रां'च्या रूपककथेतले भयावह संघर्ष टिपत राहते. त्या रुक्ष रेताडातून प्रवास करताना वाचक आगीत होरपळून निघतो, तहानेच्या ज्वाळेने व्याकूळ होतो, अखंड धडपडणाऱ्या मुंगीचा बळी घेतला जाताना बघून कळवळतो आणि शेवटी क्षुद्र मरतुकडा होऊन तरसाच्या भुकेल्या नजरेने वर घिरट्या घालणाऱ्या गिधाडाची वाट बघत जाळणाऱ्या वाळूवर कोसळतो.

'कुठंतरी दूर क्षितिजापल्याड भटका वारा घोंघावत फिरतोय.'

या क्षणी त्या प्रचंड अवकाशात काय शिल्लक उरते?

जीर्ण पानाचा चुरा.

मुंगीच्या प्रेताचे कण.

डोमकावळ्याच्या रक्ताचे सुकत चाललेले थेंब.

तरसाचा विझत चाललेला प्राण.

कुठल्याही क्षणी वरून कोसळणारे गिधाड.

काही काळाने तेही नाहीसे होतील, मग काय उरेल?

विवस्वान. वादळ. वाळू. उष्णता. भटका वारा.

कालांतराने तेही नाहीसे होतील, या भीतिदायक सृष्टीचा अंत होईल; कारण त्या अवकाशाचा अनुभव घेणारी ती एकाकी नजर...तीच थिजून, संपून गेलेली असेल.

कुणाची आठवण येते?

साल्वादोर दालीच्या अनेक अतिवास्तववादी चित्रांतून प्रत्ययाला येणारी प्रकाशहीन सृष्टी... वाळवंटातले उघडेबोडके खडक...बंद पडलेली घड्याळे... आतड्यांचे लटकलेले कोथळे...अशी अनेक यातनामय क्षणांची चित्रे.

भविष्यातील शक्यतांचे सूचन करणारी.

आपल्या नजरेला खिळवून ठेवणारी.

संपवून टाकणारी.

मग त्या क्षितिजापल्याड घोंघावणारा भटका वारा...

तो कोण?

या कथांमध्ये लख्ख उजेड आहे, तसेच तिथे अनेक कोपरे सतत अंधाराच्या आधिपत्याखाली आहेत. कधी प्रकाशाच्या किरणात उजळून निघालेली, कधी सतत बदलणारी रंगसंगती साधत कथेच्या सौंदर्यात भर घालणारी, तर प्रसंगी काळ्या-राखी करुण-उदास अंधाराच्या छटांनी समृद्ध अशी ही प्रतिमासृष्टी वाचकाला अचंबित करून टाकणारी आहे. माणसाची वृत्ती अंधारावर मात करून प्रकाशाकडे जाण्याची आहे, असे आपण मानत आलो आहोत; पण या कथांवर साम्राज्य गाजवणारा काळोख मात्र बऱ्याच अंशी मानवनिर्मित आहे. गरिबी, उपेक्षा, मानहानी, अवहेलना यांच्या यातना भोगणाऱ्या क्षुद्र माणसांच्या आयुष्यात प्रकाशाचा शिरकाव होईलच कसा? तिथे निराशेचा भीषण अंधारच हवा.

प्रकाश आणि अंधाराच्या सीमेवरील स्वप्नमय आभासांच्या दुनियेत ('आम्हाला एक आजी होती', 'खेळिया', 'एक नाट्य') आपल्याला सतत घेऊन जाण्यात येते. इथे तो काय दाखवू पाहत आहे? कल्पित व वास्तव यांच्यातल्या सीमारेषा जिथे पुसट होत विरून जातात तिथे घडणारे गूढनाट्य तो आपल्याला दाखवत आहे. 'युद्धविराम' या कथेतील 'दमन' नावाचा अवाढव्य राक्षसी सैनिक आपल्याला युद्धभूमीवरच्या अंधारात भेटतो. मारणे, कापणे आणि भोगणे एवढ्याच शारीर पातळीवर जगणारी ही व्यक्ती. खरे म्हणजे तो माणूस नाहीच. ती आहे त्या कोवळ्या सैनिक पोराला न समजणारी त्याची स्वतःच्याच मनात छुपलेली लैंगिकता. त्याच्या मनात सतत लपून वावरणारी, नाजूक सोनेरी केसांची 'तमन्ना' ही त्याची सखी त्याला उदात्ततेकडे घेऊन जाऊ बघते; पण त्याच्या सतत

आडव्या येतात दम्मनच्या शिव्या, इतर सैनिकांच्या रांडांच्या कथा... दम्मनची बिहारी पोरगी.. त्याने भगवान मानलेली, पण रात्री नागडी करून भोगलेली... आणि शेवटी सर्व संपवून टाकणारे, अंधारातून आलेले आक्रमक युद्ध...

मनात अन् शरीरात साठत गेलेली ही कुजकी घाण घेऊन त्या भगोड्या एकाकी पोराने जायचे कुठे? कुणाकडे?

सगळीकडे मृत्यूच मृत्यू वावरताना दिसतोय्.

'युद्धविराम' प्रमाणे 'आम्हाला एक आजी होती', 'खेळिया', 'स्मशानरात्र', 'नेव्हर एण्डिंग स्टोरी', 'काळ्या माकडाची गोष्ट' या सगळ्या कथांतील अवकाशावर अंधाराची हुकूमत आहे. एरवीच्या दिनचक्रातली रात्र साहित्यात मृत्यूचे, विलयाचे, प्रलयकालाचे सूचन करते. अस्थिरतेच्या तारेवर चिंधीसारखे लोंबकळणारे क्षुद्र मानवी जीवन मृत्यूच्या एका टिचकीने क्षणार्धात विलयाला जाऊ शकते, याची उत्कट शोकात्म जाणीव इथे व्यक्त होते. त्यासाठी कथाकथनाचा पसरट मार्ग न चोखाळता चित्रपटासारखी सतत बदलती प्रतिमासृष्टी त्याने उभी केली आहे. छोट्या छोट्या वाक्यातून उभे राहणारे प्रसंग कथानकातील तार्किक सुसंगती कुठेच बिघडू न देता अंगावर चाल करून येतात, ते झपाट्याने आपला ताबा घेतात आणि सिंदबादच्या म्हाताऱ्यासारखे गच्च पकडून मानगुटीवर बसतात. मानवी अस्तित्वाबद्दल त्याला जे जाणवले, समजले त्याचे आपल्याला आपल्या परीने का होईना आकलन होईपर्यंत ते छळत राहतात.

जन्माला आलेला प्रत्येक जीव असतो एक मुक्त, निरागस असा गोळा. ज्याचा अंत अजून कुणीच शोधून काढलेला नाही, अशा अवाढव्य ब्रह्मांडातल्या अब्जावधी जीवांपैकी तो एक इवलासा जीव असतो. त्याने डोळे उघडून आजूबाजूचे काहीच अजून बघितलेले नसते, तेव्हापासून त्याच्यावर सुरू होतात धर्मपरंपरा, संस्कृती, सामाजिक रूढींचे आघात. त्याच्या पर्यावरणात असणारे वृक्ष, भूमी, पशू-पक्षी, कृमी-कीटक, त्यांच्यावरचे छत्रासारखे आभाळ; सगळेजण कसे बदलत्या ऋतुचक्रानुसार एकमेकांशी जुळवून घेत, समतोल राखून नांदत असतात. मानवदेखील या निसर्गचक्राचा एक महत्त्वाचा घटक आहे; पण तो हे विसरतो, अगदी सोयिस्कररीत्या विसरून जातो. अज्ञान अन् मूढपणाची पट्टी डोळ्यांवर करकचून बांधलेला मानव पर्यावरणातल्या घटकांच्या थपडा खात, यातना भोगत मोठा होत जातो, आंधळेपणाने चाचपडत, धडपडत जगण्याचे आधार शोधू लागतो. मग त्या आधाराला कुणी म्हणतो देव... कुणी म्हणतो धर्म...कुणी शोधतो आधार सत्तेच्या मस्तीत, तर कुणी शोधतो नातेसंबंधात... आज्जी... बाबा... पिल्लू... तर कुणी स्वतःत दडलेल्या निर्मितिशीलतेचा आधार घेऊ बघतो. अनेक मुखवटे परिधान करण्याची केविलवाणी कसरत करत, स्वतःला टिकवण्याचा आटोकाट

प्रयत्न करत, त्यासाठी इतरांच्या रक्ताचे घोट घेत, नरकयातना भोगत माणूस तसाच जिवंत राहतो. निसर्गाचे बोट ज्याच्या बाळमुठीतून कधीच निसटून गेले आहे, असा हा माणूस अविद्येमुळे केवळ दुःखाचा धनी होतो आणि त्या यातनांच्या ओझ्याखाली चिरडून पिचून जातो.

पण, कितीही आधार शोधून स्वतःला सुरक्षित करून घेतले तरी मुठीतल्या वाळूसारखे सगळे सरसरत हरवूनच जाते, आणि उरते शेवटी एकच गोष्ट.

माणसाचे एकटेपण.

जन्मतःच सोबत आणलेली ती तेवढी एकच गोष्ट.

इतरांना वापरून त्यांची आयुष्ये नासवून टाकत त्यावर पॅरासाईटसारखे जगणाऱ्या अहंकारी निर्बुद्धांना ते कळत नाही आणि ज्यांची आयुष्ये अशी उद्ध्वस्त होऊन गेली, त्या मठ्ठ दुबळ्यांना ते कळूनदेखील काही उपयोग नाही.

प्रत्यक्ष ईश्वराची निर्मिती करण्याचा अहंकार बाळगणारा माणूस पराधीन आहे, एकटा आहे आणि हे न कळणारा अतिशय मूर्ख प्राणी आहे.

पोरका. निराधार. एकटा. मी.

मग या जगात खरे काय आहे?

व्हॉट इज द ट्रूथ, ओ रायटर?

ऐकायचंय?

काळ.

यातना.

मृत्यू.

या एवढ्याच गोष्टी शाश्वत आहेत.

सत्य आहेत.

सगळ्या कथांमधून हे सूचित करणारा निवेदक या पर्यावरणाचा अंगभूत घटक आहे. कथानकातल्या संमिश्र अनुभवांशी आणि त्या कधीही सुटू न शकणाऱ्या गुंतागुंतीशी तो कमालीचा एकजीव झालेला आहे. तरी या गुंतागुंतीची प्रत्यक्ष अभिव्यक्ती करण्याची किमया समर्थपणे करणारा लेखक मात्र तीपासूनदेखील तुटून अलग, एकटा पडलेला आहे, असा प्रत्यय सारखा येत राहतो. मानवी अस्तित्वातील अंतर्विरोध, विरूपता, असहायता व एकाकीपणा यांच्या उत्कट अनुभवातून येणाऱ्या परात्मतेच्या जाणिवेचे स्वरूप व आकलन तो आपल्याला देऊ पाहत आहे.

अशी परात्मतेची जाणीव आपल्याला इतर कुठे दिसते?

'जेथे जातो, तेथे, मी माझा सांगाती,
डोळ्यांच्याच भिंती झाल्या ऐशा'

म्हणत मर्ढेकर मानवी अस्तित्वाचे सत्य आपल्यापुढे निश्चितपणे मांडतात.

'जन्मापूर्वीच निर्वासित झालेल्या
करपलेल्या, हरपलेल्या
अनाथ जगन्नाथासाठी
माझ्याजवळ कूस नाही
क्रूस नाही, माझ्यासाठीही क्रूस नाही'
असे विंदा म्हणतात ते काय आहे?

ईश्वरी निष्ठेचा, आदर्शाचा कोणताच आधार न उरलेल्या आधुनिक माणसाच्या आयुष्यातल्या भयानक, विस्तीर्ण पोकळीचे ते वर्णन आहे. याच जाणिवा 'एक शून्य बाजीराव', 'गिधाडे' ही नाटके; तसेच 'कोसला, 'बॅरिस्टर अनिरुद्ध धोपेश्वरकर', 'इहयात्रा' या कादंबऱ्यांमधून प्रतिबिंबित झाल्या. 'ईश्वर मरण पावला आहे' असे नीत्शे म्हणतो, तर सार्त्र त्याच्या पुढे जात 'मॅन इज डेड' असे प्रतिपादन करतो. राहीच्या कथांचे नाते या सर्वांशी आणि त्यांच्यापेक्षा काकणभर अधिक आल्बेर काम्यूच्या 'आऊटसायडर'शी आहे, असे मला वाटते. त्याची अफाट शब्दसंपत्ती, फँटसीचे त्याला असलेले जबरदस्त आकर्षण, गूढ उदासीचे रंग वापरण्याची त्याची किमया आणि शोकात्म शेवट करण्याची वृत्ती यामुळे या कथांची नाळ जी. ए. कुलकर्णींच्या कथाविश्वात कुठे पुरली आहे की काय असा संशय कित्येकांना येणे साहजिक होते; पण तसे म्हणणे म्हणजे या दोन्ही लेखकांवर अन्यायकारक ठरेल. वयाच्या बहुधा १६ ते १८ या टप्प्यात राहीने या कथा लिहिल्या असाव्यात. त्याचे पुस्तक प्रकाशित झाले तेव्हा राहीचे वय फक्त २१ वर्षे होते. तेव्हा मराठीतल्या ज्येष्ठ-श्रेष्ठ साहित्याचे संस्कार पचवून राहीची कथा घडत गेली, समृद्ध झाली, असे म्हणणे फारसे सयुक्तिक ठरणार नाही. ही कथा स्वतंत्र आहे. तिची भाषा वेगळी आहे, तीतून व्यक्त होणाऱ्या जीवनजाणिवाही आगळ्यावेगळ्या आहेत. अनेक थोरामोठ्या देशी-विदेशी लेखकांच्या साहित्याशी तिचे नातेसंबंध आहेत, हे माझ्या लेखी या कथेच्या मोठेपणाचे लक्षण आहे.

सुसंस्कृत जगात राहणारा हा मुलगा असंस्कृत आणि उपेक्षित माणसांची कथा लिहू लागला. ही कथा कल्पित नाही. आपल्या अवतीभोवतीच्या वास्तवातच तिचे उगमस्थान आहे. उपरोध, काव्यात्मकता अन् परात्मतेच्या अनेक छटा समर्थपणे प्रकट करत, वाचकाला हादरवून, खिळवून ठेवत अंतर्मुख करणारी ही कथा आहे. शोकांतिकेच्या काळ्या-पांढऱ्या करुण रंगाचे वस्त्र लेवून ती तरलपणे अवतीर्ण झाली आहे. मानवी जीवनातल्या अंतिम सत्याचा जहरी प्याला पचवून ती कणखर झाली आहे. मराठी कथासाहित्याला समृद्ध करणाऱ्या, खूप पुढे

घेऊन जाणाऱ्या आशादायक कथेचे आपण सर्वांनी उत्स्फूर्तपणे स्वागत करायला हवे.

राही,

तू लेखक आहेस.

तू फार मोठा लेखक आहेस.

हे तू कधीही विसरू नयेस.

आणि तुझ्या कथांतली ती सगळी माणसे...अमीनाबी, मी, चकणा, वेंधळा, खेळिया, साधू, निष्पाप मुलगी, तमन्ना, दम्मन... आता माझ्या त्या तेलकट घाणेरड्या अरबी समुद्रातल्या कधी न बुडणाऱ्या बेटावर राहायला आली आहेत. सध्यातरी त्यांचे तिथे अगदी व्यवस्थित चालले आहे.

ही किती आनंदाची गोष्ट आहे.

◆

कदंब, दिवाळी २००२

५

निर्मलाबाई, यशोधरा आणि यशोधराबाई

नेहमीप्रमाणे बसमध्ये सीट मिळाल्यावर मी बॅगेतला 'महाराष्ट्र टाइम्स' उघडला. ही माझी रोजचीच सवय. एसी बसने ऑफिसला पोचेपर्यंत तास-सव्वा तास तरी जातोच. मग तेवढ्या वेळात रोजचे वर्तमानपत्र शांतपणे व्यवस्थित वाचून संपवता येते, म्हणून ही सवय मी अंगवळणी पाडून घेतली आहे. शेजारच्या सीटवरच्या बाईने कपाळाला खंडीभर आठ्या घालत जागच्या जागी खुसफुसत माझ्याकडे बघितले, ते माझ्या लक्षात आले. 'या' बसमध्ये मराठी पेपर? मी पुढे वाकून बघितले, प्रत्येकाच्या हातात डीएनए (एसी बसमध्ये फुकटात मिळणारे!) आणि काही तुरळक सीटवर इकॉनॉमिक टाइम्स आणि फायनान्शिअल एक्स्प्रेस... अशा क्राऊडमध्ये मराठी पेपर वाचणारी घाटीण शेजारी बसणे, हे तिच्या लेखी अगदी 'टू मच' झाले असणार. मला हलके हसू यायला लागले. तिच्या नाखुशीला जराही दाद न देता मी चक्क हात पुढे करून तिच्या खिडकीवरचा जाड पडदा बाजूला सरकवला. बाहेरची लखलखीत प्रकाशमान मुंबई नेहमीप्रमाणे धावत होती आपली, आणि त्याबरोबर आम्हीही धावतच होतो. फक्त तो बाहेरचा कोलाहल, धूळ आणि उष्णता आतल्या थंडगार वातावरणात पोचत नव्हती. आता तासभर का होईना, निश्चिंत होता येणार होते.

एव्हरीथिंग वॉज गोईंग टु बी क्वाइट पीसफुल नाऊ...

मी हातातला 'मटा' उघडला. समोरची बातमी दण्णकन् डोळ्यांवर आदळली. प्रसिद्ध लेखिका निर्मलाबाई देशपांडे यांचे निधन...

'टिकलीएवढं तळं', 'कथा एका बकुळची', 'मर्ल', अशा कादंबऱ्यांच्या नामवंत लेखिका...त्यांच्यावर अंत्यसंस्कार करण्यात आले... आणि त्यांच्यामागे... अमुक अमुक परिवार आहे...

मला समजेनासे होत गेले.

निर्मलाबाई गेल्या? आणि मला कळलंसुद्धा नाही? पण मला कळवणार तरी कोण? त्यांची-माझी ओळख होती हे किती जणांना ठाऊक होतं? कोण तसदी घेणार होतं कळवण्याची? मग आत्ता बसमधून उतरून त्यांच्या शिवाजी पार्कच्या घरी जावे का? आता कोण असेल तिथे? यशोधरा आली असेल

अमेरिकेतून? काय झालं असेल? कुठं असतील सगळी? की नसेलच तसे काही?' 'रमा सदन'मधल्या तळमजल्यावरच्या त्या घरातल्या दर्शनी खोलीत आजूबाजूंनी पुस्तकं, दिवाळी अंकांच्या थप्प्या रचलेल्या असतील. समोरच्या दिवाणवर अजूनही निर्मलाबाई टीव्ही बघत रेलून बसलेल्या असतील. गोरी, गुलाबीसर तुकतुकीत कांती... तरतरीत गोल चेहऱ्यावरचे चलाख, चमकदार डोळे... अंगावरची काठापदराची सुंदरशी रंगीत साडी...गोऱ्यापान, नाजूक मनगटांवरच्या सोन्याच्या, उत्तम डिझाइनच्या बांगड्या... देखणेपणाचं वलय लाभलेल्या निर्मलाबाई... कधी एखादी-अगदी शिवाजी पार्कवरच्या वाण्याकडून आणलेली असावी तशी हिरव्या-निळ्या पुठ्ठ्याच्या कव्हरची रुक्ष रजिस्टरसारखी वही पुढे मांडीवर ठेवून, मन लावून लिहीत बसलेल्या असत, कधी आडव्या पडून दिवाळी अंक वाचण्यात अगदी गुंगून गेलेल्या असत, तशा त्या आजही तिथे असतील. मला गजांच्या दाराबाहेर उभी असलेली बघून त्यांना अगदी पोटभरून खराखुराच आनंद होईल आणि आतून उचंबळून येत त्या लगबगीने पुढे होत माझा हात धरून आत घेऊन जातील.

"ये, ये ग यशू, आज इकडे कुठे वाट चुकलीस बाई?" आणि आमच्या पोटभर गप्पांना सुरुवात होई, तशी ती आजही होईलच.

असे ते खूप आनंदाचे क्षण.

पण त्यामागची खरी गंमत... ती आम्हालाच ठाऊक असे.

काही वर्षांपूर्वी विश्राम बेडेकरांच्या 'रणांगण'चे इंग्रजी भाषांतर, अमेरिकेतली यशोधरा देशपांडे - मैत्रा नावाची कुणी एक विदुषी करणार आहे, ते 'पॉप्युलर'तर्फे प्रकाशित होणार आहे, त्यासाठी यशोधराबाई सध्या मुंबईला त्यांच्या आई निर्मलाबाई देशपांड्यांकडे मुक्काम ठोकून आहेत, अशा सगळ्या बातम्या मित्रमंडळीं-तर्फे माझ्यापर्यंत येऊन पोचत होत्या. एरवी साहित्य व्यवहारातल्या अशा वैयक्तिक बाबींकडे माझे लक्ष असण्याची कदापि शक्यता नसताना या सगळ्या गोष्टी कुठून ना कुठून समजत गेल्या होत्या. कदाचित 'रणांगण' ही माझी आवडती कादंबरी म्हणून किंवा आमच्यातल्या नामसाधर्म्यामुळे असेल, तसे होत गेले होते खरे. मुळात यशोधरा हे नाव तसे दुर्मिळ (त्यातून ते दालमिया किंवा सिंदिया अशा दणदणीत आडनावांशी जोडले जाणारे!) मग कशी असेल ती यशोधरा? कधीतरी भेटायला हवे असे सारखे वाटत राही; पण ते जमणार कसे? अनेकांशी असते तितपत तोंडदेखलीसुद्धा ओळख नव्हती आमची आणि भेट होण्यासाठी खरोखरी काही कारण नाही, हे सगळे माहीत असूनही तिला भेटायची माझी खुमखुमी म्हणा किंवा ऊर्मी...ती मात्र संपता संपत नव्हती.

आणि एके दिवशी खरोखरी एक फोन आला.

"हॅलो माय नेमसेक, कशी आहेस गं? मला भेटायचंय तुला, कधी भेटशील? तुझ्या घरीच... हो हो... तुझं घर बघायचंय मला... आय मस्ट मीट यू इन् युअर ओन हाऊस, ओके?"

आश्चर्यकारक शब्दांचा तो धबधबा गमतीशीरपणे कोसळत राहिला. माझा, एका दिवाळी अंकातला स्त्रीविषयक लेख तिला खूप आवडला होता. खरे तर त्या अंकात मराठीतल्या ज्येष्ठ विचारवंत लेखिकांच्या अतिशय महत्त्वपूर्ण लेखांचा समावेश केला गेला होता. त्यांच्या मानाने मी म्हणजे अगदीच किस खेतकी मूली वगैरे होते. त्यातल्या काही जणींना ती भेटणार होती, पण तिला मलाही भेटायचे होते. एवढेच नव्हे, तर त्यातल्या काही निवडक लेखांचे इंग्रजीत भाषांतर करून ते पुढेमागे पुस्तकरूपाने प्रकाशित करावे असाही विचार तिच्या मनात घोळत होता. त्यासंबंधी तिला माझ्या लेखाबाबत चर्चादेखील करायची होती.

मग काय विचारता, भेटायचे ठरलेच. दारात उभ्या असलेल्या त्या सलवार-कमीज घातलेल्या विदुषीकडे मी आश्चर्याने बघत राहिले. ती प्रत्यक्षातदेखील तशीच आनंदाने उसळत होती.

"बघ आले की नाही, भेटलो की नाही आपण? ओहो...आय लव्ह धिस ब्लू कलर इन युअर हाउस... ॲण्ड लुक ॲट दीज गणपतीज्... अगं, तुझं सगळं अगदी माझ्यासारखं कसं गं... नाव सेम... घरपण माझ्या घरासारखं ब्लू कलरचं...ॲण्ड धिस चिवडा... इटस् सो अमेझिंग..."

आख्खी संध्याकाळभर आमच्या गप्पा सुरूच राहिल्या. माझ्या लेखावर चर्चा झाली, तिने त्यावर भराभर नोट्स लिहून काढल्या आणि अगदी निघता निघताना ती सहज म्हणून आतल्या खोलीत गेली.

"अगं, हा कोणाचा फोटो?"

"हे माझे वडील... ही आई... आणि ही जाई...माझी मुलगी..."

माझे वाक्य पूर्ण होण्यापूर्वी ती गर्रकन वळली. तिच्या चेहऱ्यावर आश्चर्य उमटले होते.

"डोन्ट टेल मी दॅट नाऊ!"

"अगं, काय झालं?"

"आय डोन्ट बिलिव्ह इट यशू, विल यू बिलिव्ह इट इफ आय टोल्ड यू दॅट, माय डॉटर्स नेम इज जाई टू."

"काय?"

मी अक्षरशः ताडकन् चार फूट उडालेच.

म्हणजे माझी आई माधवी देसाई आणि निर्मलाबाई या दोघी मराठीतल्या नावाजलेल्या लेखिका, त्यांचा प्रत्यक्ष परिचय कधी झाला नसला तरी एकमेकींशी दीर्घकाळ पत्रव्यवहार सुरू होता. मी आणि यशोधरा मूळ शिक्षण क्षेत्रात करिअर केलेल्या व आता अंतःप्रेरणेला अनुसरून लेखिका बनायला मोठ्या हिरिरीने मायमराठीच्या प्रांतात मुशाफिरी करत निघालेल्या. आमच्या नावांप्रमाणे आमच्या बऱ्याचशा आवडीनिवडी मिळत्याजुळत्या आणि आम्हाला दोघींनाही जाई नावाच्या अतिशय शहाण्या, समजूतदार, प्रेमळ वगैरे वगैरे असणाऱ्या मुली. त्या दोघींचा जन्म मार्च महिन्यातला म्हणून त्यांची सनसाईनही एकच. मैत्रांची जाई वकील बनून प्रॅक्टिस करत ब्रुकलिनमध्ये स्थिरावलेली तर आमची जाई ग्राफिक डिझायनर बनून व्हाइट प्लेन्समध्ये सेटल झालेली. म्हणजे न्यू यॉर्कमध्ये, अगदीच एकमेकींच्या अल्याडपल्याड.

बोलता बोलता आम्ही दोघी हसायला लागलो खऱ्या... पण हसता हसता एकदम गंभीर होऊन गेलो. तिचा पाय निघता निघत नव्हता; पण रात्र व्हायला लागली होती आणि तिला अजून वर्सोवा ते दादर असा भरगच्च प्रवास करायचा होता. निघताना दाराशी माझे हात हातात घेत यशू म्हणाली,

"हे, यू नो समथिंग, वी आर सिस्टर्स ॲण्ड.."

"वी वेअर डेस्टिन्ड टू मीट."

मी तिचे वाक्य पुरे केले.

खरंच होतं ते. आम्ही दोघी कुठल्या तरी वेगवेगळ्या कुटुंबात जन्माला आलो, इतकी वर्षे आपापली आयुष्ये वेगळी जगत, भिन्न मार्गांवरून चालत

राहिलो, मुळात हे मराठी साहित्यजग एवढे छोटेसे, आमच्या ओळखीची कितीतरी समान माणसे असूनही कधी पुसटशा संपर्कात आलो नाही. आणि आता भेटतोय त्या अशा म्हणजे आम्ही मुळातच एकमेकींच्या कुणीतरी असणारच होतो, ती योजना कुणीतरी आधीच आखून ठेवलेली होती. ते जाणवून आम्ही आमच्यावरच खूष होऊन गेलो.

मग एकमेकींच्या बहिणीच होऊन गेलो.

यशोधरा आणि यशोधरा.

मग भेटल्या निर्मलाबाई.

ती यशू माझ्यापेक्षा अगदी जराच का होईना, पण मोठी असल्यामुळे ताईपणाचा हक्क तिने स्वतःच स्वतःकडे अगदी बिनधास्तपणे घेऊन टाकला होता. म्हणजे पहिल्यांदा आग्रहाने शिवाजी पार्कच्या घरी बोलावून नेऊन निर्मलाबाईंशी ओळख करून देणे आणि पुढेपुढे कधी रेस्टॉरंटमध्ये गेल्यावर एखादी भरपूर कॅलरीज असणारी, स्वतःला खावीशी वाटणारी स्वीट डिश मला शेअर करायला लावून ती किती चविष्ट आहे हे पटवून देणे, जिप्सी-नेब्यूलाचे बिल मला कधीच न देऊ देणे इत्यादी. म्हणजे थोडक्यात तिची माझ्यावर हवी तितकी दादागिरी बिनदिक्कत सुरू झाली. खरं म्हणजे 'रणांगण'चे भाषांतर पूर्ण करण्यासाठी मोठी रजा घेऊन ती इथे मोठ्या जोशात ठिय्या देऊन राहिली होती. मुळात 'रणांगण'सारख्या आकाराने लघु वाटणाऱ्या पण प्रचंड मोठा आवाका असलेल्या बहुस्तरीय कादंबरीचे, त्यातला अवकाश, पात्रांमधले नातेसंबंधांचे पीळ अन् भाषिक गुंतागुंती समजून घेऊन भाषांतर करणे हेच एक मोठे आव्हान होते. मालतीबाई आणि विश्राम बेडेकर तेव्हा हयात होते. त्यामुळे प्रत्यक्ष नसला तरी त्यांचा एक अदृश्यसा धाक तिला नक्कीच जाणवत असणार होता. आणि या सर्वांवर रामदास भटकळांसारख्याच विचक्षण प्रकाशकाची, नाही म्हटलं तरी आहे अशी बारीक नजर होती. तिकडे रॉचेस्टरला समशेर, जाई आणि राहुल तिची वाट बघत होते. माझ्याही मागे माझे रोजचे व्याप होते. तरीही जमेल तसा वेळात वेळ काढून आमच्या भेटीगाठी आणि गप्पा चालूच राहिल्या. पुढे भाषांतराचे काम संपत आले, यशोधराबाईंची रजाही संपली. आणि एके दिवशी आपला इथला बाडबिस्तरा आवरून त्या झूमकन् अमेरिकेला निघूनदेखील गेल्या. कितीतरी दिवस तिच्या आठवणीने मला चुकल्याचुकल्यासारखे होत राहिले. मग अधूनमधून ईमेलवरून आमचा संपर्क सुरू राहिला. आणि वाट वाकडी करत शिवाजी पार्कला फेऱ्या... त्याही सुरूच राहिल्या.

निर्मलाबाईंच्या साहित्याबरोबर यशू-जाईच्या आठवणी हा आमच्यातल्या संबंधांचा नाजूकसा दुहेरी पूल बनून गेला. यशू म्हणजे त्यांची लाडकी एकुलती

लेक. ती तिकडे दूर अमेरिकेत इतकी वर्षे स्थायिक झालेली. तिच्या नसण्याची त्यांना अजूनही सवय होत नव्हती. मग दुधाची तहान ताकावर भागवली जावी तसे त्यांचे माझ्या बाबतीत होई. माझ्या नावाचा कुठलाही इतर शॉर्टफॉर्म न करता त्या प्रत्येक वाक्यावाक्यात मला 'अग यशू...', 'ए यशू...' करत स्वतःशीच खूष होऊन जात. या वशिल्यामुळे त्यांच्याकडे कधीही जाऊन टपकता येई. माझ्या अशा आगंतुकपणे येण्याची त्यांना कधीच अडचण झाली नाही. अनेक थोरामोठ्या लेखिकांच्या भेटींचे अनुभव मी पचवले होते. आधी चारदा फोन करून मुलाखतीची वेळ ठरवून घ्या, मग त्यांच्या घरी जा, दिवाळी अंकासाठी कथा हवी असो किंवा कार्यक्रमाचे निमंत्रण द्यायचे असो, मग त्यात हजार आढेवेढे, कधी अवास्तव मानधन मागून अडवणूक आणि खरे तर त्या सर्वांतून बऱ्याचदा नवोदित लेखिकांच्या वाट्याला म्हणून येत असते, अशी एक प्रकारची सुप्त तुच्छताच व्यक्त केली जात होती; पण इथे तर सगळा मामलाच आगळा होता. मी घरी गेले की त्यांना इतका काही आनंद होई, की विचारू नका. पहिल्यांदा अगदी हात पकडून ओढत आत घेऊन जात आणि दिवाणवर शेजारी बसवत. मग स्वतःच्या अत्यंत रसिक स्त्रीसुलभ स्वभावाला (आणि सीकेपीपणाला?) अनुसरून माझे अगदी बारकाईने अन् बेरकेपणाने निरीक्षण केले जाई.

"काय ग बाई यशू, किती या अंगठ्या, ही हिऱ्याची वाटतं! आणि कान किती ठिकाणी टोचून घेतलेस, किती हे कानातले... कुठे घेतलेस, पेठे की चिंतामणी?"

आणि बाई स्वतः मात्र अगदी घरातसुद्धा धारवाडी किंवा इरकली काठापदराची साडी, हातात सुंदरसे बंगाली तोडे घालून टिपटॉप तयार झालेल्या असत. अभिजात रसिकता हा त्यांचा एक मोठा गुण होता. तो जन्मजात अंगभूत तर होताच, पण ज्या संस्थानिकी वातावरणात त्या वाढत, मोठ्या होत गेल्या होत्या, त्या संस्कृतीचे संस्कारही त्यांच्या मनात खोलवर रुजले होते. उत्तम कपडे, दागिने, तऱ्हेतऱ्हेचे स्वैंपाक करण्याची त्यांना मनापासून आवड होती, आपल्या सीकेपी सुगरणपणाबद्दल त्यांना सार्थ अभिमान होता. 'रमा सदन' मधल्या दोन खणी घरापेक्षा एखाद्या जुन्या चौसोपी वाड्यात ओसरीवरच्या झोपाळ्यावर झोके घेत घरातल्या 'पर्कऱ्या' पोरींना रुक्मिणीस्वयंवर पाठ करायला लावताना किंवा भरलेल्या ओटीने देवघरात निरांजनांच्या मंद प्रकाशात उजळून निघालेल्या खंडोबा-एकवीरेच्या सोन्याचांदीच्या मुखवट्यांच्या पाया पडताना त्या जास्त शोभून दिसल्या असत्या, असे मला सारखे वाटत राही. आणि दुसरीकडे बघावे तर बालसाहित्य, काव्य, कथा, कादंबरी आणि हिंदी-मराठी अनुवाद अशी तब्बल चौदा प्रकाशित पुस्तकांची मूल्यवान निर्मिती करून मराठीतल्या एक समर्थ लेखिका म्हणून त्यांनी स्वतःला सिद्ध केले होते. पुढे एशियाटिक सोसायटीच्या दरबार हॉलमध्ये

यशूच्या 'बॅटलफील्ड'चे थोरामोठ्यांच्या उपस्थितीत थाटामाटात प्रकाशन झाले तेव्हाही त्या खूप हौसेने अगदी सुंदरशी सिल्कची साडी नेसून, त्यांच्या लिखाणात नेहमी डोकावतात तसे 'एखाददोन साधेसे दागिने' घालून अगदी व्यवस्थित तयार होऊन मोठ्या उत्साहाने हजर झालेल्या मला आठवतात.

'टिकलीएवढं तळं'(१९८०) ही त्यांनी लिहिलेली आणि मी वाचलेली त्यांची पहिली कादंबरी. त्या आधी कविता त्यांच्या सोबतीला होतीच. तीन कवितासंग्रह, अनुवाद, 'मर्ल' (कथासंग्रह, १९८६), 'कथा एका बकुळची' (१९९२), 'सलत सूर सनईचा' (१९९६), 'बन्सी काहेको बजाई' अशा सरस प्रादेशिक कादंबऱ्या आणि सर्वांत शेवटी 'भाळी गोंदण चांदणं' हे आत्मचरित्र (२००४) असा बाईंचा लेखनप्रपंच दिसतो. 'टिकलीएवढं तळं' बघितले तर नावासारखे एवढेस्से पुस्तक आहे; पण ते वाचता वाचता मी त्यात खोलवर बुडून, गुंगून गेले ती आजतागायत. 'मर्ल'मधल्या कथा 'मौज', 'सत्यकथा', 'नवयुग', 'शब्दश्री'सारख्या दर्जेदार व लोकप्रिय मासिकांतून प्रकाशित झालेल्या होत्या. म्हणजे एका दृष्टीने निर्मलाबाई भाग्यवानच म्हणायच्या; कारण मराठी मासिके तेव्हा केवळ अस्तित्वातच नव्हती तर ऐन बहरात होती. शिरीष पैंसारखी अतिशय संवेदनशील साहित्यिका, सरोजिनी वैद्यांसारखी मराठी भाषा आणि साहित्याच्या क्षेत्रात मोलाची कामगिरी करणारी विदुषी, राम पटवर्धनांसारखे रत्नपारखी संपादक, बाळ सामंतांसारखे विविधरंगी लेखक अशी अनेक थोर मनाची साहित्यिक मंडळी निर्मलाबाईंच्या अवतीभवती वावरत होती. त्यांनी निर्मलाबाईंना सतत प्रोत्साहन देऊन लिहिते केले, लिहिते ठेवले. हे सगळे ठीक आहे; पण एखाद्या, विशेषतः अगदी मध्यमवर्गीय शिवाजी पार्क संस्कृतीत जगणाऱ्या या कुटुंबवत्सल बाईला कसे जमले असेल इतके सातत्याने लिहायला? देवासच्या खानदानी श्रीमंत सरदार घराण्यात संयुक्त कुटुंबात जन्मलेली, मोठ्या लाडाकोडात वाढलेली एक मुलगी, लग्न म्हणजे काय तेही नीटसे कळलेले नसण्याच्या वयात लग्न होऊन मुंबईसारख्या सतत धावत्या विश्वात, एका मोठ्या फ्लॅटमध्ये राहणाऱ्या सासू, अनेक दीर-जावा असलेल्या नांदत्या-गाजत्या कुटुंबात धाडली गेली आणि तिथून सुरू झाला तिचा असा प्रवास! यशूचे वडील, वसंतराव देशपांडे तेव्हा 'ॲक्चुअरी'च्या परीक्षा देत होते. म्हणजे निर्मलाबाईंना लग्नानंतर शहरी पांढरपेशा संस्कृती, अनोळखी वातावरण, कुटुंबातल्या माणसांचे बरे-वाईट स्वभाव, कायस्थी रीतिभाती, कुळाचार, आल्या-गेल्या पै पाहुण्यांचे रीतसर आदरातिथ्य अशा अनेक बाबींशी नवी सून म्हणून जुळवून घ्यावे लागणार होते.

मागे ग्वाल्हेरात सोडून आलेल्या विधवा आई आणि धाकट्या भावंडांची

काळजी मन पोखरून काढत होती. ती जबाबदारी निभावायला देशपांड्यांनी निर्मलाबाईंना सतत साथ दिली. त्यांच्या भावाबहिणींची शिक्षणे, लग्नकार्ये, त्यांचे संसार व करिअर्स स्थिरस्थावर करण्याची कठीण कामे या दोघांनी मिळून पार पाडली; हे जरी खरे असले तरी एकीकडे त्या दहा कर्मकठीण परीक्षा आणि करिअरमध्ये गुरफटून पडलेला बुद्धिमान नवरा आणि दुसरीकडे सासर-माहेरच्या कौटुंबिक जबाबदाऱ्यांचा बराचसा एकटीनेच उचलावा लागणारा भार, त्यात लागलेल्या ठेचा आणि मार, निर्मलाबाईंना तोंड दाबून सहन करावा लागत होता. मग कुठून येत गेली त्यांच्या ठायी ती स्फूर्ती, ती लिहिण्याची ऊर्जा? लहानपणापासून घरात तिन्हीत्रिकाळ कानावर पडणारी देवादिकांची भजने, आरत्या, स्तोत्रे, माळव्यातली लोकगीते, कॉलेजच्या बाकावर बसून ऐकलेले बच्चनजी, सुमित्रानंदन पंत, सुभद्राकुमारी चौहान, प्रभाकर आणि सहाध्यायी असणारे शिवमंगल सुमन आणि जान निसार अख्तर हे कवी, पुढे शान्ताबाई शेळके आणि शिरीषताईंशी झालेली गाढ मैत्री... यांचे संस्कार पुरेसे होते? कायस्थांच्या संयुक्त कुटुंबातल्या सवाष्णी, सासुरवाशिणींच्या आयुष्यांचा परीघ तो केवढा? पुरुषमंडळींच्या येण्याजाण्यानुसार तिन्ही-त्रिकाळ चवीढवीचे स्वैंपाक करायचे, घड्याळाच्या ठोक्यावर बेतलेले आयुष्य रीती-परंपरेनुसार नीट पार पाडत जायचे एवढीच मर्यादित अपेक्षा होती. देशपांड्यांच्या भरलेल्या घरात सुनांना कोणती कमी होती? त्यातल्या इतर जणींना कधी कसं बरं नाही वाटलं, नोकरी करून स्वतःचे चार पैसे कमवावे असं? लिहावं, वाचावं असं? आमच्या निर्मलाबाईंना मात्र वालाचं बिरडं, सरंग्याचं कालवण आणि खाजाचे कानवले, माहेश्वरी-इंदुरी साड्या यांच्यापलीकडे काहीतरी जास्त हवं, ते अगदी स्वतःचं हवं असं वाटायचं कधी थांबलंच नाही, ते कसं काय? की या सगळ्या सांसारिक धबडग्यातून, अगदी स्वतःपासूनसुद्धा काही क्षण तरी निसटून शांतपणे विसावून टेकायला स्वतःचं असं टिकलीएवढं का होईना, तळं त्या शोधत राहिल्या होत्या? कोणत्या हाका त्यांना त्या काठावरून ऐकू येत राहिल्या होत्या?

याचं उत्तर त्यांच्या सबंध लेखनप्रपंचातच दडलेलं आहे असं मला वाटतं.

संवेदनशीलता आणि आत्मनिष्ठता प्रथम त्यांना कवितेच्या प्रांतात अगदी सहज घेऊन गेली. तिथे त्या बराच काळ रमल्यादेखील. आणि मग आलं 'टिकलीएवढं तळं'. एका आत्ममग्न कवयित्रीची उत्कट संवेदनशीलता गद्याच्या वाटेला वळली तेव्हा छोटी लयबद्ध वाक्ये, मिताक्षरी संवाद, त्या संवादांना असणारा स्वतःचा असा नाद, अर्थवाही भाषाविशेष, सुरू झाले झाले म्हणेपर्यंत संपलेल्या प्रसंगांची हूरहूर लावणारी साखळी... असे कवितेचे अनेक लहान-मोठे चमकदार पैलू घेऊन ती प्रकटताना दिसते. वाड्यात राहणारी अल्लड किशोरी लग्न होऊन शहरातल्या सासरी आली तरी तिचे ओढाळ मन तिला मागे खेचत

राहते, तसेच काहीसे हे देखील. आपल्या मराठी कवयित्रींपैकी अगदी बोटावर मोजण्याइतक्या काही गद्यात देखील उत्तम कामगिरी करून गेल्या, त्यापैकी निर्मलाबाई एक आहेत हे त्यांनी 'टिकलीएवढं'पासून जणू सिद्धच करून दाखवले. मग निर्मलाबाईंचे वेगळेपण कोणते? तर उत्कट संवेदनशीलतेबरोबर वाहवून न जाता त्रयस्थासारखे पराकोटीचे अलिप्त होत, एखाद्या नायिकेच्या, अपर्णाच्या कहाणीचे पदर उलगडत जाणे. ही अलिप्तता प्रसंगी रुक्ष वाटावी इतकी विस्मयचकित करून टाकणारी आहे. 'एकमेकांचा निरोप घेऊन आम्ही टॅक्सीत बसतो. निशिकांत बंगल्याच्या फाटकापर्यंत येतात आणि बदामीच्या झाडाखाली उभे राहतात. बदामीची दळदार तांबूस हिरवी पानं चंद्रप्रकाशात वाऱ्यावर हिंदोळताना अमानुष झळाळतात. परत परत एकमेकांचे निरोप घेतले जातात. टॅक्सी चालू होते. मागच्या काचेतून आपण मान वळवून बघतो. निशिकांत अजून बदामीच्या बुंध्यापाशीच उभे असतात. निश्चळ.'

फक्त सहाच वाक्यं.

पण आपल्यापुढे केवढा मोठा कॅनव्हास उभा राहतो?

किती मोठं लँडस्केप?

रात्रीच्या वेळी मलबार हिलवरच्या आलिशान बंगल्याच्या पोर्चमधून दूरच्या तिच्या घराकडे घेऊन निघालेली अपर्णाची टॅक्सी. तिच्यातल्या स्त्रीत्वाच्या गाभ्याला जाणून घेणाऱ्या, नव्याने फुटू लागलेल्या कवितेच्या धुमाऱ्यांबद्दल अत्यंत कौतुक असणाऱ्या, निशिकांतासारख्या एकमेव सहृदय मित्रापासून दूर घेऊन चाललेली टॅक्सी... सरळमार्गी श्री आणि भावनोत्सुक अपर्णाच्या नात्यातली इतरांना न दिसणारी इवलीशी नाजूक फट निशिकांतला सापडण्याचा हा क्षण आहे. खरं म्हणजे त्यांच्यातल्या एका आगळ्यावेगळ्या सुंदर नात्याची सुरुवातच ताटातुटीच्या अशा एका तडाख्याने इथे होतेय. या ताटातुटीमुळे निशिकांतला अगदी भडभडून आलंय. अपर्णालाही त्या यातना जाणवतायत. अशा व्याकूळ मनःस्थितीत तिकडे श्रीच्या खांद्यावर मस्तक विसावू पाहणाऱ्या अपर्णाला श्री म्हणतो, 'मस्त जेवण झालं, गप्पा मारल्या, रेकॉर्ड्स ऐकल्या, न् म्हणे कससंच होतंय. जरा सरकून बस. टॅक्सीवाल्याला सगळं दिसतं.'

तिच्या त्या क्षणी वादळलेल्या मनःस्थितीशी काही म्हणा काऽऽही देणंघेणं नाही.

आणि कविता?

तिच्याशी तर मुळीच नाही.

मग त्या बाईनं जगायचं कसं? कशाच्या आधारानं?

किती छोटासा प्रसंग...

लहानशा परिघातदेखील खऱ्या अर्थानं 'स्व'तंत्र जगू पाहणाऱ्या, विचार

करणाऱ्या प्रत्येक स्त्रीच्या दुखऱ्या नसेवर निर्मलाबाई बरोबर बोट ठेवून जातात.

निर्मलाबाईंच्या कादंबऱ्यांतून संयुक्त कुटुंबातले वातावरण अतिशय समर्थपणे उभे राहते. हे त्यांच्या कादंबऱ्यांचे म्हटले तर बलस्थान आहे आणि म्हटली तर मर्यादादेखील. कोसळत चाललेली सरंजामशाही, उद्‌ध्वस्त होत चाललेले वाडे, ते सोडून देशोदेशी पांगत गेलेली एकत्र घराण्यातली माणसे यांचे आता हरवून गेलेले, आजच्या मॉलसंस्कृतीतल्या मराठी वाचकाला पार अनोळखी असणारे जग त्या विलक्षण उत्कटपणे उभे करत जातात. 'सलत सूर सनईचा'ही तर एका प्रचंड मोठ्या वाड्यात नांदणाऱ्या आणि हळूहळू परिस्थितीला शरण जात, आपापल्या वाटेने निघून गेलेल्या चार पिढ्यांच्या माणसांची कथा सांगणारी कादंबरी आहे. बडेभैयाजी, छोटेभैयाजी हे चुलतभाऊ या वाड्यातले कर्ते पुरुष, पण इथे हुकूम चालतो तो छोटेभैयाजींच्या बालविधवा विकेशा वहिनी पांढरीमाँ यांचा. बडेभैयाजी, छोटेभैयाजी, यांच्या पत्नी लक्ष्मीबाई आणि भागीरथीबाई आणि त्यांची मुलं, छोटेभैयाजींच्या तीन बहिणी, लक्ष्मीबाईंचे भाऊ विडेआजोबा आणि त्यांची पत्नी लंगड्यामामी, भागीरथीबाईंच्या मातुःश्री लालमाँ आणि चुलतभाऊ बंडूमामा, वाड्यात खेळायला येणारी मुलं, अनेक नोकरचाकर अशी जवळपास वेगवेगळ्या वयाची, सामाजिक स्तरावरची, जातींची पन्नासएक पात्रे या वाड्यात निर्मलाबाईंनी सोडून दिली आहेत; पण झाशी, शिवपुरी, देवास, ग्वाल्हेर किंवा सारंगपूरसारख्या मध्यप्रदेशातल्या संस्थानातल्या, ऐतिहासिक पार्श्वभूमी असणाऱ्या, एका कायस्थी सरंजामशाही घराण्याची, कालक्रमानुसार पुढे सरकत जाणारी कल्पनारम्य कथा उलगडत जाणे, एवढेच मर्यादित उद्दिष्ट त्यांच्यासमोर नाही. त्या बंदिस्त जगातल्या वेगवेगळ्या माणसांचे घरातल्या स्थानानुसार असणारे महत्त्व किंवा नगण्यत्व, त्यांचे विविध स्वभावविशेष आणि त्या नातेसंबंधांमध्ये बदलत्या सामाजिक व आर्थिक परिस्थितीनुसार उभ्या राहणाऱ्या ताणतणावांच्या ओढाताणीचे चित्रण इथे येते. यातल्या प्रत्येकाची एक कहाणी आहे, स्वभावविशेष आहे, कधी कळलेले तर कधी अव्यक्त राहिलेले भावजीवन आहे. एकीकडे वाड्यातल्या इतर चार मुलींसारखी फारशी न शिकलेली पण आधुनिक विचारांची, स्वातंत्र्यलढ्यात संघर्ष करणारी, त्यासाठी माहेर-सासरच्या माणसांची उणीदुणी ऐकून घेणारी शरयू आहे, तर दुसरीकडे वाड्याच्या ओसरीवरून जहागिरीचा कारभार सांभाळून वाड्यातल्या सर्व माणसांचा प्रतिपाळ करण्याची जबाबदारी ज्याच्या खांद्यावर असायला हवी होती, त्या आबासाबांचे तिथे दिवसभर पत्ते कुटत, खाऊन-पिऊन नुसत्या झोपा काढत सुस्तावलेले निष्क्रीय जगणे आहे. अशा या विविध माणसांच्या लहान-मोठ्या कहाण्यांचे पदर वडाच्या पारंब्यांसारखे वाढत, एकमेकांत गुंतत कथाप्रवाहाला पुढे पुढे नेत मजबूत करत राहतात. जहागिरी सरकारजमा होतात, कूळकायद्यात आणि सावकाराच्या कर्जापायी जमिनी जातात, महागाईची चढती कमान वाड्याची

धूळधाण करून टाकते. वाड्याचे वैभवशाली नक्षीदार मजले खाली उतरत राहतात, गावाला जोडणाऱ्या नवीन रेल्वेलाइनखाली तुळजापूरकरीण देवी गाडली जाते. आणि ते सगळं वैभव जगलेली, त्यांच्याशी आंतरिक मायेने जुळलेली शालू वाड्यातून शेवटची निघते तेव्हा त्या पडक्या ओक्याबोक्या वाड्यात उरलेले असतात उताराला लागलेले काका-काकू, त्यांच्या लग्नाच्या तीन मुली...

आणि एक भलं मोठं, अधांतरी तरंगणारं प्रश्नचिन्ह... पुढे काय होईल?

शालू वाड्यात परतून येणार नसते. तीच काय, त्यांच्यातले कुणीच परतून तिथे कधी येणार नसतात. कुटुंबातले नातेसंबंधांचे धागे विरून गेलेले असतात, कुणीच कुणाचे राहिलेले नसते. सगळे संपून गेलेले असते.

आणि...

कधीही कुणी पाणी न घातलेली 'पीरबाबांची हिरवीकंच पाचुपानांची बोर मात्र एकटीच दुपारच्या लख्ख उन्हात झळाळत राहते.' शाश्वत पातळीवर चालत राहणारी ही कहाणी शेवटी एका वेगळ्याच अशाश्वत उंचीवर जाऊन संपते.

हे सगळे लिखाण वाचताना मी कितीतरी वेळा वाड्याच्या दिंडीदरवाजावरच्या 'तडकलेल्या गणेशपट्टी' पासून धुळकटलेल्या ओसऱ्या, मोठमोठाले चौक, कमानदार लाकडी नक्षीकाम केलेल्या माड्या, वेगवेगळ्या फोडण्यांचे वास येणारी स्वयंपाकघरं पार करत हिऱ्यांचा मुकुट असलेल्या एकविरा-खंडोबा-बापदेव असलेल्या देवघरांतून 'बावलेल्या फुलांचा' वास घेऊन फिरून आले. मुळात या कादंबऱ्या वेगळ्या वाटल्या तरी त्या तशा संपूर्णतः वेगवेगळ्या सुट्या कथा नाहीत. देवासचा वाडा आणि त्यातली माणसे, त्यांचे जगणे हेच निर्मलाबाईंच्या सगळ्या कादंबऱ्यांच्या केंद्रस्थानी आहे. कथानकातल्या निवेदिका/नायिका; अपर्णा, बकुळ, शरयू, शालू... आणि लेखिका निर्मलाबाई या वेगवेगळ्या आहेत हे लक्षात ठेवूनही मला तसे करता येत नाही. आणि शेवटी 'भाळी गोंदण चांदणं' या त्यांच्या आत्मचरित्रातून तर त्यांच्या सगळ्या कादंबऱ्यांच्या एकमेकींशी जुळलेल्या छाया-पडछाया अगदी बिनचूकपणे सापडत जातात.

शेवटी लेखिका मनापासून रमते ती त्याच वातावरणात; पण कालबाह्य होत चाललेल्या वैभवशाली संस्कृतीचे बुरूज एक एक करून ढासळत चाललेले वाचकांना दाखवताना ती विनाकारण भावनाविवश होत नाही. या वाड्यात भुतेखेते, पुराणी भुयारे, पुरून ठेवलेले खजिने, संशय-कारस्थाने असल्या स्वप्नरंजक कल्पनाचमत्कृती, किंबहुना कुठल्याच प्रकारची अवास्तवता नाही. आहे ते सगळे रोखठोक वास्तव आहे. तुम्हाला बरे वाटले, पटले तर स्वीकारा; नाहीतर सोडून द्या, हा निर्मलाबाईंचा सरळ पवित्रा आहे.

आणि आता ते जिवापाड जपलेले संचित, नजरेसमोर कणाकणाने विलयाला जात

चालले म्हणून कुठे ऊर बडवून आक्रोशही केला गेलेला नाही. त्या माणसांबद्दल सहानुभूती, सहकंप, सहवेदना सगळे काही आहे, गेलेल्या दिवसांबद्दल अतिशय खंत आहे, दु:ख आहे, पण भडकपणा नाही, मेलोड्रामा तर मुळीच नाही. त्यांच्या कथाविश्वात देवधर्म, कुळाचार, सणवार, व्रतं-वैकल्यांची पखरण आहे, पण सज्जन-दुर्जन अशी विभागणी नाही, पाप-पुण्याचे हिशेब नाहीत की आशीर्वाद-शाप-पुनर्जन्म असला भोळसटपणा नाही. नियतीबियती तर मुळीच नाही. सगळाच सरळ मामला आणि आपल्या त्या विश्वात इतकी तनमनाने गुंतलेली ही लेखिका कथा लिहून शेवटच्या पूर्णविरामाचे टिंब कागदावर ठेवल्यानंतर अशी झटकन तिथून बाहेर पडते, पुन्हा मोकळी, अलिप्त होते, होऊ शकते यातून बरेच शिकण्यासारखे आहे. 'टिकलीएवढं'चा शेवट या दृष्टीने खरोखरी अभ्यासण्यासारखा आहे.

नवकथेने दिलेले स्त्री-पुरुष संबंध आणि लैंगिकतेचे समजूतदार भान निर्मलाबाईंच्या लिखाणातूनही व्यक्त होत जाते. त्यांच्या कथानकांतले पुरुष संयुक्त कुटुंबाचे प्रमुख म्हणजे अर्थार्जन करून एवढ्या मोठ्या घराचा गाडा रीतिपरंपरेनुसार नीट चालणारे असावेत अशी अपेक्षा, पण आबासाब, चंदूभैया (सलत सूर); रघूभैया, आबासाहेब, माधव (कथा एका बकुळची); त्र्यंबकभावोजी (टिकलीएवढं तळं) ही पुरुषमंडळी तशी निष्क्रीय, निरिच्छ. तुलनेने पांढरीमाँ, भागीरथीबाई, रमाबाई, सत्यभामाबाई, शरयू, शाली (सलत सूर); मोठ्या आई, वारुआत्या, बकुळ, रणदिवेमावशी (कथा एका बकुळची); सुधा, सुरेखा, अपर्णा (टिकलीएवढं तळं) या क्रियाशील, परिस्थितीशी दोन हात करत आपापल्या परीने जीवनाचा गाडा ओढून नेतायत. पांढरीमाँ, भागीरथीबाई, रमाबाई, सत्यभामाबाई या तर वाड्यात अडकलेल्या अशिक्षित स्त्रिया; पण त्या वाड्याचे सगळे रहाटगाडगे चालवतात, मुलांची शिक्षणे निभावतात, मुलींची लग्ने जमवतात, कुळाचार अन् नेमधर्म नीट पार पाडतात, म्हणजे घरात हुकूम यांचा चालतो, कुटुंबाचा खरा भक्कम आधार या कर्तबगार स्त्रियाच आहेत. बकुळची नणंद ताराक्का हीदेखील अशीच खमकी स्त्री आहे. कल्याणसारख्या तेव्हाच्या लहानशा अन् मागासलेल्या शहरातल्या, दोन खणी टीचभर घरातल्या साम्राज्यात त्या आपले पती आबासाहेब, भाऊ माधव आणि मुकुंद आणि वहिनी बकुळवर अनिर्बंध सत्ता गाजवतात. स्वतः अपत्यहीन असलेल्या ताराक्का माधवला ताटाखालचे मांजर बनवून ठेवतात आणि पुढे नंदनला आपलासा करून घेऊन बकुळचे मातृत्वदेखील अगदी स्वार्थीपणे हिरावून घेतात. बकुळ एकटी पडते, अपुरी होते; पण स्वत:चे मूल गमावलेल्या ताराक्का दुसऱ्या आईचे दुःख समजून घेऊ शकत नाहीत, तेवढी कुवतच त्यांच्यापाशी नाही. रूढ अर्थी त्या खलनायिका नाहीत, पण त्या विलक्षण अप्पलपोट्या आणि निगरगट्ट आहेत. अशी चित्रणे निर्मलाबाईंच्या

लिखाणात उठून दिसतात.

'टिकलीएवढं तळं'मध्ये नुकत्याच तारुण्यात पाऊल टाकलेल्या अपर्णाच्या भावविश्वात केशवसारख्या उमद्या मुलाचे अव्यक्त प्रेम आहे आणि राजमलसारख्या मारवाडी सराफी घरातल्या मुलाचे धसमुसळे, रांगडे प्रेमही आहे. पुढे श्रीशी लग्न होते, पण त्यांची मने जुळत नाहीत. श्री कर्तबगार, उमदा, हवाहवासा पण सरळमार्गी, निरिच्छ, बराचसा अरसिक, अपर्णाची जगण्याची असोशी, उत्कट संवेदनशीलता आणि अगदी शारीर पातळीवर असणारी गरज समजून घेण्यात तो कुठेतरी अपुरा पडत राहतो. अपर्णा भरल्या संसारात एकटीच जगत राहते. तिचे जगणे, असणे हे त्याच्या आणि कुटुंबाच्या अपेक्षा पूर्ण करण्यासाठी आहे हे गृहीत धरले गेले आहे. मग तिला भेटतो निशिकांत, अत्यंत देखणा, कर्तबगार, श्रीमंत आणि रसिक असे हे व्यक्तिमत्त्व. त्याच्या पत्नीशी असणारा त्याचा संवाद तोकडा म्हणून तोही त्या संपन्न घरात एकाकी; पण त्याची आणि सुरेखाची निखळ, स्वच्छ मैत्री आहे. अशी ही माणसे प्रवाहात तरंगणाऱ्या ओंडक्यांसारखी एकत्र येतात. आणि त्या नात्याच्या स्पर्शाने अपर्णाला स्वतःचे हरपलेले स्वत्व सापडते, जगण्याचे प्रयोजन सापडते, ती संपूर्ण स्वतंत्र होते. काय म्हणायचे या संबंधाला? निशिकांतला अपर्णाबद्दल असणारी उत्कट शारीरिक ओढ त्याने कधी लपवलेली नाही, तसे मोहाचे क्षण त्यांच्यासमोर येतातही, ते अतिशय सेन्शुअस क्षण आहेत. परंपरेने घालून दिलेली मर्यादा दोघांकडूनही ओलांडली गेली नाही तरी ते क्षण माझ्या आयुष्यात आले होते, ते हवेहवेसे होते, त्यांची ओढ वाटत राहिली होती हे अपर्णासारख्या एका विवाहित स्त्रीला स्वीकारणे जितके कठीण, तिकेच निर्मलाबाईंना त्याबद्दल लिहिणे कठीण असले पाहिजे. मैत्री... प्लॅटॉनिक लव्ह... सहकंप... शारीरिक आकर्षण... अशा अनेक छटा या नात्याला आहेत. मग त्या पिढीतल्या निर्मलाबाईंनी इतके बोल्ड तेही कुठे बटबटीत होऊ न देता कसे व्यक्त केले असेल? कसे जमवले असेल?

आश्चर्य वाटल्याशिवाय राहत नाही.

'बन्नाबन्नी'मधले पदम् आणि दत्तमहाराज, 'निथळगौर'मधले शारदा आणि डॉक्टर सरनोबत, बकुळ आणि तिचे बॉस दातार, बकुळ-मुकुंदा हेही असेच रूढ चाकोरीबाहेरचे नातेसंबंध...आणि 'मेरी हॅड अ लिटिल् लॅम्ब'मधला शोभना आणि रोजमेरीचा संबंध?... तो तर पारच धक्का देणारा. आज सेक्श्युॲलिटी केंद्रस्थानी ठेवून लिहिणाऱ्या लेखिकांना आणि शृंगारकथेचे लेबल लावलेल्या कथा लिहिणाऱ्या लेखकांना, माझी खरोखरच मनापासून विनंती आहे की त्यांनी 'मेरी हॅड अ लिटिल् लॅम्ब'मध्ये निर्मलाबाईंनी एका ब्रिटिश/ॲंग्लोइंडियन व भारतीय मुलीच्या समलिंगी संबंधाबद्दल लिहिलेल्या कथेची वीण किती सुबकपणे घातली आहे

ते जरूर तपासून बघावे. ललितपूरसारख्या नगण्य संस्थानात राहणाऱ्या मुलींची पार्श्वभूमी, कुटुंबे, त्यांचे स्वभाव, आवडीनिवडी काहीच एकदुसरीसारखे नाही. तरीही त्यांच्यात निर्माण होणारी जवळीक, मैत्री, स्नेह त्यांना त्या क्षणाकडे आपसूक खेचून घेऊन जाते. वाचक म्हणून मला जाणवते ती त्या घटनेची अपरिहार्यता आणि चकित व्हायला होते, एक्साइट नाही, शरमिंदे तर मुळीच नाही.

निर्मलाबाईंनी हे वेगळे नातेसंबंध केव्हा आणि कसे समजून घेतले असतील?

शेवटी लेखक शोधत असतो मानवी अस्तित्वाचा अन्वयार्थ. निर्मलाबाईंच्यासमोर हेमिंग्वे किंवा मॉमसारखा सगळ्या जगातल्या माणसांच्या अस्तित्वाचे सार शोधण्याचा हेतू मुळीच नव्हता. त्या शोधत होत्या आपल्याच मर्यादित परिघातल्या जीवनातल्या ताण्याबाण्यांचा अर्थ. त्यांचा जबरदस्त नॉस्टॅल्जिया त्यांना सतत त्या वाड्याकडेच खेचून नेत राहतो. खरे तर शिवाजी पार्क, हिंदू कॉलनी, मुगभाट, प्रार्थनासमाज, फ्रेंच ब्रिज, गावदेवी, परळ-लालबाग अशा मुंबईतल्या भागांना स्वतःची आगळीवेगळी अशी पोटसंस्कृती आहे. शिवाजी पार्कीयन स्वतःच्या जीवनपद्धती व संस्कृतीचे अभिमानी आहेत. शिवाय या परिसरात आचार्य अत्रे, सुधीर फडके, सी. रामचंद्र, पांडुरंगराव नाईक, मास्टर विनायक, पंडित जसराज, बाळ गजबर, डॉक्टर देव, वसंत देसाई, दादासाहेब दांडेकर, डॉक्टर अरविंद बावडेकर... तिथून जरा पुढे गेले की गजानन जहागिरदार, प्रभाकर पणशीकर आणि असे कित्येक मान्यवर लेखक, कवयित्री, हिंदी-मराठी चित्रपटतारे, गायक, राजकारणी अशी थोर मंडळी राहत होती, त्यांची कुटुंबे अजून तिथे आहेत. आणि शिवाजी पार्क हे नुसते खेळाचे एक मैदान का आहे? महाराष्ट्राची संस्कृती, शिक्षण, क्रीडा, आणि राजकारणाचे ते अतिशय महत्त्वाचे केंद्र आहे. स्वातंत्र्यपूर्व व उत्तर काळात किती लाखांच्या गर्दीने मराठी माणसे इथे आपापल्या नेत्यांची भाषणे ऐकायला जमली. तशीच ती साहित्य संमेलनाला जमली, करिअर फेअर्सना जमली. या मैदानातून आचार्य अत्र्यांनी संयुक्त महाराष्ट्राच्या लढ्यात किती वेळा मोरारजींवर घणाघाती हल्ले चढवले असतील! यशवंतराव चव्हाणांनी संयुक्त महाराष्ट्राचा झेंडा प्रथम इथे फडकवला, बाळासाहेब ठाकऱ्यांनी दर दसरा सभेत शिवसैनिकांना नवा कानमंत्र देऊन त्यांचे रक्त तापवले, अशा किती सभा! पण अगदी पाच पावलांवर राहणाऱ्या निर्मलाबाईंचे त्या घडामोडींकडे लक्ष नाही. 'टिकलीएवढं' मधला केशव पुढे युद्धावर जातो आणि इतरत्र अधूनमधून युद्धकाळातल्या रेशनिंगचे संदर्भ येतात. ते तेवढेच. बकुळ पुढे धीटपणे चर्चगेटच्या ब्रिटिश सरकारच्या सेन्सॉर ऑफिसमध्ये नोकरी करते, इथेही युद्धाचा संदर्भ तेवढ्यावरच राहतो; कारण इथे बकुळसारख्या दबवल्या गेलेल्या मुलीने हिंमत करून कल्याणहून चर्चगेटला एकटीने जाणे, त्या मोठ्या हुद्द्यावरच्या कडक शिस्तीच्या ऑफिसरसमोर

उभे राहून इंटरव्ह्यू देणे, स्वतःच स्वतःच्या पायावर उभे राहायला शिकून घेणे, खमकी नणंद आणि नेभळट नवरा यांच्या कचाट्यातून मुक्त होणे हे महत्त्वाचे आहे. दुसरे महायुद्ध हे केवळ सेन्सॉर ऑफिसच्या अस्तित्वाचे कारण आहे, कथानकाच्या त्या टप्प्याची पार्श्वभूमी म्हणून ते येत नाही. जागतिक पातळीवर उलथापालथी घडवत चाललेले युद्ध, डोळ्यांसमोर सुरू असलेले राजकारण नाट्य यांच्याकडे निर्मलाबाईंचे लक्ष नाही, याचे राहून राहून आश्चर्य वाटत राहते. त्यांचे पती ज्या विमा क्षेत्रात काम करत होते त्यात आजवर किती आश्चर्यकारक बदल होत आले! ॲक्चुअरी हे पद मिळवणे तेव्हाही महाकठीण होते. आज विमाव्यवसायात या पदावर असणाऱ्याचे महत्त्व व मोल अपरिमित आहे; पण इथे कुणाचे लक्ष आहे त्याच्याकडे?

पूर्वीच्या कवी-कथाकारांचे संस्कार पचवून ही कथा घडली आहे. नवकथेच्या वळणाने ही कथा जाते; पण आपली काव्यमयता कुठेही सोडत नाही. ती बोल्ड नक्कीच आहे; पण कुठेही दुर्बोध होऊन अडखळत नाही. एलिनेशन ही संज्ञाही कदाचित त्यांना ठाऊक नसावी; पण त्यांच्या लिखाणातून सतत पिच्छा पुरवणारी पराकोटीची अलिप्तता अस्वस्थ करून सोडणारी आहे.

कधीतरी मात्र आपल्या लिखाणाबद्दल त्या खूप सजग होत. एकदा त्या मला म्हणाल्या, "अगं यशू, तू माझं ते 'सलत सूर सनईचा'वाचलंस की नाही?"

ते नाव ऐकूनच मला एकदम हसू फुटत गेलं.

"काय... काय? हाहाहा... काय नाव आहे... सलत सूर सनई... अगदी कहाआआआनी किस्मत... कीईईईई... भारीच आहे की..."

इथे तर अगदी माझ्या आईसकट कोणत्याही ज्येष्ठ मराठी लेखिकेने माझ्या कानाखाली नक्कीच मोठा आवाज काढला असता; पण खुळ्यासारखी हसत हसत मी कोलमडलेली बघून निर्मलाबाईंनाही हास्याचा फवारा फुटत गेला.

"काय गं बाई चहाटळ मुली तुम्ही आजकालच्या!"

पण माझं ते अमुक वाचलंस का, ही गमतीशीर हौस त्यांच्या ठायी कधीतरी जागी होत होतीच; पण त्याहीपेक्षा महत्त्वाचे म्हणजे त्या इतर लेखक-लेखिकांचे विशेषतः नवनव्या लेखिकांचे साहित्य मोठ्या कौतुकाने वाचत. आणि त्यातले काही आवडले की लहान मुलासारखा ओठांचा चंबू करून, डोळे अगदी बंदबिंद करत, मान हलवत स्वतःशीच खूष होत म्हणत,

"कशा गं तुम्हा मुलींना अशा नव्यानव्या आयडियाज सुचतात, ग्रेट हां!"

पण आपल्या मुलीचे कौतुक? ते कोण करणार? यशूच्या निर्मितीशीलतेबद्दल त्यांच्या मनात जराही शंका नव्हती; पण ती परदेशी गेली म्हणून मराठी साहित्यापासून दुरावली, नाहीतर तिने त्यात मोलाची कामगिरी केली असती असे त्यांना वाटे.

त्यातून तिचा नवरा बंगाली, म्हणजे संपलंच सारं! पुढे यशूने 'रणांगण' आणि 'खरेमास्तर'या दोन अत्यंत महत्त्वपूर्ण साहित्यकृतींचा इंग्रजीत अनुवाद केला. आता 'खरेमास्तर'सारखी अगदी विशिष्ट साहित्यकृती इंग्रजीत आणणे सोपे का होते?

मालतीबाईंच्या लिखाणातली प्रादेशिकता, त्या कालखंडातल्या जीवनसंस्कृतीतले स्तर, ती पात्रे आणि त्यांची भाषा... अशा अनेक लहान-मोठ्या घटकांचे भान ठेवत ते भाषांतर करणे हे काम छाती दडपून टाकणारे होते; पण यशूने ते धाडस यशस्वी केले. आणि त्यानंतर तिने केलेला 'बळी' या कादंबरीचा अनुवादही आता प्रकाशनाच्या मार्गावर आहे.

धन्य ती आई आणि धन्य ती मुलगी.

पण, तिला अमेरिकेला जायची परवानगी दिली ही चूक झाली ही भावना निर्मलाबाईंना कधीच सोडून गेली नाही. तिच्या बाळंतपणाच्या निमित्ताने त्या अमेरिकेला जाऊन तिच्या भरलेल्या संसारात राहून आल्या. इथे घरात जाई-जॅकच्या लग्नाचे, आणि पुढे त्यांच्या गोड मुलीचे, केट ऊर्फ सावनीचे फोटो अगदी हाताशीच ठेवलेले असत. यशू आली की दर वेळी या फोटोत भर पडत राही. मी गेले की मग चष्मा लावून ते फोटो दाखवण्याचा कार्यक्रम अगदी यथास्थित पार पाडला जाई. तिकडे गोव्याच्या आमच्या खेडेगावातल्या घरात, माधवीताई मी इकडून पाठवलेले जाईचे फोटो लगोलग फ्रेम करून भिंतीवर लावायला, खिळा मारून घ्यायला गावातल्या एकमेव मेस्ता (मिस्त्री)ला शोधायला स्वतःच कशा निघालेल्या असतील ती आठवण मला येई.

निर्मलाबाईंच्या कथांमधून भेटणाऱ्या नायिकांच्या मग ती शरयू-शाली, बकुळ-अपर्णा असो, मध्य प्रदेशातल्या संस्थानातल्या वाड्यातून मुंबई- डोंबिवली - कल्याणसारख्या शहरात लग्ने होऊन त्यांचे स्थलांतर होण्याच्या बिंदूभोवती फिरणाऱ्या या कहाण्या आहेत. मराठी कुटुंबातले हर्ष-खेद, त्यांच्या साऱ्या सुप्त ऊर्मी आणि समाज व संस्कृतीच्या प्रवाही इतिहासाला सतत छेद देत राहण्याची धडपड या सगळ्या गोष्टी त्या अतिशय साधेपणाने करत जातात. कुणीतरी एकदा म्हणाले होते, 'This is story of a maiden who became a woman.'

मी असे म्हणेन की,

'Yes, this is story of a maiden who became a woman...without loosing her innocence.'

◆

कदंब, दिवाळी २००६

६

मातीतले पाय

'ओले आभाळ
झाडाच्या कुशीत
झोपलेले
गड्या
काय सांगू तुला
गड्या
काय सांगू तुला
आकाशाचे बिंब पाण्यात लपलेले
रंगात रंगली सकाळ
म्हणूनच मला दिसली ती खूप खूप मधाळ'

ओळी वाचता वाचता मन थक्क होऊन गेले. कवितेत पावसाची चाहूल तर कुठेच लागत नाही, मग पाऊस पडत नाही आणि आभाळ ओले कसे? म्हणजे पहाटेचा सूर्य उगवण्यापूर्वीच्या त्या अर्धवट अंधारलेल्या निसटत्या वेळी आकाशातून दवाचा हळुवार वर्षाव झाला असावा आणि आकाश 'ओले' झाले. खरे म्हणजे दव पडून पृथ्वी ओली व्हावी, झाडा-पानांनी विस्तीर्ण आकाशाच्या कुशीत झोपायला हवे; पण इथे तर आकाशच दवाच्या स्पर्शाने 'ओले' मायाळू होत झाडांच्या कुशीत विसावले आहे, तिथून टुणकन उडी मारून तळीतल्या पाण्यात लपून बसले आहे. आकाशात रंगांची पाखरण अजून व्हायचीच आहे, म्हणून आकाश आणि तळीतले पाणी एकाच रंगाचे होऊन गेले. जिवाशिवाची भेट होण्याचा तो गूढ क्षण, तीच तर

कवयित्रीने पाहिलेली निसर्गातली गंमत. त्या भरभर संपून निघून जाणाऱ्या क्षणांतली गंमत ती आपल्याला सांगू पाहत आहे; कारण ती फक्त तिला एकटीलाच माहीत आहे. ते गुपित सांगताना तिचे मन हुरहुरत उचंबळून गेले आहे; कारण ते क्षण पुढे सरकणारच आहेत, हे चित्र बदलणार आहे, हेही तिला माहीत आहे.

क्षणार्धातच सूर्याच्या आगमनाची चाहूल देत मधाळ सकाळ पूर्वक्षितिजावर प्रकटली, ती तिच्या भाववृत्तींना चेतवून गेली, ते त्या मनीचे सौंदर्यगूज या मनी पोहोचवण्यासाठी ती आपल्याला साद घालते, संवाद साधू पाहते, मित्रत्वाचे नाते प्रस्थापित करते आहे.

किती किती संवेदना मनात जाग्या होत जाव्यात? आणि किती आठवणी? 'हिरवे हिरवेगार गालिचे', 'टिप फुले टिप', 'दंवात आलिस भल्या पहाटे', 'माझ्या गोव्याच्या भूमीत मधाच्या नद्या' अशा कितीतरी अगणित मराठी कविता. बापटांच्या, महानोरांच्या, शान्ताबाईंच्या. 'डॅफोडिल्स', 'द सॉलिटरी रीपर,' टेनिसन, वर्डस्वर्थ, एलिझाबेथ ब्राउनिंगच्या. अशा कविकुलात जन्माला आलेली कवयित्री... समृद्धी केरकर... मुक्काम पोस्ट केरी,गोवा.

आणि...

वय वर्षे दहा फक्त. सिर्फ दस. ओन्ली टेन.

समृद्धीची कविता हा एक चमत्कारच आहे. अजाण वयात एकदा अंगणात खेळताना ती माडाकडे बघता बघता सहज बोबडे बोल बोलून गेली...

"माडा रे माडा
तू आकाशानं कसो पावलो
आमी सकलच कशी रावली?"

आता गोव्यात पावलापावलाला हिरव्यागार कुळागारातून नारळीपोफळींची गच्च गर्दी आहे. अंगातल्या एखाद-दुसऱ्या माडाची कोणाला पत्रास? पण ही लहानशी मुलगी अंगणातल्या माडाशी बोलते, त्याला प्रश्न विचारते. त्या उंच, लांबुडक्या, रुक्ष माडामधले संचेतत्व तिला इतक्या लहानपणी कसे काय जाणवले? आणि त्या क्षणी जे जाणवले ते उत्स्फूर्तपणे व्यक्त झाले तिच्या मातृभाषेतून. या संवादातून सुरू झाला तिच्या कवितेचा प्रवास आणि अलीकडेच तिचा 'निर्झर' हा मराठी कवितासंग्रह गोव्यातल्या श्री शारदा ग्रंथप्रसारक मंडळाच्या आठव्या महिला साहित्य संमेलनाप्रसंगी साहित्यप्रेमी मान्यवरांच्या उपस्थितीत कौतुकाने प्रकाशित करण्यात आला.

या कविता वाचताना त्यातला बालसुलभ गोडवा, निरागसता आणि उत्सुकता प्रत्ययाला येत राहते. या कविता खरे म्हणजे चित्रेच; कधी ती निसर्गचित्रे बनून समोर येतात, तर कधी बोलक्या कथा (Spoken Stories) स्वरूपात. आसमंतातली

कुळागरे, शेते, डोंगर, नद्या, फुलपाखरे, ढग, चंद्र, सूर्य यांची अनेक रूपे तिची दृष्टी टिपत राहते, ती बघून तिचे मन आनंदाने तुडुंब भरून येते, ते आनंदाने नाचू लागते; पण बघता बघता ती अंतर्मुख होत, अनुभवाशी एकरूप होत जाते आणि त्या तादात्म्यातून प्रकटते तिची कविता. म्हणून एक आंतरिक नाद, तालबद्धता आणि सकारात्मकता घेऊन हे काव्य प्रकटते. निसर्गातले वास्तव हे कल्पनेपेक्षा किती अद्भुत असते, ते समृद्धीच्या अभिव्यक्तीतून आविष्कृत होत जाते. ही कविता वाचत असताना वाचकाच्या मनःचक्षूंसमोर चित्र प्रकट होत जाते तर कधी त्या चित्राकडे बघता बघता रंग, रस, गंध, स्पर्श अन् नाद सांगाती घेतलेली कविता पुन्हा समोर अवतरत येते आणि त्या क्षणी चित्रमय कवितेशी वाचक एकरूप होऊन जातो. हे पंचमहाभूतांना कवेत घेणारे काव्य कसे जन्माला येते, ती प्रक्रिया समृद्धीला स्वतःलाच अजून नेमकेपणाने समजली नसेल, पण ही जादू होते खरी.

'पाऊस वाऱ्यात
हिरव्या रानात
सोनेरी उन झळले
पंखांचा आवाज करीत
पक्षी आकाशात पळाले
पहाट सुंदर... फुलांचा वर्षाव
ओंजळ ओंजळ
पहात रहावं
नदीकिनारी पाणीच सोडले
अळवाच्या पानावरचे थेंब
मोतीच वाटले
गोड हसरा झळतो वारा
झुलतो तालात
निसर्ग सारा...'
(आनंदी निसर्ग)

इथे झुलतो, झळकतो, झुळझुळतो हे शब्द योजण्याऐवजी तिने 'झळतो' असा वेगळाच शब्द वापरला आहे. ही तिची स्वतःची निर्मिती कवितेला वेगळेच सौंदर्यमूल्य प्राप्त करून देते. असे कवितेतून निसर्गाशी एकरूप होऊन स्वतःला विसरून, हरवून जाणे किती सुंदर आहे! तिच्या बहुतेक सर्वच कविता अशा अगदी मनमोकळ्या मुक्तछंदासारख्या लिहिल्या गेल्या आहेत. निसर्गातल्या प्रत्येक

सचेत-अचेत घटकावर तिचे प्रेम आहे. मात्र तिचे खरेखुरे आतले नाते आहे ते आकाशाशी. पाय अंगणातल्या जमिनीवर असले, तरी तिला ओढ आहे ती आभाळाची. पार्थिवाकडून अपार्थिवाचा शोध घेण्याची, द्वैताकडून अद्वैताकडे जाण्याची ही तिची आंतरिक ओढ तिला कुठे घेऊन जाणार आहे?

समृद्धीबद्दल एक खास गोष्ट अशी की, शाळेत जाण्याचा येडबंबूपणा अजिबात न करता ती तिच्या सुविद्य आई-वडिलांच्या 'होम स्कूल' मध्ये शिकते. केरी अगदीच पंचवीस-तीस घरांचे एवढेसे आडबाजूचे खेडेगाव आहे. समृद्धीच्या घरात साहित्य- शिक्षणाबरोबर सामाजिक व पर्यावरणवादी चळवळीचे वारे खेळत आहे. आज कुणालाही हेवा वाटेल असा मराठी, हिंदी, कोकणी, संस्कृतमधली शेकडो पुस्तके, सीडीज्, चित्रांचा संग्रह तिच्यापाशी आहे. ती स्वत:च वेडेवाकडे प्रयोग करत चित्रे काढायला शिकली. 'निर्झर'चे मुखपृष्ठ आणि रेखाचित्रे तिनेच चितारलेली आहेत. गोव्याचे लोकसाहित्य व परंपरा यांचे बाळकडू पीत ही मुलगी मोठी होत गेली. ज्येष्ठ लेखिका माधवी देसाई, कवी विष्णू सूर्या वाघ यांच्या कौतुकाची थाप तिला मिळत राहते. तिच्या कवितासंग्रहाला विद्वान साहित्यिक डॉक्टर सोमनाथ कोमरपंतांनी अतिशय समर्पक प्रस्तावना लिहून दिली आहे ती काय उगीच? समृद्धीबाय, तू किती मोठ्या भाग्याची!

कवी हा प्राणी मुळात एकलकोंडा, प्रसंगी तो माणूसघाणाही असतो. समृद्धी त्या अर्थी एकटी आहे. आपले घर, परिसर, निसर्ग ही तिची शाळा. माड, मोर, फुलपाखरे, चानी, चिमण्या, सूर्य, चांदण्या, मासे, ढग हेच तिचे दोस्त; मात्र ती माणसांपासून, पर्यायाने समाजापासून तुटलेली नाही. गजबजलेल्या संयुक्त कुटुंबातल्या आजी-आजोबांपासून सगळ्यांच्या मायेचे संस्कार तिच्यावर होत आहेत. आणि आई हे तर तिच्या प्रेमाचे निधान आहे. आईचा स्पर्श, तिचा पदर, तिचा सहवास सगळे तिला हवेहवेसे असते.

'असते ती एक
नवी मजा
नवे प्रेम
ती एक छोटीशी व्यक्ती
ती असते आई
जशी देवराई'
(आई)

इथे आपल्या आईला तिने पुन्हा निसर्गस्वरूपातच पाहिले आहे. आईची माया देवराईसारखी गर्द, असीम. आज जगभरातले जैविक साठे कायमचे नष्ट होत

चालले असताना, त्या हरपून गेलेल्या जनुकांचा पुनर्शोध घेणाऱ्या माणसाला संस्कृती...परंपरेने शतकानुशतके जतन केलेल्या या देवरायांचीच वाट धरावी लागणार आहे. तशी ही आई, लेकराबाळांचे अपराध पदरात घेऊनही त्यांचे जीवन सुरक्षित ठेवणारी. आणि या लेकीलाही मनातले सगळे संभ्रम, शंका, गुंतागुंतीचे प्रश्न कितीही कठीण वाटले तरी लाडालाडाने, हट्टाहट्टाने आईलाच विचारायचे आहेत.

'मनात आहे माझ्या पण सांगू कसे तुला
मनातले माझ्या कळेल का तुला?
जमेल ना हे सगळे खरोखर
सांग ना गं आई
होणार ना मी मोठी चित्रकार?'
(केव्हा बनणार मी चित्रकार?)

आईशी इतके नाजूक, जिव्हाळ्याचे नाते असताना, दुसरीकडे...
'एवढीशी मुलगी
खुदुखुदु हसते
मारू नका तिला
मारू नका तिला
मोठी होईल ती खूप खूप शिकेल
होईल ती तुमच्या मनाचा
आनंदा होईल.'
(मुलगी)

अशी सामाजिक आशय असणारी कविता ती लिहून जाते. आजच्या ग्लोबलाइज्ड जगातली मुलगी किती मार्गांनी शोषली जातेय ते समजण्याचे समृद्धीचे वय नाही. मग कळीसारख्या निष्पाप जिवाचा मोठ्या माणसांकडून असा खून केला जातो, हे वास्तव तिने एवढ्या कोवळ्या वयात कसे समजून घेतले आणि त्याहीपेक्षा महत्त्वाचे म्हणजे ते कसे पचवले असेल? कारण त्यातून उमटलेली वेदना, ते दुःख पचवल्याशिवाय या ओळी लिहिणे तिलाच काय कुणालाही शक्य झाले नसते. म्हणजे ही केवळ एक स्वप्नाळू कवयित्री नाही. ती निसर्गवेडी आहे, निसर्गातले अद्‌भुत तिला भुरळ पाडते; पण तिचे वास्तवाचे, वर्तमानाचे भान सुटलेले नाही. कदाचित तिचे पाय गोव्याच्या लाल मातीवर घट्ट उभे आहेत, ते पाठीवरच्या दप्तराच्या ओझ्याखाली दबून थकून गेलेले नाहीत, 'एव्हरी वीकएण्ड'ला

ते 'एंटरटेनमेंट 'साठी' मॉल 'किंवा' मल्टिप्लेक्स' च्या पायऱ्या चढत नाहीत, कम्प्युटरवरच्या हिंस्र गेम्सकडे वळत नाहीत. म्हणून वास्तवाशी असलेले तिचे नाते अबाधित राहिले असावे.

देवावरची श्रद्धा हा तर समस्त गोवेकरांच्या जीवनाचा केंद्रबिंदूच आहे. समृद्धीच्या कवितेतही ती श्रद्धा, भक्ती स्पष्ट उमटली आहे.

'संकटांना दूर
केलेस रे तू
छोट्यापासून मोठा
झालास रे तू'
(श्रीगणेश)

आपली गोयंकार मंडळी आदरार्थी बहुवचन अंमळ कमीच वापरतात. तिथे उत्तरेत कसे सियापती श्रीरामचंद्रजीकी जै, पवनपूत श्री हनुमानजीकी जै, सुश्री मायावतीबहनजीकी जै, महामहिम्न राष्ट्रपतीजीकी जै... सगळाच भारदस्त वंदनीय मामला. मात्र गोव्यात इथे 'तो' मंगेश, नागेश, रामनाथ, रवळनाथ असे अस्सल घरगुती नाते. कोणतेही महत्त्वाचे कार्य 'त्या'ला विचारल्याशिवाय सुरूच होत नाही, पण समृद्धीच्या कवितेतला ईश्वर तिच्याइतकाच छोटा. तो अदृश्य, अप्राप्य, सर्वशक्तिमान आहे, हे ती जाणून आहे, तरीही त्याचा शोध घेताना तो 'छोट्यापासून मोठा' झालेला पार्वतीचा लेक असतो, सावळ्या सुंदर कृष्णाला हाक देताना तो 'बालगोपाल', 'यमुनेचा पुत्र', 'गोकुळीचा सखा' असतो; पण ही कविता केवळ भक्तिपर बाळबोध ईशस्तुती, प्रार्थना, भजन वा गाऱ्हाणे नाही. ती उमटते तिच्या 'त्या'च्याशी चाललेल्या संवादस्वरूपातून.

'जेथे पाखरांचा थवा मन मोहवितो
तेथे मला कान्हा बोलवितो गं बाई
मला कान्हा बोलवितो गं बाई...
जेथे निसर्ग आनंदी असतो गं बाई
तेथे मला कान्हा बोलवितो गं बाई
मला कान्हा बोलवितो गं बाई... '
(मन मोहवितो)

निसर्गातून तिला ती हाक ऐकू येते, गवतावर थिरकणाऱ्या पाखरांच्या थव्यापाशी! तिला ती बासरीची धून साद घालू लागते. किती विलक्षण आहे हे सगळे! हेही आठवते की गुरुदेव रवींद्रनाथांनाही ती हाक वयाच्या सहाव्या वर्षी ऐकू आली होती. ठाकुरांच्या प्रचंड खानदानातल्या चौदा मुलांतले रवी हे शेंडेफळ.

त्यातून अशक्त. त्या एकाकी पडलेल्या पोराला पहिली मित्रत्वाची, मायेची हाक दिली ती त्या प्रासादतुल्य हवेलीच्या उंच भिंतीबाहेर झावळ्या डुलवत उभ्या असलेल्या माडाने. सृष्टीतले सगळे घटक, मग त्यात देवीदेवताही आल्या; ती त्या एकाच परमब्रह्माची अगणित रूपे आहेत हे वैष्णव परंपरा मानणाऱ्या, दुर्गा-कालीमातेची भक्ती करणाऱ्या कुटुंबाच्या बंदिस्त परिघात वाढणाऱ्या लहानग्या रवीला आपसूकच समजून गेले. त्यांनी प्रत्येक कवितेतून, आयुष्याच्या अगदी अखेरीस अंथरुणाला खिळून पडले असता लिहिलेल्या मृत्यूविषयक कवितेतूनही त्यांनी शोध घेतला तो त्या सत् (existance), चित् (consciousness) आणि आनंद (bliss) स्वरूपाचा. कवी आणि निसर्गाच्या सर्जनशील एकतानतेतून जन्मलेल्या कवितेतून गुरुदेव त्या सच्चिदानंद स्वरूपापर्यंत पोहोचले. त्या महाकवीची कविता वाचकाला तिथे जाण्याचा मार्ग दाखवते, त्या सान्निध्यात नेऊन पोहोचवते. समृद्धीच्या कविता त्या चैतन्यस्वरूपाचा शोध घेत आहेत. तिची नजर आकाशाकडे लागलेली आहेच. कुणास ठाऊक या प्रवासातल्या पुढच्या वळणावर या कवितेची कोणती रूपे सामोरी येणार आहेत?

तिच्या प्रत्येक कवितेबद्दल विस्ताराने लिहिता येईल एवढी सशक्तता आणि संपन्नता इथे नक्की आहे. एक आनंदाची गोष्ट अशी की, या कवितेला आजच्या आपल्या मराठी कवयित्रींना आहे तसा (मनुवादीविरोधी, आंबेडकरवादी, स्त्रीवादी, मुक्तिवादी...) कोणत्याही तथाकथित वैचारिक बैठकीचा किंवा 'इझम्'चा सोस नाही. किंवा कॅलिग्राफी, ॲनिमेशन, फोटोग्राफी, फिल्म अशा टेक्नॉलॉजीची गरज तिला पडलेली नाही. ही कविता स्वतंत्र आहे. ती वैविध्यपूर्ण आहे. ती या मातीतून जन्मली, त्या अर्थी ती अस्सल देशी आहे. तिचे नाते अभिजात कवितेशी आहे.

मराठीतल्या समकालीन बालकवयित्रींचा शोध घेतला तर काही आगळेच हाती लागत गेले. इंटरनेटवर समृद्धीपेक्षा वयाने लहान मुलींचे काव्यसंग्रह प्रकाशित झालेले दिसून येत आहेत. त्यांच्या पालकांनी त्या मुलींच्या अगदी लहापनणापासूनच्या काव्यवाचनाच्या, ज्येष्ठ साहित्यिकांकडून पुरस्कार घेतानाच्या फोटोंची आरास करत मुलींच्या काव्यकर्तृत्वाचा विस्तृत आलेखच तिथे मांडला आहे; पण या फोटोंमधल्या मुलींच्या डोळ्यांत आनंदाची चमक चुकूनही दिसत नाही. कवितेचा जन्म हीच एक विलक्षण आनंददायक, चमत्कृतीपूर्ण घटना आहे. मग एवढी सक्षमता अंगी असलेल्या या मुली आनंदी का दिसत नाहीत? पालकांनी विचार करायला हवा.

आणि आपणही.

पण, हे विचार मनात येत असतानाच २००९ मध्ये 'लोकमत' च्या दिवाळी

अंकात ज्येष्ठ कवी श्री. शंकर वैद्यांच्या कवितेबरोबर अवतरलेली 'मैत्रिणीस ...' कविता आठवली.

'झाडाकडे बघत होते
मला तुझी आठवण झाली
तुला खूप काही
सांगायचे होते
मी मग ते
झाडाच्या पानांनाच सांगितले
पानांनी फांद्यांना...
फांद्यातून ते खोडात गेले
खोडातून मुळात
मुळातून मातीत
पानांनी फांद्यांना...
फांद्यातून ते खोडात गेले
खोडातून मुळात
मुळातून मातीत
ते तुझ्यापर्यंत पोचेल
पण,
तू मातीत पाय देऊन उभी रहा'

कवयित्री शर्वरी पेठकर, मुक्काम पोस्ट नागपूर.

शर्वरी लहानपणापासून अशा कविता लिहिते. आज शर्वरीचे वय समृद्धीच्या जवळपासचेच आहे.

मराठी साहित्यासाठी ही किती आशादायक गोष्ट आहे! शर्वरीबाय आणि समृद्धीबाय, दोघीही मातीत पाय देऊन उभ्या राहा...

◆

'वसा', दिवाळी २०१२

७ आईबद्दल लिहिताना...

'अपूर्व, अलौकिक, एकमेव...' हे माझे व्यक्तिचित्रणांचे पुस्तक प्रकाशित झाले. ते अल्पावधीतच वाचकांपर्यंत पोचले आणि उत्साही वाचकांच्या प्रतिक्रिया यायला सुरुवात झाली. त्यातल्या बऱ्याचजणांचा एक सूर होता..."तुम्ही तुमचे आजी-आजोबा, वडील, इतर सग्यासोयऱ्यांबद्दल इतक्या मोकळेपणानं लिहिलं आहे; पण आईबद्दल मात्र काहीच कसं लिहिलं नाही?"

आता ही म्हटली तर तक्रार, आग्रह किंवा नाराजीसुद्धा बघायला गेलं तर बरोबरच! आई म्हणजे... मराठी साहित्य क्षेत्रात, विविध साहित्यप्रकारांत दीर्घ काळ बहुरंगी, लालित्यपूर्ण लेखन करत आलेली, अनेक मान-सन्मान, पुरस्कारांनी अलंकृत, गोमंतक मराठी साहित्य परिषदेने आयोजित केलेल्या साहित्य संमेलनाच्या अध्यक्षपदी सन्मानपूर्वक विराजमान होण्याचा मान लाभलेली सिद्धहस्त लेखिका श्रीमती माधवी देसाई! मुळातच तिचे व्यक्तिमत्त्व एवढ्याशा लेखाच्या परिघात बंदिस्त होण्यासारखे नव्हते. बेळगावात जन्मलेल्या लहानग्या 'आबी'पासून प्रथितयश साहित्यिकेपर्यंतचा तिचा दीर्घ प्रवास, या प्रवासातली अवघड वळणे, खडतर अडचणींचे डोंगर, भुलभुलैयात चक्रावून टाकणाऱ्या दलदली मोठ्या शर्थीने पार करत गोमंतकाच्या पवित्र भूमीत आपले घरकुल नव्याने उभारणारी 'गोमंत सौदामिनी', तिथल्या झाडा-पेडांवर, ओढे-व्हाळांवर माया करणारी, सालेलीसारख्या आडवाटेच्या गावातल्या खाणमाफियांविरुद्धच्या संग्रामात तिथल्या कष्टकरी महिलांच्या साहाय्याला धावून जाणारी, सामाजिक न्यायासाठी सतत लढणारी जागरूक नागरिक, ज्येष्ठ स्वातंत्र्यसैनिका अशी तिची अनेक रूपे मला नेहमीच चक्रावून टाकत आली आहेत. जशी तिच्या प्रत्येक साहित्यकृतीची विस्तृत, विविधांगी समीक्षा करता येईल. तसेच आईच्या साहित्यिक, सामाजिक, कौटुंबिक व व्यक्तिगत पैलूंबद्दल अनेक प्रकारे लिहिता येईल; पण म्हणून तिच्याबद्दल लिहिणे, तेही मी, प्रत्यक्ष तिच्या मुलीने लिंहिणे किती कठीण आहे हे मला नेहमीच जाणवत आले आहे. या यक्षप्रश्नाशी अनेकदा टक्कर देऊन त्याचे उत्तर एवढेच मिळते की आईच्या इतक्या आठवणी आमच्यापाशी आहेत की मी, मीरा आणि गीतांजलीने मिळून एक 'सागा'च लिहिण्याचा संकल्प सोडावा लागेल. तरीही आईच्या समग्र व्यक्तिमत्त्वाचे

कंगोरे पूर्णपणे उलगडणे शक्य होणार नाही.

आईचे गोव्यात परतून येणे, महालक्ष्मीच्या सान्निध्यातले आमचे जुने घर उघडणे, तिथे एकाकी वास्तव्य करून विपुल साहित्यनिर्मिती करणे हे वाटते तितके सोपे मुळीच नव्हते. अस्तित्वाचे सगळे आधार कोसळलेल्या परिस्थितीत ती गोव्यात आली. आईने घराचे दार त्या भल्यामोठ्या लोखंडी पोर्तुगीज किल्लीने उघडले तेव्हा इतकी वर्षे अंधाराच्या बुरख्यात तोंड लपवून बसलेले घर दचकत शहारले, थरथरत जागे झाले. त्या दुर्लक्षित वास्तूत आईने दिवली पेटवून घराच्या अंतरंगात जणू आशेचा किरण प्रज्वलित केला. या घराचे विरूप बघताबघता आई आपले दुःख विसरत गेली. नव्हे, या घराने तिला ते विसरायला लावले. भूतकाळाची पावले मागे पळत गेली तसे घर बदलले, ते साजरे झाले. तिच्या नातींच्या नावानुसार लावलेल्या बागेतल्या जाई, सायली, प्राजक्ताची निगा राखण्यात, देव्हाऱ्यातल्या महालक्ष्मीबरोबर घरापाठच्या पुरातन 'पेडा' ची श्रद्धापूर्वक पूजाअर्चा करण्यात आईचा जीव रमला. घर आणि बागेची निगा हे तिच्या लेखी लिखाणाइतकेच महत्त्वाचे बनून गेले. तिने मोठ्या कौतुकाने लावलेल्या केळींना घड आले की तिची भूक आणि झोप उडून जाई; कारण त्या वासाने चवताळलेली माकडांची झुंड मागच्या गाळीतून कडकडीत दुपारी घराच्या कौलारू छपरावर झेपावत उतरायची तेव्हा आपल्या एवढ्या मोठ्या माधवीताई 'जळ्ळ्या मेल्या माकडांना' हाकलायला काठी घेऊन पळत बाहेर यायच्या; कारण ते सगळे नारळ, केळी तिच्या नातवंडांच्या पोटात पडायला हवेत ना! एकदा तर तिने केळ्यांचे इतके घड नीट पॅक करून गावातल्या बातिशअंकलबरोबर मुंबईला मला घरपोच पाठवले होते की सकाळ-दुपार-संध्याकाळ केळ्यांचे काप, हलवा, शिकरण, भजी असे पदार्थ करून आम्ही पार बेजार होऊन गेलो.

आईची सगळी नातवंडे चांगली शिकली. सगळ्यात आधी जाई, मग पावलावर पाऊल टाकून सायली शिक्षणासाठी परदेशी गेली. त्यांचे करिअर, घरप्रपंच अगदी मजेत चालले आहेत. चैतन्य लंडनला कॉव्हेन्ट्री युनिव्हर्सिटीत पोस्ट ग्रॅज्युएशन करतोय तर सगळ्यात धाकटं शेंडेफळ प्राजक्ताची प्लेसमेंट टोकियोला झाल्यामुळे ती जपानी भाषेच्या अभ्यासात गुंतून गेली आहे, याचे आईला अपरंपार कौतुक होते. मग त्या प्रत्येकाच्या नावाने महालक्ष्मीला रोज एक फूल वाहणे, तिला साकडे घालणे, त्यांचं सगळं बरं... कर, त्यांना चांगली बुद्धी दे, त्यांच्या तब्येतीची काळजी घे अशा विनवण्या करणे यात माधवीताई तन्मय होऊन जात. आता त्यात भर पडली आहे तिच्या पणत्या-साची आणि केया यांची! मुलींच्या बाबतीत अतिशय दक्ष, कडक असणारी आई नातवंडांच्या-पतवंडांच्या बाबतीत मात्र अतिशय विरघळलेली आजी-पणजी कशी व्हायची, ते

मला आता कुठं उमजायला लागलंय.

पण, आईचा गोव्यातला परिवार एवढ्यापुरताच मर्यादित राहिला नाही. महालक्ष्मीच्या दारात फुलं विकणाऱ्या लहान लहान मुली हा तिच्या चिंतनाचा, काळजीचा विषय होता. यातलीच शरद आईच्या हाताशी म्हणून घरकामाला आली आणि घरचीच होऊन गेली. आदरणीय अप्पा ढवळीकरांच्या घरातल्या मृगया-मृणाली, देऊस्कर गुरुजींचा वेदशाळेत अध्ययन करणारा भालचंद्र, काटकरांचा शरण, केरकरांची समृद्धी, सगळी बुर्गी-बाळा माधवीताईंच्या घरात कधीही येऊन टपकत, तर कधी डायसची लितियाना बॅगेत चार कपडे भरून चतुर्थीला किंवा रामनवमीला जत्रेसाठी राहायलाच आलेली असे. 'स्नेहमंदिर'मधले सीनियर सिटिझन्स आणि 'मातृमंदिर'मधली अनाथ मुलेही तिच्या त्या विस्तृत परिवारात सामावलेली होती. स्वतःच्या आयुष्यात अनेक 'नको-नकार-नाही'पचवलेली ही बाई त्यांच्या पाठीशी नेहमीच ठाम उभी राहिली.

बांदोड्यासारख्या आडगावात वेळप्रसंगाला एखादे बिस्किटांचे पॅकेटही मिळण्याची मारामार; पण आईच्या घरात येणारे सगळे सोयरे, तिच्या लिखाणावर लुब्ध असणारे देश-परदेशातले वाचक, विविध भाषिक साहित्यिक, राजकारणी, नॅशनल रेयॉन स्कूलमधले तिचे जुने विद्यार्थी, पत्रकार, राजकारणी सर्वांचा या घरात उत्तम पाहुणचार होत आला. ते सगळेजण गोव्यात माधवीताईंच्या पत्त्यावर अचूक येऊन थडकायचे, त्या घरच्या खास गोमंतकीय आदरातिथ्यानं भरलेली पोटं अन् सुखावलेली मनं घेऊन परतल्यावर मुद्दाम फोन करून सांगायचे, 'जाऊन आलो बरं! काय मस्तंय् तुमचं घर... आणि माधवीताईंचा पाहुणचार... अजून जिभेवर चव आहे हो!'

यातल्या खोचक इशाऱ्याकडे दुर्लक्ष करायची मी पुढे पुढे सवयच करून घेतली. आई गोव्यात आली, ती इथे रुजली, ती गोव्याचीच झाली. गोमंतकीय स्त्रीची भाषा,सुगरणपणाचा अभिमान,जीवनशैलीचा तोल, कुटुंबसंस्कृतीला भक्कम आधार देण्याचे कसब, कुलदेवतेवरची नितांत श्रद्धा आणि समाजात वावरतानाही वैयक्तिक-कौटुंबिक जबाबदाऱ्यांचे भान हे गुणविशेष तिने पूर्णतः आत्मसात केले. गोमंतकीय ग्रामीण संस्कृतीशी ती एकरूप झाली. गोव्याची पवित्र भूमी, स्वच्छ आकाश, सळसळणारा समुद्र आणि हिरव्यागर्द वनराजीतून सतत जाणवणारी चैतन्यमय ऊर्जा त्या परमतत्त्वाची साक्ष देत असते. मग अशा वातावरणात आईच्या साहित्यनिर्मितीला नवे धुमारे फुटले नसते तर नवल! गोव्यात येण्यापूर्वी 'चकवा', 'सायली'(कविता), 'मंजिरी', 'नियती'(कादंबऱ्या) आणि 'कठपुतळी'(कथासंग्रह) एवढेच लिखाण तिच्या खाती जमा होते; पण गोव्यात स्थिरावल्यावर 'कांचनगंगा', 'प्रार्थना', 'सीमारेषा', 'कथा एका परिवर्तनाची'

अशा कादंबऱ्या, कथासंग्रह, ललितलेख, 'विश्वरंग'सारखी चरितकहाणी, 'गोमंत सौदामिनी'कर्तृत्वशाली गोमंतकीय महिलांचे चरितपट अशा विविध साहित्यकृतींचे लेखन तिने केले. या सर्वांवर सुवर्णकळस म्हणून समकालीन चित्रकला, संगीत, अभिनय, साहित्य, चित्रपटनिर्मिती, शिक्षण, कायदा, सुरक्षा, उद्योग अशा विविध क्षेत्रांतल्या गोमंतकीय स्त्रियांच्या मानदंडात्मक कार्याचा आलेख मांडणारा 'सूर्यफुलांचा प्रदेश' हा ग्रंथ तिने अतिशय परिश्रमपूर्वक संशोधन करून पूर्ण केला. या गौरवग्रंथाची तिने केलेली आखणी, त्या कर्तृत्वशालिनींची निवड करताना वापरलेले निकष, त्यांची माहिती मिळवण्यासाठी माहितीच्या कायद्याचा केलेला वापर, मग त्या महिलांच्या मुलाखती घेण्यासाठी केलेली पायपीट, त्यासाठी केलेले वेळेचे नियोजन, एवढ्या मोठ्या कामासाठी केलेली जमा-खर्चाची तजवीज आणि प्रयत्नांची पराकाष्ठा करून ठरलेल्या वेळेपूर्वी पूर्ण केलेले पुस्तक पाहून मन स्तिमित होते. २००९च्या महिला दिनाचे औचित्य साधून या पुस्तकाचे प्रकाशन थाटामाटात करण्यात आले तेव्हा व्यासपीठावर आईबरोबर होत्या ज्येष्ठ रंगकर्मी सुलभा देशपांडे, निर्मात्या-दिग्दर्शिका मधुरा जसराज, या कार्यासाठी भक्कम आर्थिक पाठबळ देणाऱ्या नीलाताई धेंपे, त्यांच्या सूनबाई पल्लवी आणि सुपुत्र श्रीनिवास धेंपे! आणि समोर खचाखच भरलेल्या प्रेक्षागृहात होत्या सरोजिनी सार्दिन, हर्षदा केरकर, सत्यवती पार्सेकर, छाया गवस, फातिमा अनिल अशा पन्नासहून अधिक कर्तृत्ववान गोमंतकन्या आणि त्यांचे कौतुक करायला अगदी आपल्या घरचेच कार्य असल्यासारख्या नटूनथटून आलेल्या अगणित महिला! हा अभूतपूर्व सोहळा ज्यांना बघायला मिळाला ते खरे भाग्यवान! एकाकी अवस्थेत गोव्यात आलेली आई गोमंतकीय मातीशी, तिथल्या मुलामाणसांशी किती एकरूप झाली आहे ते त्या दिवशी क्षणोक्षणी प्रत्ययाला येत होते. तिथे औपचारिकपणाचा लवलेशही नव्हता. तिथल्या प्रत्येक महिलेला ती नावाने ओळखत होती, तिच्या परिवारातल्या माणसांशी विशेषतः मुलांशी तिचे मैत्र जुळले होते. प्रेम, स्नेह व आपुलकीच्या धाग्यांनी तिने जोडलेला तो भलामोठा परिवार बघून मन चकित होत होते, आनंदाने भरून आश्वस्त होत होते.

मुंबईसारख्या करोडोंच्या गर्दीने गजबजलेल्या महानगरात जगणाऱ्यांपैकी मी एक व्यक्ती! त्यातल्या अनेकांकडे अनेक

पटीने संपत्ती, समृद्धी आहे, पण त्यांच्याकडे जे नाही ते माझ्याकडे आहे. मला गाव आहे, त्या गावात माझ्या पूर्वजांची वास्तू आहे आणि त्या वास्तूवर जिवापाड प्रेम करणारी, त्या एका दुव्याने या देशी-परदेशी पांगलेल्या कुटुंबाला बांधून ठेवणारी आई आम्हाला लाभली ही आम्हा बहिणींसाठी अभिमानाची बाब आहे. या भूमीने आईला स्थैर्य दिले, साहित्यनिर्मितीला वाव दिला, साहित्य चळवळीसाठी कार्यक्षेत्र मिळवून दिले. वाचकांचा अपार स्नेह, अनेक मान-सन्मान, पुरस्कार आणि साहित्य संमेलनाचे अध्यक्षपद तेही निवडणुकीच्या धुरळ्याशिवाय, बिनविरोध मिळण्याचा सन्मानही आमच्या गोव्यानेच तिला दिला. 'आतले'आणि 'बाहेरचे' हा भेदाभेद पार मोडीत काढून गोमंतकाने हा मान एका ज्येष्ठ लेखिकेला दिला यातच सगळे भरून पावले. आई जर महाराष्ट्रात राहिली असती तर हे सगळे असे झाले असते का, या प्रश्नाचे उत्तर मी कितीही वस्तुनिष्ठपणे शोधले तरी होकारार्थी मिळत नाही. गोव्यात राहून मराठीची अस्मिता जागृत ठेवण्याचे कार्य ज्या लेखिकेने केले त्या सिद्धहस्त लेखिकेच्या एकाही पुस्तकाला महाराष्ट्र राज्य पुरस्कार लाभला नाही. मराठी साहित्यात अतिशय प्रतिष्ठेचा मानला जाणारा दमाणी पुरस्कार, कोमसापने 'विभावरीच्या लेकी' म्हणून केलेला सन्मान, शंकरराव मोहिते-पाटील पुरस्कार असे काही मोजके पुरस्कार महाराष्ट्राने तिला दिले. कोणताही खरा साहित्यिक पैशासाठी, कीर्तीसाठी लिहीत नाही, तो लिहितो त्या कौतुकाच्या थापेसाठी! त्या कौतुकाच्या थापेची, प्रेम-आदराची पूर्ती गोमंतकाने भरभरून केली. आईचे आपल्या या कर्मभूमीवरचे निरतिशय प्रेम तिच्या साहित्यातून सतत जाणवत राहते. विशेषतः 'गोमंत सौदामिनी', 'सूर्यफुलांचा प्रदेश' आणि 'स्वयंसिद्धा आम्ही' यातून गोव्याच्या स्वातंत्र्यपूर्व व स्वातंत्र्योत्तर कालखंडातल्या राजकीय-सामाजिक पार्श्वभूमीवर गोमंतकीय महिलांच्या कर्तृत्वाचे उज्ज्वल चित्रण करून तिने गोव्याच्या पर्यटनविषयक जाहिरातींद्वारा प्रसारमाध्यमातून तसेच साहित्यातून सतत भावीण-देवदासी म्हणून केल्या जाणाऱ्या सवंग चित्रणाला सडेतोड उत्तर दिले आणि गोमंतकाचे ऋण फेडण्याचा आपल्या परीने प्रयत्न केला.

खूप अभावाचे होते तिचे आयुष्य; पण त्यावर सतत मात करून ती अत्यंत सुंदर आणि समृद्ध आयुष्य जगली. आपली ऊर्जा तिने सकारात्मकतेने तिच्या दृष्टीने योग्य सामाजिक कार्यासाठी वापरली; पण आतून सतत धडका देणारी ती ऊर्जाच एका बेसावध क्षणी तिला पांगळी करून गेली. तो धक्का आईच्या सहनशक्तीपलीकडचा होता. स्वतःची सामाजिक प्रतिमा हिरावून गेल्याचे दुःख तिला जास्त हादरवत गेले. एकाकीपणाच्या अंधारात ती बुडत गेली. आम्ही सगळ्या तिच्या सतत बरोबर होतो, नाती दूरदेशाहून धावतपळत आबीला भेटायला आल्या, पतवंडांच्या चळवळींचे 'बुलेटिन' तिला रोजच मिळत असे.

साचीने तर तिला एकदा, 'रॉयॉ, मी पटंग उडवित होटे...' असे गाणे ऐकवून हसवून हसवून बेजार करून टाकले. त्यांचे फोन आले की ती खूश होऊन जायची. आणि हेही खरे आहे की ज्या महालक्ष्मीने तिची दृष्टी हिरावून घेतली, त्या महामायेने तिला कुशीत घेण्यापूर्वी तिची सगळी स्वप्ने पुरी केली. कित्येक वर्षे गोव्यात थबकलेला तिचा लाडका नातू चैतन्य पदव्युत्तर शिक्षणासाठी परदेशी गेला. सायली-नीलने अमेरिकेत अगदी गोव्याच्या घरासारखे मोठे कौलारू घर घेतले. साची-केयाची काळजी घ्यायला त्यांचे आजी-आजोबा अँटवर्पला जाऊन दाखल झाले. सगळे कुटुंबीय आपापल्या परीने स्थिरावत गेले. जे जे तिला अभिप्रेत होते ते ते सगळे घडत गेले. संघर्ष आणि बदल हा आजच्या जीवनाचा स्थायीभाव आहे. त्यातून मार्ग काढत पुढे चालत राहायचं आहे हे जाणण्याइतकी सगळी शहाणी झाली आहेत.

ती गेली ते कळल्यावर सैरभैर झालेल्या मनःस्थितीत मी पहिला फोन केला तो मनीषला! मनीष मेहता, तिचा नॅशनल रेयॉनमधला लाडका विद्यार्थी. शाळेत दंगेखोर म्हणून प्रसिद्ध असलेल्या मनीषला धाक होता तो त्यांच्या अंगाला कधी चार बोटंही न लावलेल्या काटकर बाईंचा! अशा अनेक विद्यार्थ्यांना तिनं शिकवून, सुजाण, संवेदनशील नागरिक म्हणून घडवलं. मनीषची प्रतिक्रिया फेसबुकवर अशी उमटली :

"This was the teacher I was blessed and privileged to be with. She taught me a language in a way that cannot be replicated in this generation. She made me (a Pure Gujju!) to speak Marathi as my second language. I can and do pass off as a Maharashtrian in government offices, thanks to her! She taught us with love and affection rarely seen now a days in this generation of tuition oriented teachers. A smile which broke hearts and bleesed troubled souls. May her soul teach the people up there the language, as only she could teach! I miss her and always will..."

- Manish Mehta

आणि लगेच पनवेलहून ओक्साबोक्शी रडणारी मनकुमारी, शारजाहून अमूल नवरे, ऑस्ट्रेलियाहून भरत कौशिक, कल्याणहून उत्तम जोगदंड, विवेक, श्रीकांत... नाशिकहून सुनील घुमडे... शेकडो नावे... आज तिने नॅशनल रेयॉन सोडून तीसहून अधिक वर्षे लोटून गेली तरी तिला आदरांजली देणाऱ्यांत सगळ्यात

मोठी संख्या आहे ती तिच्या विद्यार्थ्यांची! केवळ विद्यार्थी म्हणून नव्हे तर त्यांना भारताचे सुबुद्ध, प्रामाणिक नागरिक म्हणून घडवण्याची तिची तळमळ, त्या काटकरबाईंच्या आठवणी त्यांनी मनात जपून ठेवल्या आहेत.

आईच्या शेवटच्या महायात्रेत सामील होण्यासाठी गोवा, बेळगावमधली अनेक धुरीण व्यक्तिमत्त्वे धावत आली. शारदा ग्रंथप्रसारक मंडळीतल्या तिच्या सख्या, मानसकन्या... त्या सगळ्यांशी ती बांधली गेली होती. प्रत्येकजण तिच्या आठवणी काढत होता. श्रद्धांजलीचे चार शब्द बोलून मूक होत होता. मूक वेदनेचा सागरच तिच्या आजूबाजूला उसळला होता. सगळा आसमंत त्यात बुडला होता. नातवंडांचे फोन सुरू होते, तीही धक्क्याने कोसळून गेली होती. वाटलं, माधवीताई, कशा मुक्त व्हाल तुम्ही या सगळ्या बंधनातून? की मुक्ती मिळणारच नाही? आमच्याभोवती, आपल्या घराभोवती, महालक्ष्मीच्या परिसरात भिरभिरत, तडफडत राहील आत्मा? काय करू, कसं करू, म्हणजे या सर्व चर-अचराच्या पलीकडे जात त्या सतचित्स्वरूपाशी एक व्हाल? जन्म-मृत्यूच्या सदैव चालणाऱ्या वेदनामय चक्रातून सुटून जात, माथ्यावरच्या आकाशात एक तेजःपुंज तारका होऊन चमकत, जग प्रकाशमान करत राहाल? राहाल ना?

काही समजेनासं होत गेलं. तिच्या अस्थी सावडायला आम्ही तिघी गेलो तेव्हा बघितलं तर तिच्या कृश कुडीचे कोणतेही अवशेष शिल्लक राहिले नव्हते. फक्त राखच राख मागे उरली होती. ते बघून आम्हाला रडू आवरेना. एवढी कर्तबगार आपली आई, पण मागे काहीच कसं राहिलं नाही? पण रडू जसं कोसळत बाहेर आलं तसं मन आतून शांत होत गेलं. ती खरोखरच अज्ञाताच्या पुलावरून पुढच्या प्रवासाला निघून गेली होती. या लाग्याबांध्यांच्या पाशातून मोकळी होऊन त्या सत्‌चित स्वरूपाशी एकरूप झाली होती. मुली आणि नातवंडांच्या हाका तिला आता त्या गूढ प्रदेशात ऐकू येणार नव्हत्या; पण तसं निघून जातानाही 'ताठ कण्यानं जगा' हा संदेश ती आमच्यासाठी ठेवून गेली होती. आयुष्याच्या पुढच्या वाटचालीत तसं जगत राहणं हीच आमची तिघींची तिला खरी श्रद्धांजली ठरेल.

◆

मेहता मराठी ग्रंथजगत, ऑगस्ट २०१३

८

इन्फिनिट

त्याचं भौतिक जगातलं नाव ऐजाझ आहे हे मला खूप नंतर समजलं. त्याच्या स्कूलमध्ये मी दाखल झाले तेव्हा तिथल्या अड्ड्यावरच्या गप्पांमध्ये माझी नुसतीच श्रवणभक्ती चाले. ऐजाझ माझ्याशी एरवी खूप संकोचून वागे-बोले, बऱ्याचदा फटकूनही. लक्षात येत गेलं, की तो स्वतः, त्याचं आयुष्य, कुटुंब याबद्दल कमालीच्या दक्षतेनं मूक होता. एक तटबंदीच उभी होती तिथं. त्यात त्या सर्वांना बंदिस्त करून, त्यावर दणदणीत कुलूप लावून त्यानं ती चावी अरबी समुद्रात कधीच फेकून दिली होती; पण त्याच्या स्कूलमध्ये येणाऱ्या समानशील मंडळींबरोबर झालेल्या इंटरॲक्शन्समधून काही खिडक्या अधूनमधून हळूच उघडत जात, त्यातून ऐजाझ मला दिसत गेला, माझ्या कुवतीनुसार काहीसा समजतही गेला असं म्हणायला हरकत नाही.

निदान त्या वेळी तरी तसं वाटत होतं खरं.

बुद्धिमत्ता, प्रतिभा आणि संवेदनशीलता यांचा अनोखा संगम त्याच्या ठायी झाला होता. अफाट वाचन ही त्याची पॅशन, त्याची गरज होती. उत्तम स्मरणशक्तीची त्याला देणगी होती. कला, तत्त्वज्ञान, तंत्रज्ञान, इतिहास, धर्म, राजकारण, भविष्य, आकडेशास्त्र अशा आगळ्यावेगळ्या विषयांत तो रमत असे. अगदी अक्क महादेवींपासून जपानी, चिनी, युरोपियन संस्कृतीतले लेखक-कवी-तत्त्वज्ञ त्यानं अभ्यासले, त्यातली सुसंगती-विसंगती तपासून घेतली होती आणि त्या पाठी विद्वत्तेचा सोस नव्हता, तर त्यातलं मर्म जाणण्याची ओढ होती. तो सतत काहीतरी शोधत होता. त्याच्या अभ्यासाचं प्रयोजन केवळ शोध आणि शोधच होतं. तो शोध कशाचा होता, का होता ते प्रश्न मला तेव्हा पडले आणि कालांतरानं आपसूक विरूनही गेले; कारण तेच त्याच्या जगण्याचं मूल्य आहे हे लक्षात आलं होतं. कदाचित त्या व्यासंगामुळे त्याच्या अंतरंगातला माणूसपणाचा विनम्र ओलावा सतत वृद्धिंगत होत राहिला. तो खूप कमी बोले, पण जे बोले ते अगदी स्पष्ट, रोखठोक आणि मुद्देसूद. साहित्याबरोबर फोटोग्राफी, चित्रकला आणि ग्राफिक्समध्ये तो खूप मनापासून गुंतला. कितीही तंगी असली तरी जगातले महागातले महाग उत्कृष्ट कॅमेरे, ट्रायपॉड्स, लेन्सेस खरेदी करून

जंगलदऱ्यांत एकटंच भटकायला जाणं पुढे त्याच्या जीवनाचा अविभाज्य भाग बनलं. पिरामल आर्ट गॅलरीत त्याच्या ब्लॅक अँड व्हाईट फोटोग्राफ्सचं प्रदर्शन भरलं आणि खूप गाजलंही

रोज स्कूल सुटल्यावर चहा प्यायला फोर्टमधली वेसाइड इन, समोवारसारखी मुंबईतल्या सो कॉल्ड क्रिएटिव्ह माणसांची ठरावीक वॉटरिंग होल्स जाणूनबुजून टाळून तो आता जिथं फॅबइंडिया आहे तिथं बाजूच्या जिन्याखाली असलेल्या एका बिननावाच्या इराणी टी-हाउसमध्ये जायचा. तो सुगावा लागताच ऐजाझची सगळी आर्टिस्ट मित्रमंडळी, एनजीओवाले त्याचा पाठलाग करत तिथं त्या लाकडी तिरप्या जिन्याखाली येऊ लागले. पूर्वी तिथं हुसेन, आरा, रामकुमारजी यायचे म्हणे. आता ही सगळी हायफायवाली मंडळी तिथं त्या कोंदट जागेतल्या डुगडुगत्या लाकडी खुर्च्यांवर बसून समोवारमधल्या धगीवर उकळलेला गुलाबी चहा पीत, फुलाफुलांच्या बशीतला ब्रूनमस्का चापायला शिकली. त्याला एकदा भेटलेला माणूस त्याच्याकडे सहजच आकृष्ट होई. ज्याच्या अंतरंगाच्या तळाशी तो एकलकोंडेपणा, त्याच्यातला मिस्टिसिझम जाणवण्याइतपत संवेदनशीलता अजूनही जागी होती तो माणूस कुठूनही कनेक्शन नसताना कळत-नकळत तरंगत अलगद ऐजाझच्या मठीत येऊन दाखल होई. पुनःपुन्हा त्याच्याकडे खेचला जात त्याच्या वर्तुळात सामील होई; पण ज्याची जेवढी लायकी त्याला तेवढंच मिळे, आणि ज्यांना केवळ मतलब साधायचा असे अशांना तो अगदी बिनदिक्कत तिथून हाकलून देई. कधी त्याच्या मनात आलं की, "चलिये यशूजी, आज हम आपको ताजमें चाय पिलायेंगे." (आणि आम्ही आपल्या लुच्च्या स्वभावाला अनुसरून सी-लाऊंजमधला महागडा चहा पीत साथमें पेस्ट्रीभी खायचो) असं व्हायचं. तर कधी त्याचा खिसा इतका रिकामा असायचा, की संध्याकाळी परतीच्या वाटेवर मी त्याला ड्रॉप करून घरी येत असे; पण त्याची प्रत्येक भेट लाखमोलाची, आमची श्रीमंती वाढवणारी, खऱ्या अर्थी समृद्ध करत, पुढच्या भेटीची ओढ लावणारी होती. त्या मैत्रीचा आम्हा सर्वांना महाप्रचंड अभिमान

होता आणि त्याच्याइतकं आमचं मन मोठं नव्हतं म्हणून, ज्यांना ती मिळत नव्हती, त्यांना आम्ही खी: खी: करून हसत होतो.

पण, त्या अनुभवात तो गुंतत नव्हता. उलट अंतर्मुख होत, सगळ्यांत राहूनही एखाद्या बेटासारखा अलिप्त, एकटा होत गेला होता. त्याचं असं एक वेगळंच आंतरिक जग त्यानं निर्माण केलं होतं. फुटपाथवर उपेक्षित जिणं जगणाऱ्या फाटक्या पोरांसाठी त्यानं सुरू केलेलं व्हॅगॉबॉण्ड स्कूलदेखील त्या आत्मानुभूतीचाच एक आविष्कार होता. पोटाची खळगी भरण्यासाठी लागणाऱ्या टीचभर वडापावच्या पलीकडचं जग त्यानं त्या मुलांच्या ओंजळीत अलगद आणून ठेवलं. आयुष्याशी दोन हात करावेच लागतील, तो झगडा अटळ आहे, त्यातून स्वतःची आयुष्यं चांगली घडवा आणि इतरांचीही उजळून टाका, हे स्वतःच्या जगण्यातून तो सर्वांना शिकवत गेला. आणि ते मिशन पूर्ण झाल्यावर त्या जंजाळाच्या प्रेमात न अडकता तिथून सटकन बाहेरही पडला. दूर डोंगरावर घर बांधून एकांतात राहू लागला. उस्तादजींनी आम्हाला दिलेली ती सर्वांत मोलाची शिकवण होती, हे आयुष्याच्या या टप्प्यावर नव्यानं समजायला लागलं आहे.

फार पूर्वी कधीतरी त्या सगळ्या जहांगीरभोवतालच्या चमको लेखक, कवी, चित्रकारांच्या कोंडाळ्यात त्यानं त्या काळात स्वतःचा चेहरा शोधू पाहणाऱ्या माझी ओळख 'शी इज अ रायटर...' अशी पहिल्यांदा करून दिली होती तेव्हा त्यांच्याइतकी मीही बिचकले होते.

ती ओळख माझी मलाच नंतर सापडत गेली.

पण या अनुभवातून एक शहाणपण आपोआप मिळत चाललं होतं. बंजाऱ्याचं हे घर आज आपल्या माथ्यावर सावली धरून आहे; पण उद्याचं कुणी सांगावं? मग जेव्हा ते उद्या नसेल किंवा असलंच तर त्याचे संदर्भ बदललेले असतील, तेव्हा काय करावं? कसं सुटावं या सापळ्यातून? मग आपणच का बांधू नये एक बंजाऱ्याचं घर? सगळ्या गदारोळात राहूनही एखाद्या बेटासारखं अलिप्त होऊन असं एक वेगळंच आंतरिक जग निर्माण करता येईल?

नक्की येईल...

ते जाणवलं आणि सगळेच प्रश्न सुटून गेले.

पुढे खरोखर तसंच झालं. अत्यंत साधं, संपन्न आणि आरोग्यपूर्ण आयुष्य जगणारा हा आमचा मित्र अचानक पुन्हा एकदा आमची आयुष्यं मुळापासून हादरवून टाकत पुढच्या प्रवासाला एकटाच निघून गेला. त्याचं ते डोंगरावरचं घर आता खरोखरच आम्हा सर्वांना दुरावलं आहे. कदाचित वाट वाकडी करून तिथं जाता येईल. पायवाटेनं डोंगर चढून गेल्यानंतर ते लोखंडी मजबूत गेट दिसेल.

आतल्या गर्द हिरव्या झाडीत, खडकांमधून गचपण वाढलेलं असेल.

पण आत पाऊल टाकता येणार नाही.

जमिनीवर उन्मळून आलेलं कौलारू घर.

फुलपाखरं, काजवे, चतुर, खारी, सापसुरळ्या, नागोबाचं वारूळ.

समोर विस्तीर्ण पसरलेल्या निळ्या तलावात उतरणारे प्रवासी पक्षी.

पलीकडचा बीएसएनएलचा महाकाय लोखंडी टॉवर,

आणि नीरव शांतता,

ते सगळं तसंच असेल.

एकाकी.

फक्त त्याची स्वागत करणारी हाक आता ऐकू येणार नाही. घर बंद असेल.

एकाकी, उदास, थकून वाकलेलं.

आणि संपूर्णतः रिकामं.

तो गेला तेव्हा लगोलग रिकामं करवण्यात आलेलं.

रिकामेपणानं भरलेलं.

मधल्या काळात काही वर्षं मीही मुंबईला कंटाळून शहराबाहेर एका खेड्यात नव्यानं सुरू झालेल्या इन्स्टिट्यूटच्या कॅम्पसमध्ये बस्तान हलवलं होतं. ऐजाझचं घर तिथून फार दूर नव्हतं, शिवाय त्याच्याकडे गाडी होती. तो एरवी इथंतिथं भटकंती करत होताच. माझ्या मुंबईच्या घरी तो बऱ्याचदा आला होता; पण त्या काळात त्याला कितीदा म्हणूनही तो चार पावलांवर असलेल्या त्या इन्स्टिट्यूटमधल्या घरी काही कधी आला नाही. माझं कुठं काय चुकलंय का ते मला समजेना.

''नहीं, ऐसी कोई बात नहीं, बस्, मैं अकेलाही रहना चाहता हूँ।''

पुन्हा विषय संपला.

शेवटी माझे तिथले दिवस संपत आले. परत यायला कधी जमेल न जमेल असे आतून हादरे बसायला लागले. मग एके दिवशी न राहवून मीच त्याला फोन केला आणि स्वतःलाच आमंत्रण देत त्याच्या घरी जाऊन आले. ती दुपार आजही माझ्या लख्ख स्मरणात आहे. मी आलेली बघताच तो नेहमीसारखाच आनंदून गेला. त्या छोट्याशा घरातला आदरातिथ्याचा नबाबी थाट पूर्वीसारखा काही औरच होता. त्या शांत व्हरांड्यात बसून आम्ही पोटभर गप्पा मारल्या. आणि कट्ट्यावर प्लेट्स ठेवून पोटभर चमचमीत जेवलोही! त्या घरात पुस्तकांच्या थप्प्या आणि नवनवीन कॅमेरे नेहमीच येत राहायचे; पण आज त्या घरात एक नवाकोरा मोठा स्क्रीन असणारा कम्प्युटर आला होता आणि फोटोग्राफ्सवर फोटोशॉपचे नवीन प्रयोग करणं सुरू झालं होतं. त्याची फोटोग्राफी बघून मी नेहमीच थक्क व्हायचे, त्याच्या कविता ऐकून गुंगून जायचे. खरं तर असं चार भिंतीत बंदिस्त

होऊन बसणं, टेक्नॉलॉजीच्या मदतीनं कलानिर्मिती करणं ऐजाझच्या स्वभावाच्या अगदी विरुद्ध होतं; पण त्याला आता ती दिशा खुणावू लागली होती. त्याचे ते प्रयोग विलक्षण भुलवून टाकणारे होते. स्क्रीनवर एकामागून एक येणारे फोटो बघता बघता मी त्यात कधी हरवत गेले मला समजलं नाही.

घराच्या आसपासच्या परिचित निसर्गातलीच चित्रणं होती ती. कितीतरी वेळा पाहिलेली. तीच ती फुलं, पानं, मुळं, खोडं... पण समोरच्या स्क्रीनवर एकापाठोपाठ अवतरणारी ती निसर्गचित्रं बघताना मी किती मागे गेले... किती शतकं, किती पिढ्या मागे, ते एकेक चित्र मला आठवत गेलं, मॉने, पॉल क्ली... आणि व्हॅन गॉग... तोही होताच. त्यांची एकेक अनमोल चित्रं... ती चित्रं तिथं होती आणि नव्हतीही. ऐजाझनं त्या निसर्गवस्तूंना जो स्पर्श केला होता, त्यानं ती स्वतःचं क्षणभंगुरत्व विसरून गेली होती. जीवन-मृत्यूच्या पलीकडच्या सत्‌चित आनंदमय अवकाशातून प्रकाशमान होत ती पुन्हा नव्या स्वरूपात समोरच्या स्क्रीनवर अवतरली होती. त्या चित्रातला प्रत्येक बिंदू, प्रत्येक रेष जिवंत होती; प्रकाशमान, चैतन्यमय होती. तिथं उचंबळून वाहणारा आनंद मनात उतरत, कधी सर्व जाणिवा-नेणिवांपलीकडे, एका अनाम अंतराळात घेऊन गेला मला समजलं नाही.

त्या तरल अवस्थेचं वर्णन शब्दांत पकडणं केवळ अशक्य.

मी आनंदतंद्रीत डुंबत राहिले.

माझे पाय तिथून निघायला अजिबात तयार नव्हते, तरी निघणं क्रमप्राप्त होतं. त्याचा निरोप घेऊन मी बाहेर पडले तर आमचे ड्रायव्हरसाहेब कुठं दिसेनात. आजूबाजूला शोध घेत बघितलं तर बागेतल्या बांबूच्या बेटाच्या सावलीत त्यांनी डाराडूर ताणून दिली होती. मग आळोखेपिळोखे देत उठत मुन्नाभाई टॅक्सीवाले झोपाळलेल्या डोळ्यांनी म्हणतात कसे, "म्याडम, आपको तो परदेस जाना है। बेशक चले जाव। आपून तो इधर ऐजाझभाईको हम्मेशा मिलनेंको आयेंगे। क्या घर है! कोस्सोम से..."

व्हॅगॉबॉण्ड स्कूलचा नवा विद्यार्थी तयार होत होता.

पण ते होणार नव्हतं.

तेच ते घर आता रिकामं झालेलं आहे.

किंवा ते तिथं नसेलही. ज्यांनी त्याचा ताबा घेतला, त्यांनी ते लगोलग रिकामं केलं. ऐजाझची लाख मोलाची पुस्तकं, इक्विपमेंट, पेंटिंग्ज, फोटोग्राफ्स; सगळं अडगळीत नेऊन टाकलं. त्यांनी कधीच त्यांच्या लेखी निरुपयोगी अशा त्या घर-जमिनीचा सौदा करून टाकला असेल. ते बेरहमपणे भुईसपाट करून

तिथं कधीच एखादा पॉश क्लब, रिसॉर्ट, हायवे बार किंवा कुणी सांगावं, मॉलही बांधला गेला असेल. चटरफटर वस्तू विकणारा निरुपयोगी बाजार. मी तिथंच उभी राहीन. ती तटबंदी ओलांडून पुढे जाणार नाही. खूप रडू कोसळेल; पण हे होणार, असंच होणार. ती अपरिहार्यता सहन करण्याची पूर्वतयारी त्यानं आमच्याकडून आधीच करून घेतली होती. नाही तर ती चित्रं त्यानं मला तेव्हा का दाखवली असती? कोणती सूचना देऊन पुढील प्रवासासाठी शुभेच्छा दिल्या होत्या?

ते सगळं आता लक्षात येतंय.

कोण होता तो आमचा?

फ्रेंड, फिलॉसॉफर, गाईड, मेंटर, ब्रदर, फादर, उस्ताद...

की या सर्व लेबल्सच्या पलीकडे अतिशय महत्त्वाचा, ज्याच्याशिवाय आमच्या आयुष्याचे आलेख अपुरेच राहिले असते असा कुणीतरी.

त्यानं आम्हाला एकटेपणा, एकांडेपणा आणि एकांतप्रियतेमधला फरक शिकवला. त्यावर प्रेम करायला शिकवलं. स्वतःचं स्वतःशी नातं जोड, ते एन्जॉय कर. ज्याला स्वतःशी नातं जोडता येत नाही, तो दुसऱ्याशी कसं नातं जोडणार? ज्याला स्वतःची साथ आवडत नाही, तो इतरांनी मला साथ द्यावी, त्यात आनंद मानावा अशी अपेक्षा कशी करू शकतो? एकांडेपणातच 'मी' सापडत जातो. तो सापडण्यातला निखळ आनंद मिळत जातो. बाह्य जगतावर, तिथल्या नातेसंबंधांवरचं अवलंबित्व संपतं, तो आग्रहच संपुष्टात येतो. एकांडेपणात विचारांचे गुंते, भावनांचे कल्लोळ, जाणीव-नेणिवेचे खेळ नसतात. तिथं अहंभाव संपतो, माझं-तुझंची रस्सीखेच कायमची संपते, दुसऱ्यावर हक्क गाजवणं हे किती मोठं अतिक्रमण आहे हे लक्षात येतं. मग ते सगळं अवडंबर मागे पडत जातं, उरते ती सकारात्मक ऊर्जा आणि भरभरून वाहणारा उत्स्फूर्त सत्चित आनंद. ज्यांना हे आंतरिक चैतन्याशी नातं जोडता येतं ते जगातल्या कुठल्याही बदलाला सामोरे जाऊ शकतात, स्वतः सकारात्मक बदलाचे स्त्रोत बनतात. हे सगळं आम्ही ऐजाझला बघत, त्याच्या जगण्यातून शिकत गेलो. तो आम्हाला असा आमच्या आतूनच थोडा थोडा समजत गेला.

तरीही त्याला संपूर्णतः ओळखू शकलेलं असं आज आमच्यातदेखील कुणीच नाही.

एका बिकट प्रसंगी आपल्या भावाचा जीव वाचवण्यासाठी त्यानं आपली किडनी कोणतीही अपेक्षा न ठेवता बिनदिक्कत दान केली होती. त्या काळात तो दूर त्या टेकाडावर राहत होता. असं ऑपरेशन होणं हीच तेव्हा ऐकिवात नसलेली, जिवावरची बाब होती. ते जेव्हा कळलं तेव्हा मी आणि त्याची एक अगदी जवळची मैत्रिण घाबरून रात्रभर बेचैन होऊन गेलो आणि सकाळी धावत पळत हॉस्पिटलला पोहोचलो, तेव्हा स्वारी शहनशाह-ए-आलमसारखी

रुबाबात व्हीलचेअरवरून ऑपरेशन थिएटरकडे निघाली होती. भावाभावांचं ऑपरेशन म्हणून त्याचं आख्खंच्या आख्खं खानदान तिथं 'भाईजान... भाईजान...'चा जप करत जमलं होतं; पण जरा कुठं त्यातून बाहेर पडला असेल-नसेल, तोवर तो त्या कोंडाळ्यातून सुटत परत जंगलातल्या आपल्या घरी निघून गेला होता. एका किडनीवर जगताना कधी प्रसंग उद्‌भवलाच, तर त्या जंगलात किंवा जवळपास डॉक्टर, हॉस्पिटल नाही हे त्याच्या मनातसुद्धा आलं नाही. त्याबद्दल तो नेहमीच मूक राहिला; पण जेव्हा कुणाकडून काही घेण्याची पाळी आली, तेव्हा तो अगदी अवघडून, आखडून गेला. आभाराच्या एखाद्या लहानशा शब्दाचंही त्याला ओझं वाटायचं. पुढे तो भाऊ अचानक गेला, तेव्हा तो चुकचुकत एवढंच म्हणाला,

"उसका दिल रुक गया था। लेकिन किडनी तो हेल्दी थी।"

अगदी लहानपणीच हे असं एकटेपण त्यानं स्वीकारलं तेव्हा त्याच्या तेव्हाच्या इवल्याशा आयुष्यात नक्कीच त्याला दुभंगून टाकणारा काही प्रसंग घडला होता. कदाचित तशा दुःखदायक प्रसंगांची एक लांबलचक न संपणारी मालिकाच होती त्याच्या आयुष्यात. ती कधीतरी काही क्षण का होईना, त्याला झाकोळून, कळवळून टाकायची. काटेरी वेदनेचा तो क्रूस सतत खांद्यावर वाहतच तो जगत राहिला, परिस्थितीशी लढत राहिला; पण त्या दुःखाचं दळण दळत न बसता त्यानं त्याच्या संपर्कात येणाऱ्या प्रत्येकाला भरभरून दिलं. खऱ्या अर्थी जगायला लायक बनवलं. अगदी माझ्यासकट सर्वांनाच वाटायचं, की मीच स्पेशल, मीच त्याचा खराखुरा चेला; पण त्यानं केलेल्या कुठल्याही कामाच्या, स्वार्थत्यागाच्या पासंगाला आम्ही टीचभरसुद्धा पुरणार नाही. ज्यांनी ज्यांनी त्याला खूप त्रास दिला, जे नेहमी त्याला विषारी सुरा मारण्याच्या तयारीनंच यायचे, त्या चेहऱ्यांनाही त्यानं अतिशय अदबीनं, ज्या सौहार्दानं वागवलं त्याला तोड नाही. आणि वेळ आली तेव्हा त्यांच्यापासून कटाक्षानं दूर राहत, त्यानं सगळे संपर्क तोडून टाकत त्यांची नाकाबंदी केली. स्वतःचा तोल कधीही ढळू न देता त्यानं स्वतःची ग्रेस कायम राखली आणि आतला सर्जनशीलतेचा झरा नेहमी नितळ, झुळझुळत ठेवला. किती कठीण होतं तसं निष्पाप जगणं, हे आज मला आयुष्याचा सामना करताना पावलापावलावर जाणवत राहतं. ते सगळं जगणंच विलक्षण थक्क करून टाकणारं आहे.

पहाडावरच्या नीरव शांततेत तो एकटा होता.

जहांगीरबाहेरच्या कोलाहलात तो एकटाच होता.

स्वतःच्या निर्मळ 'स्व'चं पावित्र्य राखत तो खूप मस्त कलंदरी आयुष्य जगत गेला.

आणि वेळ आली तेव्हा तो नेहमीसारखा चपळाईनं सर्वांना सफाईदार बगल देत, कुणालाही काही कळू न देता आपल्या वाटेनं रुबाबात निघून गेला.

मी तर तेव्हा परदेशी होते; पण त्याच्यासाठी जीव देऊ शकणारी अगणित माणसं, ज्यांच्या ज्यांच्या आयुष्यांना त्यानं परिसस्पर्श केला होता, त्या चेल्यांपैकी कुणीच नव्हतं त्याच्याजवळ. कदाचित त्याला हेच हवं होतं. ती योजनाही त्यानं आधीच आखून ठेवली होती.

तो गेला तेव्हा त्याचा चेहरा अतिशय तेजस्वी, हसरा होता.

आणि त्याची नजर आकाशाकडे होती.

मला आश्चर्य वाटलं नाही.

वर्षानुवर्षं त्याच्याबरोबर सावलीसारखा जगलेला भीम रडला नाही.

मला आश्चर्य वाटलं नाही.

सगळ्या बंधनातून बाहेर पडत तो मुक्त होऊन गेला.

आभाळाच्या विस्तीर्ण छत्राखाली खडकाळीवर आता आमची वाट बघत कुणीच उभं नाही.

पण, असं लिहून संपेपर्यंत एक आश्चर्य घडलं.

तो त्या परिषदेत समोरच बसला होता. का कुणास ठाऊक, परिषदेतल्या सगळ्या सूटेड-बूटेड कॉर्पोरेट मॅनेजर्सपेक्षा तो वेगळा वाटला असेल म्हणून कदाचित, पण माझं लक्ष सतत त्याच्याकडे ओढलं जात होतं. प्रत्येकानं स्वतःची ओळख करून दिली तेव्हा त्यानंही दिली.

सुनील पोटे, संस्थापक, युवा मित्र, नाशिक.

आणि मनात लख्ख वीज चमकली.

ऐजाझचा अतिशय जवळचा मित्र.

पण, आम्ही दोघंही ऐजाझचे घट्ट मित्र असूनही कधी न भेटलेला.

पण हा इथं कसा? की माझं काही चुकतंय? गल्लत होतेय?

परिषद संपली तशी पांगापांग झाली. निरोप घ्यायची वेळ आली. तो ग्रुपही निघण्याच्या तयारीत होता. मी न राहवून धीर करून विचारलं,

"तुम्ही ऐजाझला ओळखत होतात?"

त्याच्या चेहऱ्यावर आश्चर्य उमटत गेलं. जागा, प्रसंग, आजूबाजूची माणसं यांच्याशी अगदीच विसंगत प्रश्न होता तो.

"तुम्ही?"

"मी यशोधरा."

आश्चर्य आणि आनंदाच्या छटांनी त्याला एकदम भरून आलं.

"ताई तुम्ही? बघा, कशा भेटलात! मी कितीदा ऐकलं तुमच्याबद्दल

ऐजाझकडून...''

''खरंच?''

''तुमचं पुस्तक मला ऐजाझनंच दिलं होतं. आम्ही कितीदा तरी ऐजाझकडे राहिलो, तो नेहमी तुमची आठवण काढायचा, म्हणायचा...''

त्याला इतकं दाटून आलं, की किती बोलू आणि कसं सांगू असं झालं होतं.

आणि मलाही.

त्या कॉर्पोरेट पोशाखी वातावरणात आम्ही अचानक अलग, एकटे होऊन गेलो होतो. आणि तो ते आश्चर्य द्विगुणित करणारं वाक्य बोलून गेला.

''आणि त्याची पुस्तकं, डायऱ्या माझ्याकडे आहेत...''

ऐजाझची लाख मोलाची पुस्तकं, पेंटिंग्ज, फोटोग्राफ्स... तो गेल्यानंतर आम्ही किती आटापिटा केला तरी त्यातलं एक पानही आमच्या दृष्टीला पडू दिलं गेलं नव्हतं, ते सगळं विश्व आमच्या जगण्याचा अविभाज्य भाग होतं, ते कायमचं हरपल्याचं दुःख मनावर घेऊनच आम्ही जगत होतो; पण त्यातला बराचसा ऐवज सुनीलला देण्यात आला होता आणि तो त्यानं जपून ठेवला होता. ती पुस्तकं परतून येत, योग्य त्या घरात विसावली होती. त्यांना हक्काचं घर मिळालं होतं. त्यांना कधीही भेट देता येणार होती.

''आणि...''

''आणि?''

''आणि मी तिथं दोन तशाच कौलारू खोल्या बांधल्यात. त्याचं नाव ठेवलंय 'ऐजाझ होम.''

सगळे शब्द हरवून अवाक् होत आम्ही एकमेकांकडे बघत गप्प बसून राहिलो.

रमेश, दीपकची आठवण आली. ऐजाझशी खरीखुरी जवळीक असणाऱ्या काही निवडक मित्रमंडळींतली ही जोडी. ते धावतपळत आलेच. लेख वाचताना रमेशला भरून येत होतं. मनावर ताबा ठेवत त्यानं लेख वाचून संपवला. आणि काही क्षण कोलाहलानं भरलेल्या जगात आम्ही गप्प बसून राहिलो. मग रमेशनं हळूच त्याच्या डायरीतला एक कागद काढून माझ्यासमोर ठेवला.

त्यावर वळणदार ओळी होत्या -

तुम्हारी कब्रपर मैं फातिहा पडने नहीं आया
माझे मालूम था तुम मर नहीं सकते
तुम्हारे मौतकी खबर जिसने उडायी थी
वो झूठा था
वो तुम कब थे
कोई सुखा हुवा पत्ता हवासे हिलके टूटा था

मेरी आँखे तुम्हारी नजरोमें कैद हैं
मैं जो भी देखता हूँ, सोचता हूँ
वो...वही है
जो तुम्हारी नेकनामी और बदनामीकी दुनिया थी
कही कुछ भी नहीं बदला

तुम्हारे हाथ
मेरी उंगलियोंमें सांस लेते है
मैं लिखने के लिये कागज-कलम उठाता हूँ
तुम्हे बैठा हुआ अपनीही कुर्सीमें पाता हूँ

बदनमें मेरे जितना लहू है
वो तुम्हारी
लग्जिशों नाकामियोंके साथ बहता है
मेरी आवाजमें छुपकर
तुम्हारा जहन रहता है
मेरी बीमारियोंमें तुम
मेरी लाचारियोंमें तुम

तुम्हारी कब्रपर
जिसने तुम्हारा नाम लिखा था वो झूठा है
तुम्हारी कब्रमें मैं दफन हूँ
तुम मुझमें जिंदा हो
कभी फुर्सत मिले तो फातिहा पढने चले आना

मी थक्क होऊन वर बघत विचारलं,
“कुणी लिहिलं?
तू...की ऐजाझ?”
रमेश म्हणाला, “निदा... निदा फाजली.”
आणि आम्ही तिघं एकदम गप्प होऊन गेलो.

आभाळाच्या विस्तीर्ण छत्राखाली खडकाळीवर आता आमची वाट बघत कुणीच उभं नाही.

कोण होता तो?
हा प्रश्नही आता उरला नाही.

◆

मनोविकास प्रकाशन, दीपावली विशेषांक २०१४

९

आवडती

''रेशमा, चला. स्कूलबस यायची वेळ झाली. बूट, रेनकोट घाला आणि जाताना पाण्यात नाचायचं नाही बरं का!''

'भाभी... उद्या चारू येणार आहे, रस्सा करायचं बघ आणि कांचन, रात्री आठवणीनं पिक्चरची सीडी आणायला सांग.''

'बेबी, चिमूला घेऊन डॉक्टरांकडे जाणार आहेस ना, तेव्हा येतायेता शिवाजी मंदिरवरून नाटकाची तिकिटं काढून आण हं!''

हे संभाषण वाचल्यानंतर एखादी मराठमोळी, मध्यमवर्गीय गृहिणीच बोलतेय,असा आपल्या सर्वांचा समज होईल. प्रत्यक्षात मात्र ही वाक्ये बोलत आहेत वर्षानुवर्षे भारतीय चित्रपटसृष्टी गाजवणाऱ्या प्रथितयश अभिनेत्री श्रीमती सुलोचनाताई! चित्रपटसृष्टीतल्या आपल्या सर्व सहकाऱ्यांची दीदी, आजोबा (चित्रपटतपस्वी भालजी पेंढारकर) व माई आज्जी (लीलाबाई पेंढारकर) यांची सुलोचना, आमच्या पिढीतल्या कुणाची आत्ती तर कुणाची मावशी, शाळकरी नातवंडांच्या फौजेची 'आत्ती मम्मी' ...अशी ही विविध नात्यांनी सर्वांशी जोडली गेलेली आमची सुलोचनामावशी!

लहानपणापासूनच आम्हा सर्व बहिणींना आमच्या सख्ख्या मावश्यांपेक्षा काकणभर जास्त आवडत असत, त्या लता (लता मंगेशकर) आणि सुलोचना मावशी! पण लतामावशी कोल्हापूरला आली की तिचा मुक्काम असे जयप्रभा स्टुडिओमध्ये. तेव्हा एवढी मोठी स्वरसम्राज्ञी जवळ असल्याचा आनंद व्यक्त करायचा असो किंवा तिची कुठली नवीन गाणी आपल्याला आवडल्याने आपण चोरून वहीच्या पाठी लिहून काढली आहेत ते 'गुफ्तगू' तिच्यापाशी करायचे असो, आजोबा समोर आल्यानंतर हे सगळे पाठांतर आम्हाला आतल्या आत गिळून टाकावे लागायचे. सुलोचनामावशीचे मात्र तसे नव्हते. कोल्हापुरात आली रे आली की ती सरळ आज्जीकडेच येऊन डेरेदाखल होत असे. मग घरातल्या सगळ्या मुला-मुलींना घेऊन भेळ, आईस्क्रीम यांसारखे 'तामसी' पदार्थ खायला घेऊन जाणे, चक्क थिएटरला जाऊन एखादा धमाल सिनेमा बघणे आणि सर्वांत मोठी चैन म्हणजे आम्हाला आमच्या आजोबांच्या जयप्रभा स्टुडिओमध्ये शूटिंग बघण्याची परवानगी मिळवून देणे, ही सर्व अतिशय महत्त्वाची कामे आम्ही

लाडालाडाने मावशीच्या गळ्यात पडून करून घेत असू.

मी पेंढारकर कुटुंबातली पहिलीच नात म्हणजे दुधावरची साय (ती पण चांगली मलईदार आणि जाडजूड), त्यातून तेव्हा माझे आई-वडील मला 'उच्चशिक्षणार्थ' कोल्हापुरातल्या विद्यापीठ हायस्कूलमध्ये दाखल करून गोव्याला गेले होते, त्यामुळे घरी माझे सगळे लाडकोड पुरवायच्या त्या मावशी आणि आज्जीच! कोल्हापुरातल्या जुन्या घरातल्या उंच जिन्यावरून हा लठ्ठोबा कधीही खाली कोलांटी उडी मारेल, या भीतीने आज्जीचा जीव अर्धा होई.

"सुलोचना, पडेल गं ती!"

असे म्हणायचाच अवकाश की एवढ्या मोठ्या सुलोचनाबाई या महाराणी येसूबाईंना पाठकुळीला घेऊन जिना उतरवून देत आणि असे दिवसातून कितीतरी वेळा!

आजोबांचा, त्यांच्या करड्या व्यक्तिमत्त्वाचा अन् शिस्तीचा सर्व पेंढारकर कुटुंबावरच एक धाक होता. त्यांच्याकडे नुसते भेटायला जायचे ठरले की आम्हा नातवंडांची एकदम घाबरगुंडी उडून जायची. आपण केलेल्या एखाद्या बेताला आजोबांची मंजुरी मिळावी अन् ती त्यांची मर्जी खफा न होता मिळावी असा, घरातल्या कुणाच्या अगदी जीवन-मरणाचा प्रश्न उभा राहिला, की आज्जीसकट सर्वच मावशीला पुढे करायचे. मग तिने स्टुडिओत गेल्यावर काय म्हणायचे, कसे बोलायचे, कुठल्या क्लृप्त्या वापरायच्या, त्याची आज्जीसकट एक रंगीत तालीम घेतली जाई. सगळी जय्यत तयारी करून मावशी घरातून गेली की पाठी राहिलेल्या आम्हा मंडळींची उत्सुकता अगदी टांगणीला लागून राही. ती परत आली की मग घरात सर्वांची एक गोलमेज परिषद भरे.

"काय माई, त्यात इतकं कठीण काय होतं? मी विचारल्यावर लगेच 'हो' म्हणाले बाबा...तुम्ही सगळे त्यांना उगीच घाबरता, ते काय तुम्हाला खाऊन टाकणार आहेत?"

असा तिचा मोठा शूरपणा असे; पण ती मीटिंग संपल्यावर त्या दोघीच एकत्र असल्या की मग मात्र ती पदराने कपाळावरचे घामाचे थेंब पुसत म्हणायची,

"माई, बाबांना विचारताना पोटात गोळा आला होता नुसता!"

पण आम्हाला काय त्याचे? आमचे काम झालेले असायचे. वाघासारखे वाटणारे आपले आजोबा मावशीचे ऐकतात, म्हणून मावशी हे घरातल्या सर्वांचेच सुप्रीम कोर्ट झालेले होते. आज आमची मुले रेशमा, पिटू, जाई अन् कपिल या सर्वांनाच ठाऊक असते की आयांनी कुठल्याही गोष्टीला 'नाही' म्हटले किंवा रागावून डोळे वटारले की कुठल्या कोर्टात 'अपील' करायचे.

"अगं, आक्का (कांचनताई) घरात नाही, चला, सोफ्यावर उड्या मारून

घेऊ या.''

हा सगळा थयथयाट हॉलमध्ये बसलेल्या मावशीच्या अगदी समोरच सुरू असतो. ती मात्र शांतपणे आपले विणकाम करत तिथे बसलेली असते. मावशीच्या बळावरच आमच्या कडक शिस्तीचे मुलांनी पार बारा वाजवलेले असतात. मावशीच्या रूपाने ही सर्व कार्टी सुप्रीम कोर्टातल्या जज्जाच्या मांडीवरच विराजमान झालेली असतात आणि आम्ही आया म्हणजे कायम हरलेले फिर्यादी!

आमची अशी लहानपणापासून घेतलेली जबाबदारी मावशी आजतागायत सांभाळतेच आहे. कौटुंबिक व व्यावसायिक त्रास असह्य झाले की मी अजूनही मावशीच्या प्रभादेवीच्या घरी पळ काढते.

''मावशी, तू माझा मानसिक आधार... आणि कांचनताई, तू माझा आर्थिक आधार हं!''

अशी ही सर्वांना आधारभूत वाटणारी मावशी!

मावशीची चंदेरी पडद्यावरची प्रतिमा नेहमीच एका कौटुंबिक चौकटीत राहणाऱ्या व परंपरा जपणाऱ्या सोज्ज्वळ, साध्यासुध्या स्त्रीची राहिली आहे. मराठी समाजातल्या विविध स्तरांतील स्त्रियांच्या एकाहून एक उत्कृष्ट भूमिका तिने वठवल्या आहेत. अस्पृश्य स्त्री (मायमाऊली), खेडवळ शेतकरीण (साधी माणसे), कर्मठ घरातली ब्राह्मण स्त्री (मोलकरीण, घरगंगेच्या काठी), पांढरपेशा मध्यमवर्गीय गृहिणी (एकटी, वहिनीच्या बांगड्या) आणि खानदानी मराठमोळी स्त्री (महाराणी येसूबाई, मराठा तितुका मेळवावा) अशा अनेक भूमिका तिने आपल्या सहज अभिनयाने फुलवल्या. चाळीस-पन्नास वर्षांपूर्वीची मराठी चित्रपटसृष्टी नव्यानेच घडू लागली होती. दिग्दर्शक, तंत्रज्ञ, कलाकार सर्वच नवखे होते. खडकलाटसारख्या आडगावात जन्मलेली, कुठलेही प्रशिक्षण न घेतलेली मावशी केवळ तिची जिद्द, अपार मेहनत करण्याची तयारी आणि भालजी पेंढारकर स्कूलमध्ये स्वतःलाच घालून घेतलेली शिस्त, यांमुळे तत्कालीन मराठी अभिनेत्रींपेक्षा सर्वतोपरी सरस ठरली. किंबहुना तिच्या पाठोपाठ मराठी चित्रपटसृष्टीत येत गेलेल्या सर्व अभिनेत्रींवर, त्यांच्या भूमिका, रंग-वेशभूषा व अभिनयपद्धतीवर मावशीचा एक स्पष्ट असा ठसा उमटलेला दिसतो. तिच्या भूमिकांचा नुसता धावता आढावा घेतला तरी शबाना आझमी आणि स्मिता पाटील प्रायोगिक चित्रपटांतून जशा भूमिका करताना दिसतात, तशा भूमिका मावशीने किती तरी वर्षे आधीच करून टाकल्या होत्या, हे आपल्या लगेच ध्यानी येते.

एकीकडे सोशीक, प्रेमळ आई, ममतामयी वहिनी, भावावर जीव ओवाळून टाकणारी बहीण, तेजस्वी अन् करारी जिजाबाई साकार करत असताना दुसरीकडे तिने बोर्डावर नाच करणारी कलावंतीण (भाऊबीज), तडकभडक सिनेमा नटी

(तारका), कैकेयी (संपूर्ण रामायण) अशाही भूमिका केल्या, त्या स्वतःतील अभिनेत्रीचा अस्सल कस पारखून घेण्यासाठी! पण तिच्यावर अमाप प्रेम करणाऱ्या प्रेक्षकांनी मात्र आपल्या लाडक्या अभिनेत्रीच्या या भूमिका मुळीच पसंत केल्या नाहीत. पायात घुंगरू बांधून सुलोचनाबाईंनी तमाशाच्या बोर्डावर नाच करायचा, 'चाळ माझ्या पायात, पाय माझे तालात...' म्हणजे त्यांच्या दृष्टीने अतिरेकच झाला. त्याबद्दल सगळीकडून निषेधाची प्रतिक्रिया उमटत गेली. आज कधी दूरदर्शनवर हे गाणे लागले की घरातले सगळेजण पटापट टीव्हीसमोर जमतात. मावशीचा नाच बघून चहाटळ नातींना हसू यायला लागते. मावशी आपली गंभीर चेहरा करून स्वतःशीच 'चुक् चुक्...' करत राहते.

इथे आणखी एक महत्त्वाची गोष्ट आवर्जून सांगितली गेली पाहिजे ती अशी की, मावशी त्या अगदी हाताच्या बोटांवर मोजण्याइतक्या कलाकारांपैकी एक आहे की ज्यांनी एकाच वेळी मराठी, हिंदी, गुजराती, बंगाली अन् अनेक दाक्षिणात्य चित्रपटांतून भरपूर भूमिका केल्या; एवढेच नव्हे, तर त्या गाजवल्या. तिथे प्रत्येक वेळी वेगळे वातावरण असायचे, दिग्दर्शक अनोळखी, तशी त्याच्या युनिटची काम करण्याची पद्धतही वेगळी असायची, चित्रपटाची भाषा वेगळी आणि बहुतांशी सहकलाकार त्या त्या भाषिक संस्कृतीतून आलेले, तीत रुळलेले असायचे. मग या सर्वांशी जुळवून घेत आपली भूमिका सरस रीतीने वठवणे, हे अतिशय कठीण काम असायचे; पण मावशीमधली अभिनेत्री त्यात कुठेच कधी कमी पडली नाही. तिच्या हिंदी चित्रपटांतील भूमिका हा अभ्यासाचा एक वेगळा विषय आहे, म्हणून त्या तपशिलात शिरणे इथे अप्रस्तुत ठरेल; पण त्या काळच्या सगळ्या नामचीन हिंदी दिग्दर्शकांच्या चित्रपटांतून तिचा वावर झाला. राज कपूर, अशोककुमार, दिलीपकुमार, देव आनंद या टॉप स्टार्सबरोबर तिने भूमिका केल्या. त्यांतील अनेक

चित्रपट 'ज्युबिली हिट' झाले, त्यांची अनेक सन्मानचिन्हे आज तिच्या घराचा एक मोठा हिस्सा व्यापून तिथे दिमाखाने सजली आहेत. हिंदी चित्रपटसृष्टीतली आपली कारकीर्द अशी चौफेर गाजवताना तिने मराठी चित्रपटाशी असणारी बांधिलकी स्वत:ला कधी विसरू दिली नाही. दर वर्षी एक तरी मराठी चित्रपट करायचाच; मग त्यासाठी किती अल्पसे मानधन मिळते, त्याचा हिशोब कधी करायचा नाही, असे तिचे धोरण होते. तिचे गुरू चित्रपटतपस्वी भालजी पेंढारकर यांच्याप्रमाणे आपली कला हाच धर्म तिने मानला आणि त्यावर असीम निष्ठा ठेवून ती चंदेरी दुनियेत वाटचाल करत राहिली.

ती कोल्हापूरला कधी येईल त्याची मी मोठ्या उत्सुकतेने वाट बघत असे. अर्थात त्यामागे एक खास कारण होते. मावशीच्या गाडीतल्या सामानातून एक मोठी अद्भुत जादुई पेटी तिच्याबरोबर येत असे. ती होती तिची 'मेकअप् बॉक्स!' (भगव्या रंगाची बरं का!) खटाखट खटके दाबून ती पेटी उघडली की वर उघडल्या गेलेल्या झाकणाच्या आतल्या बाजूला एक सुंदरसा आरसा बसवलेला होता. त्या सबंध पेटीला आतून मऊ सॅटिनचे गुळगुळीत आच्छादन असायचे आणि अनेक शेड्सच्या पॅनकेक्स, पावडर्स, लिपस्टिक्स अशा मेकअपच्या वस्तूंनी खण भरलेले दिसायचे. ते नुसते बघूनच माझा जीव खूष होऊन जायचा. कधी तरी तिच्याबरोबर जयप्रभा स्टुडिओत जायची परवानगी मिळायची. तिथे पंढरीदादा हे मावशीचे मेकअपमन आणि चांदबिबी या वेषभूषेसाठी मदतनीस वाट बघत असायच्या. मेकअप करायच्या खोलीत शिरेपर्यंत मावशी ही आमची मावशी असायची; पण एकदा ती मेकअपची बॉक्स उघडून पॅनकेकचे एक बोट आरशाला अन् स्वतःच्या कपाळाला टेकवून तिने क्षणभर डोळे मिटून घेऊन ईश्वराचे चिंतन केले, की मग मात्र ती या दुनियेतून हलकेच उठून आरशातल्या प्रतिबिंबाच्या दुनियेत अलगद निघून जाई, असे मला वाटे. आणि एकदा अशी ती त्या भूमिकेच्या अंतरंगात शिरली की मग मात्र भान हरपून काम करत राही; तिथे तडजोड केली जात नसे. स्वत:च्या भूमिकेचे रूपरंग सजीवपणे उभे करण्यासाठी वापरले जाणारे एक साधन एवढेच त्या मेकअप बॉक्सचे तिच्या लेखी महत्त्व नव्हते. त्या मेकअप बॉक्सची दर खंडेनवमीला मोठ्या श्रद्धेने पूजा करण्याची प्रथा ती आजतागायत पाळत आली आहे. तिच्या पावलावर पाऊल टाकून चित्रपटसृष्टीत येणाऱ्या कित्येक नवख्या मुलींना तिने स्वत:च्या भरगच्च बॉक्समधून पॅनकेक्स, पेन्सिल्स, ब्रशेस असे किमती मेकअपचे सामान "हे वापर, हे तुला चांगलं दिसेल हं!" म्हणून काढून देताना मी बघितले आहे. सुलोचनामावशीचा असा सच्चा आशीर्वाद ज्यांना मिळाला त्या मुली खरोखरी किती भाग्यवान!

मावशीच्या वैयक्तिक आयुष्यात मात्र तिची भूमिका एक अत्यंत जबाबदार

अन् कर्तव्यकठोर कुटुंबप्रमुखाची राहिली आहे. अगदी तरुण वयापासून अर्थार्जन करून घराची जबाबदारी सांभाळणारी कर्तृत्ववान स्त्री आणि मुलांवर मायेची पाखर घालणारी, त्यांच्यावर उत्तम संस्कार करण्यासाठी धडपडणारी आई, अशी दुहेरी भूमिका तिला सदैव वठवावी लागली. तिच्या कलागुणांना वाव देणारे तिचे पती आबासाहेब चव्हाण यांच्या अकाली निधनानंतर तर मावशीवरची जबाबदारी खूपच वाढली. लहानशा कांचनला वडिलांची उणीव भासू नये म्हणून तिची सर्वतोपरी काळजी घेणारी, लाड करणारी; पण शाळेत जायला अळम्टळम् करते म्हणून तिला बदडून काढणारी कठोर आई, अशी तारेवरची कसरत तिला सतत करावी लागली. आपल्या भावाच्या आईविना वाढणाऱ्या मुलामुलींची ती आई झाली. आपल्या मोहक अभिनयाने हिंदी-मराठी चित्रपटसृष्टी गाजवणारी, अनेक मानसन्मान व पुरस्कार पटकावणारी ही अभिनेत्री त्याच वेळी सगळ्या कौटुंबिक व आर्थिक जबाबदाऱ्याही समर्थपणे पेलत होती. आपल्या बेबीताई (मीना वेंगुर्लेकर), तारुताई (तारा कोरगावकर) आणि विजूताई (विजया परमेकर), या भाच्या आणि कांचनताई यांच्यामध्ये तिने कधीच फरक केला नाही. तसेच दिलीपदादा, प्रदीप अन् अनूप (लाटकर) यांच्या बाबतीत! तिच्या सायनच्या छोट्याशा घरात हा सगळा बारा-तेरा माणसांचा परिवार एकत्र राहायचा. भरीला भर म्हणून आमच्यासारखे अनेक पाहुणे त्या घरात कधीही हक्काने येऊन टपकायचे, मुक्कामाला राहायचे. त्या गजबजलेल्या घरात मी लहानपणी कितीतरी वेळा राहिले; पण घरातल्या मुलींपैकी कांचनताई एकटीच सुलोचनामावशीची मुलगी आहे, हे मला कळायलादेखील बरीच वर्षे जावी लागली. आज या सगळ्या मुली शिकूनसवरून आपापल्या संसारांत आणि मुलामाणसांत स्थिरावल्या आहेत; पण आजही मावशी या मुलींमध्ये आपपर भेद करत नाही आणि इतरांना तो करू देत नाही. तिचे जावईदेखील 'आत्ती... आत्ती...' करत तिला आईचा मान देतात. आता या परिवारात सामील झालेली नातवंडे आणि पतवंडे हा तर मावशीचा एक खास 'वीक पॉईंट' आहे.

तसे मावशीचे आयुष्य अनेक खाचखळग्यांनी, वादळवावटळींनी भरलेले! प्रत्येक वेळी संकटाचे आघात व्हायला लागले की वाटायचे, मावशी एवढी हळवी आहे, कशी सोसेल सगळे? पण प्रत्येक वेळी मावशी स्वतःचे दुःख बाजूला सारून, घनगंभीरपणे सगळे सहन करत मुलाबाळांच्या पाठीशी खंबीरपणे उभी राहिलेली दिसे, आणि तिच्या त्या रूपाकडे बघून घरातल्या सर्वांनाच समोर चालून आलेल्या आपत्तीशी दोन हात करण्याचे सामर्थ्य मिळे. अगदी हातातोंडाशी आलेला तिचा लाडका भाचा आमचा दिलीपदादा अचानक हे जग सोडून गेला आणि लाटकर कुटुंबामध्ये एकापाठोपाठ एक आघातांची मालिकाच सुरू झाली.

मावशीचे वडील बंधू विलासदादा यांचा प्रदीर्घ आजाराने मृत्यू झाला आणि ते दुःख संपते न संपते तोवर जावई डॉक्टर काशिनाथ घाणेकर यांच्यावर ते घरापासून दूर, नाटकाच्या दौऱ्यावर असताना मृत्यूने आकस्मिक झेप घातली.

डॉक्टर घाणेकरांचे लाटकर कुटुंबात झालेले आगमन हे अतिशय विरोधयुक्त आणि तणावपूर्ण वातावरणात, अनेक अडीअडचणींवर मात करून झालेले होते. घरातल्या सर्वांचे मावशी हे अतिशय आदराचे अन् प्रेमाचे स्थान होते. तशीच कांचनताईदेखील केवळ मावशीची एकुलती मुलगी म्हणून नव्हे, तर साधी राहणी, घरातल्या इतर बहिणींप्रमाणे वागायची पद्धत व सर्वांत महत्त्वाचे कारण म्हणजे अभ्यासातल्या उत्तम प्रगतीमुळे घरातल्या सर्वांची अतिशय लाडकी होती. आम्हा धाकट्या बहिणींना नेहमी 'हं, बघा तिचं...जरा शिका तिच्याकडून चार गोष्टी!' असे उदाहरण नेहमी दिले जाई. मावशीच्या सगळ्या आशा-आकांक्षा तिच्यावर केंद्रित झाल्या होत्या. आपल्या या गुणी मुलीने भरपूर शिकावे, निवडलेल्या क्षेत्रात उत्तम नाव कमवावे आणि जशा बेबी, तारू संसारात रमल्या आहेत, तसे सुंदर, समृद्ध आयुष्य जगावे, अशा तिच्या अपेक्षा होत्या. आणि इथे तिची ही लाडकी मुलगी डॉक्टर घाणेकरांच्या प्रेमात पडली होती. लाटकर अन् घाणेकर कुटुंबामध्ये इतःपर जिव्हाळ्याचे संबंध होते. एक उमदे व्यक्तिमत्त्व आणि मनस्वी कलाकार म्हणून डॉक्टरांवर सर्व लाटकर कुटुंबीयांचे अतिशय प्रेम होते, तसेच त्यांच्या पत्नी डॉक्टर इरावती, या घरातल्या कुणाच्या वहिनी तर कुणाच्या काकी बनून गेल्या होत्या. मावशीकडच्या सगळ्या सणासमारंभात डॉक्टर आणि इरावतीवहिनी अगदी घरच्यासारखेच सामील व्हायचे. नाटक-सिनेमा बघायला, शॉपिंग करायला अगदी परदेशी सहलीलादेखील सगळी मंडळी एकत्र असायची. किती आनंदाने भरलेले दिवस होते ते! डॉक्टरांची कारकीर्द तेव्हा अगदी ऐन भरात होती. इरावतीबाईंच्या वाढत चाललेल्या प्रॅक्टिसमध्ये त्या गर्क झाल्या होत्या. एक निष्णात स्त्री-रोगतज्ज्ञ म्हणून त्यांनी मुंबईत मोठा नावलौकिक मिळवला होता, तर कांचनताई नुकतीच कुठे कॉलेजात दाखल झाली होती. अशा वेळी या जगावेगळ्या प्रेमाची गाठ जुळली. एके दिवशी अचानक ती बातमी घरात फुटली आणि सगळेच चित्र पार विस्कटून गेले. या संकटातून कसा मार्ग काढावा ते कुणालाच समजेना.

एकीकडे मनाशी कडवा निग्रह करून त्यासाठी कडकडीत तपश्चर्या करणारी कांचनताई, दुसरीकडे वाद-प्रवादांनी भरलेल्या आपल्या पूर्वायुष्याशी घट्ट जखडलेले डॉक्टर आणि तिसरीकडे आपल्या मुलीच्या संरक्षणासाठी धडपडणारी, त्रासणारी, मुलीच्या कडक निश्चयापुढे अगतिक होणारी व शेवटी समजूतदारपणे तिच्या पाठीशी उभी राहणारी आई, असा हा विचित्र त्रिकोण होता. डॉक्टरांनी कांचनताईशी

विधिवत् विवाह करून तिला पत्नीचा सन्मान द्यावा, हा मावशीचा आग्रह नव्हे, अट्टाहास होता. त्याशिवाय कोणताही इतर पर्याय तिला नामंजूर होता. द्विधा झालेल्या डॉक्टरांना यातून कसा मार्ग काढावा, ते कळेनासे झाले होते. आणि कांचनताई? तिला तर डॉक्टरांना भेटण्याची नव्हे साधा फोन करून त्यांच्याशी चार शब्द बोलण्याची, त्यांच्या तब्येतीची चौकशी करण्याचीदेखील बंदी झाली होती. एकाच घरात राहणाऱ्या, एकमेकींवर अतिशय जीव असणाऱ्या या मायलेकी आता एकमेकीला परक्या झाल्या होत्या. वरवर पाहता सगळे पूर्वीसारखे व्यवस्थित चालू आहे असे वाटायचे; पण खरे तसे नव्हते. या तिघांवर प्रेम करणाऱ्या घरातल्या सगळ्याच मंडळींची यात कुतरओढ होत होती. अशी तब्बल अठरा वर्षे गेली आणि परिस्थितीला अचानक कलाटणी मिळाली. इरावतीबाईंनी डॉक्टरांना घटस्फोट दिला अणि डॉक्टरांचे कांचनताईंशी घरच्या घरीच; पण साग्रसंगीत वैदिक पद्धतीने अगदी मावशीच्या मनासारखे लग्न झाले. सगळे घर या क्षणाची वाट बघत होते.

इतके दिवस काका असणारे डॉक्टर आता माझे भाऊजी झाले आणि लाटकर कुटुंबाचा घटक बनून लवकरच मावशीच्या प्रभादेवीच्या घरी राहायला आले. मावशीसारख्या साधेसुधे अन् शांत जीवन जगणाऱ्या स्त्रीने हा कधी सुप्त तर कधी तप्त ज्वालामुखी उशाशी बाळगणे, हे अतिशय कठीण काम होते. आता खरी परीक्षा होती. त्यांची ती सर्व 'स्वच्छ हवं, शुद्ध हवं', 'असंच हवं, तसंच हवं' ही सगळी पथ्ये अन् तंत्रे तिने स्वतः तर सांभाळलीच; पण घरातल्या इतरांनीदेखील ती सांभाळावीत, याकडे तिचे बारीक लक्ष असे. केवळ जावई म्हणून नव्हे तर एक उत्कृष्ट कलाकार म्हणून डॉक्टरांची सगळी मिजास तिने राखली. आज तिच्याच पाठिंब्यामुळे 'डॉक्टर काशिनाथ घाणेकर स्मृती विश्वस्त प्रतिष्ठान' उभे राहिले आहे. रंगमंचामागील कलाकारांची परिस्थिती आणि परवड बघून डॉक्टर नेहमी हळवे होत. त्या कलाकारांचा आदरसत्कार या प्रतिष्ठानतर्फे इतकी वर्षे केला जात आहे, त्यामागची प्रेरणा आणि शक्ती मावशीची आहे.

इतरांसाठी सतत धडपड करण्याचा मावशीचा स्वभाव आहे आणि हे सर्व करत असताना लागणारा अपार संयम व विवेक हे तिचे विशेष आहेत. तिच्या या स्वभावामुळे तिने जोडलेली माणसे आज वर्षानुवर्षे या कुटुंबाशी प्रेमादराच्या संबंधांनी बद्ध झाली आहेत. फक्त कुटुंबीय आणि आप्तस्वकीयांनाच नव्हे, तर चित्रपटसृष्टीतल्या सर्वच नव्या-जुन्या सहकाऱ्यांना तिचा मोठा आधार वाटतो. दिवाळीच्या दिवशी चारुमामा (चारुदत्त सरपोतदार), लीलामावशी (अभिनेत्री लीला गांधी) यांच्याकडून तिच्यासाठी फराळाचे डबे आवर्जून येतात, तर ईदच्या दिवशी नीलममावशी (अभिनेत्री नीलम), गुलाम हुसेन (चित्रपट निर्माते), इसाकभाई

(पत्रकार इसाक मुजावर) यांच्याकडून 'खास' पदार्थ येणार हेही ठरलेले! मावशीच्या घरात आता तशी मोजकीच माणसे; पण पाहुण्या माणसांची वर्दळ ही सतत चालूच असते. त्यांच्याशी गप्पा मारत मावशी अगत्यपूर्वक त्यांना हवे- नको ते बघत असते. आणि भाभी, कांचनताई, बेबीताई सारख्या आदरातिथ्यात गुंतलेल्या! मराठी शब्दांत हिंदी संवादांची ढंगदार फेक कानी आली की ओळखावे रमेश देव आलेत. अगदी हळुवार, नाजूक बोलणारे दत्ताकाका (दिग्दर्शक राजदत्त), खर्जस्वरात बोलणारे श्रीकांत मोघे, ठसकेबाज, खणखणीत बोलणाऱ्या लीला गांधी, बेबी शकुंतला, नीलम, मधू आपटे ही सगळी माणसे सापडण्याचे एकमेव ठिकाण म्हणजे मावशीचे घर! उमा-प्रकाश भेंडे यांचा विवाह असो किंवा जयश्रीच्या (जयश्री गडकर-धुरी) मुलाचे बारसे असो, त्याची गडबड होणार ती मावशीच्या घरी! तिच्या या लोकसंग्रहाचे तिच्या लेखी एक अगदी सोपे कारण आहे.

'धन जोडण्यापेक्षा मी मन जोडण्याला अधिक प्राधान्य दिले. त्यामुळेच असेल, सुरुवातीपासून आजतागायत मी सर्वांच्या प्रेमात, आपुलकीत आकंठ बुडालेली असते.'

कलाकार विशेषतः अभिनय क्षेत्रातील कलाकार जसजसे वयाने, मानाने ज्येष्ठ होत जातात, तसतसे नव्याने येऊ पाहणाऱ्या पिढीपासून ते दूर होत जातात, असे चित्र दिसते. मावशीला मात्र नव्या पिढीच्या अजिंक्य देव, सचिन, महेश कोठारे यांचे विशेष कौतुक आहे. त्यांच्या कलागुणांची ती तारीफ करतेच; पण "अगं, ते किती शिकलेले आहेत!" असे तिला भारीच कौतुक असते. पूर्वी एका कुटुंबासारखी असणारी मराठी चित्रपटसृष्टी आज संपूर्णतः बदलली आहे. पूर्वी कलाकारांना एकमेकांविषयी वाटणारा जिव्हाळा, टीमवर्कची वृत्ती आज लोप पावली आहे; पण मावशीचे घर मात्र मधू आपटेपासून रवींद्र महाजनी, अजिंक्य, किशोर जाधवपर्यंत सर्वांचे हक्काचे घर आहे.

चित्रपटसृष्टीतल्या या मायावी भुलभुलय्यात इतकी वर्षे राहूनही मावशी इतकी तटस्थ, अलिप्त कशी राहू शकते, याचे मला नेहमीच खूप नवल वाटत राहिले आहे. सर्वांचे कौतुक करण्यात नेहमी पुढे असणारी मावशी एखाद्या कलावंताच्या निधनामुळे पोरक्या झालेल्या त्याच्या कुटुंबीयांवर मायेचे पांघरूण घालताना कुठेच कमी पडत नाही. तिचे सगळे व्यावसायिक व आर्थिक कारभार सांभाळणारे मदतनीस 'जेंकल' अचानक स्कूटर अपघातात वारले. त्याचा धक्का घरात सर्वांनाच बसला. त्या जेंकलच्या वृद्ध आईची- अम्मांची- अगदी शेवटपर्यंत मावशीने काळजी घेतली. मावशीशी आंतरिक प्रेमाच्या धाग्यांनी बद्ध झालेली माणसे एकापाठोपाठ एक अचानक या जगातून निघून गेली. मावशीच्या कलाजीवनातले तिचे सहकारी हळूहळू पडद्याआड जात राहिले. राजाभाऊ परांजपे गेले, गदिमा,

पु.ल, चंद्रकांत, सूर्यकांत, उषा किरण, ललिताबाई पवार, अशोक कुमार...किती नावे घ्यायची? तिच्या व्यावसायिक व व्यक्तिगत जीवनात ज्यांनी सतत पालक-मार्गदर्शक-शिक्षकाची भूमिका निभावली, ते माझे आजोबा भालजी पेंढारकर तिला पोरकी करून निघून गेले. मावशीच्या सांत्वनाला सगळी आप्तस्वकीय मंडळी धावून यायची. प्रत्येकालाच वाटायचे, 'दीदींना काय वाटत असेल?'

पण मावशी स्थितप्रज्ञ असते. तिला रडायला उसंत आहेच कुठे? जाणारी माणसे निघून गेली; पण जाताना आपल्या कर्तव्याचा सर्व भार मावशीवर टाकून ती निर्धास्तपणे पुढच्या प्रवासाला निघून गेली. गेलेल्या माणसांनी टाकलेला हा कर्तव्याचा भारच तिला कुठेतरी आत कठोर बनवत असावा. आपल्या सहजसुंदर अभिनयाने प्रेक्षकांच्या भावना हेलावून टाकून त्यांना बघता बघता रडवणारी सुलोचना या आघातांनी कर्तव्यकठोर बनली.

कोल्हापूरच्या आज्जीचे (लीलाबाई पेंढारकर) आणि तिचे नातेसंबंधही अगदी जगावेगळे आहेत. खडकलाटसारख्या खेडेगावातून आलेल्या या मुलीचे मूळचे नाव बदलताना तिला सुलोचना हे स्वतःच्या मुलीचे, माझ्या आईचे नाव देऊन आजोबांनी मावशीचे चंदेरी सृष्टीसाठी नव्याने बारसे केले तेव्हापासून पेंढारकर कुटुंबातली ज्येष्ठ कन्या म्हणून तिचे स्थान पक्के झाले. आजोबांवर तर तिची अमर्याद श्रद्धा आहे. आज ती एवढ्या उंचीवर पोचली आहे त्याचे सर्व श्रेय ती त्यांनाच देते. आजोबा मात्र तसे मानत नसावेत. ते नेहमी म्हणत-

'मी एक सुलोचना घडवली असे सगळे म्हणतात. ते जर खरे असेल तर मला दुसरी एखादी अभिनेत्री सुलोचनासारखी का घडवता आली नाही? तिची व्यक्तिशः माझ्यावरची श्रद्धा आणि अफाट परिश्रम करण्याची तयारी या दोन गोष्टी मला सुरुवातीपासून प्रकर्षाने जाणवल्या. तिला मी सुरुवातीला मार्गदर्शन केले; पण पुढची सगळी वाटचाल तिची स्वत:चीच आहे. तेव्हा अर्धशतकाहून अधिक काळ गाजवलेले कर्तृत्व तिचे स्वत:चे आहे, मी केवळ निमित्तमात्र...'

आपल्या कलेवर अमर्याद श्रद्धा ठेवण्याचा वसा तिने आपल्या गुरूंकडून उचलला आणि त्याचे आयुष्यभर पालन केले. तशा आज्जीच्या सगळ्या रीतीपद्धती, देण्याघेण्याचे व्यवहार, रूढीपरंपरा...विशेषतः मुलींच्या बाबतीतले...हे सगळे प्रकार आमच्यापेक्षा मावशीनेच जास्त आत्मसात केले आहेत. एवढी मोठी झालेली सुलोचना आज्जीला मात्र नेहमी लहानच वाटायची. घरातल्या लग्नसमारंभात पंगती बसायला उशीर व्हायचा. त्यातून आजी, मावशी सगळ्यात मोठ्या म्हणून त्या शेवटच्या पंगतीला जेवायला बसणार असायच्या. घड्याळाचा काटा पुढे सरकत चालला की आज्जीचा धीर सुटत जायचा. आईला एका बाजूला बोलवून घेत ती म्हणायची,

"आबी, सुलोचनाचा चेहरा उतरला बघ! जरा लाडू-चिवडा खाते का विचार बघू!"

आत्तापर्यंतच्या प्रत्येक लग्नात आज्जीने असे विचारायचे, मावशीने लहान मुलीसारखा चेहरा करायचा आणि आम्ही सगळ्यांनी 'खूः खूः...' करत हसायचे, हे ठरून गेले आहे.

आज्जीप्रमाणेच मावशीची जीवनशैली, विशेषतः खाण्यापिण्याच्या सवयी अगदी साध्या आहेत. इथे 'पिणे' म्हणजे फक्त चहा, कॉफी किंवा सरबताचा एखादा प्रकार अभिप्रेत आहे. पिण्याच्या बाबतीत असणारी तिची कडक आचारसंहिता घरातल्या सगळ्यांनाच पाळावी लागते. अगदी राजाभाऊ परांजपे, डॉक्टर घाणेकरांपासून तिच्या भाचे अन् जावयांपर्यंत सर्वांना ते पथ्य काटेकोरपणे पाळावेच लागायचे. चित्रपटसृष्टीतल्या पार्ट्या, मद्यपान, बेधुंद स्वैर वर्तन, 'ग्लॅमर' व श्रीमंतीचे बेपर्वा प्रदर्शन यापासून ती स्वतः कटाक्षाने दूर राहिली ती राहिलीच, आपल्या कुटुंबातील सर्वांना तिने त्यापासून दूर ठेवले. शूटिंगच्या धबडग्यातून एखादा दिवस मोकळा मिळाला, की ती आपली लांबलचक प्लायमाऊथ गाडी (भगवी!) काढण्याची ऑर्डर सोडे आणि घरातल्या सगळ्या मुलाबाळांना बरोबर घेऊन नाटक-सिनेमाला, भेळ-कुल्फी खायला चौपाटीवर घेऊन जाई. मुंबईतल्या फोर्ट विभागात शॉपिंग करायला जाणे किंवा अगदी अतीच झाले म्हणजे चायनीज जेवण्यासाठी 'फ्लोरा' मध्ये सर्वांना घेऊन जाणे, या तिच्या मौजमजेच्या कल्पना आहेत. तिला भपकेबाज कपडे आणि दागिने घालायचा सोस नाही; पण मराठीतली उत्तमोत्तम पुस्तके विकत घेऊन वाचणे, त्यांचा संग्रह करणे व प्रत्येकाच्या वाढदिवसाला त्यावर स्वत:ची स्वाक्षरी करून शुभेच्छांसहित पुस्तके भेट देण्यात तिला अगदी मनापासून आनंद होतो. पुस्तकांची खरेदी करण्याच्या बाबतीत कांचनताईदेखील अतिशय हौशी आहे, म्हणून आत्तीचे हे काम ती मोठ्या आवडीने करत असते.

चहा ही मावशीची अतिप्रिय वस्तू! पण वयोमानाप्रमाणे तिच्या 'डाएट'वर आता अनेक बंधने आली आहेत. त्यातून सध्या डॉक्टरांनी चहा अगदीच 'बॅन' करून टाकला आहे. म्हणून ती हल्ली चहा ज...रा कमी पिते; पण कुणीही पाहुणे आले, विशेषतः माझ्यासारखे कुणी घरातलेच असले की मात्र,

"यशू, चहा घेणार ना? भाभी, यशूसाठी चहा कर आणि ...आणि मलाही दे जरा तिच्याबरोबर अर्धा कप."

अशी तिची फर्माईश होते.

आणि आम्हा दोघींना हसायला निमित्त सापडते.

साधी भाजी, भाकरी, मिरचीचा ठेचा ताटात घेऊन जेवायला तिला फार

आवडते. त्याबरोबर तिखटजाळ कोल्हापुरी रस्सा असला की काय विचारता महाराजा! चैन म्हणजे चैनच की अगदी! संध्याकाळी टीव्ही बघता बघता कोल्हापुरी भडंग खायची सवय मला लागली ती मावशीमुळेच! मद्रासला शूटिंग करण्यासाठी गेल्यावर तिथून अगदी चांगली भलीमोठी बॅग भरून साड्यांची खरेदी करणे, एवढीच काय ती खर्चिक चैन तिने आपल्या आयुष्यात केली असावी. मला आठवते की लहानपणी आम्ही मुली मावशीच्या मद्रासहून परतण्याची मोठ्या उत्सुकतेने वाट बघत असू. ती आल्याबरोबर मोठ्या उत्साहाने आपली बॅग उघडे आणि मग सुरू होई,

'कांचन, ही साडी तुला...ही तारूला बरी दिसेल नाही? आणि ही सुमित्राचे डोहाळेजेवण आहे ना तिच्यासाठी ठेवू या...'

साड्यांची खरेदी करताना तिला जितका भरभरून आनंद होतो, अगदी तसाच आनंद तिला सर्वांना साड्या देण्यातही होत असतो. मुळात घरातल्या मुलींनी पाश्चिमात्य वेशभूषेचा हव्यास केलेला तिला फारसा पसंत पडत नाही. त्याऐवजी त्यांनी पारंपरिक भारतीय पद्धतीच्या साड्याच अगदी अंग भरून नेसाव्यात, असे तिला मनापासून वाटते आणि आवडते. कांचनताईच्या उंचीला शोभेल अशी मोठ्या काठापदराची साडी, तारू जरा त्यातल्या त्यात सावळी म्हणून तिला फिकट रंगाची नाजूक साडी, तर यशूचे एकंदर आकारमान बघून तिला आडव्या रेषांची साडी अजिबात बरी दिसणार नाही, असे तिचे त्या बाबतीत छोटे छोटे ठोकताळे असतात. मग त्या साड्या आणून सर्वांना दिल्या की तिला अगदी पोटभर आनंद होतो. तिने माझ्यासाठी कोल्हापूरच्या तिच्या आवडत्या 'पोरे ब्रदर्स'मधून आणलेली ऑरगंडी, जयपूरहून आणलेली बांधणी, मद्रासची वाकनाली, कोईमतुरी अशा अनेक साड्या वर्षानुवर्षे मी अगदी जपून वापरल्या आहेत, तशाच घरातल्या इतर मुलींनीदेखील!

अशी साड्यांची वाटणी करून झाली की तिची बॅग रिकामी होत जाई. त्या रिकाम्या बॅगेकडे बघत मुलींचे चेहरे प्रश्नार्थक होत जात. मग शेवटी 'सस्पेन्स' सहन होईनासा झाला की बॅगेच्या अगदी तळाशी लपवून ठेवलेली एक खासम् खास पांढरी साडी बाहेर काढत ती म्हणे,

"आणि ...ही माझी..."

"मावशी..."

म्हणत सगळ्या मुली मोठे डोळे करून तिच्यावर हल्ला करत. एकच गोंधळ सुरू होई. मग ती बिचारी अगदी समजूतदारपणे म्हणे,

"बरं, बरं! मी एकदा नेसते, मग तू घेऊन जा हं!"

तिच्या अशा मऊ स्वभावामुळे तिच्या नवनव्या साड्या मुलींकडून नेहमीच

पळवल्या जातात. एरवीही तिच्या कपाटातल्या उंची साड्या नेसून, तिच्याच हिऱ्याच्या कुड्या, बांगड्या चढवून लग्नसमारंभात आम्ही मिरवून येतो. सध्या तिच्या लाडक्या नातीदेखील तेच उद्योग करत असतात. शूटिंगव्यतिरिक्त तिने कधी चेहऱ्याला मेकअप लावलेला मला आठवत नाही. पांढरीशुभ्र सिल्क किंवा चंदेरी साडी (ती भगव्या काठांची असेल तर अधिक उत्तम!) नेसून मोजके दागिने घालून वर एखाद्या उंची परदेशी सेंटचा हलकासा फवारा मारला की तिची समारंभाला जायची तयारी संपलेली असते. पांढरा आणि भगवा हे रंग तिला अतिशय प्रिय आहेत. भगव्या रंगाचा तर तिच्यावर एवढा प्रभाव आहे की घरातल्या सोफ्यांची कव्हर्स, एवढेच काय इथल्या भिंतीदेखील त्यातून सुटलेल्या नाहीत.

मावशीच्या मुली जशा लाडक्या, तसेच जावई हा तिच्या अतिशय प्रेमाचा विषय आहे. डॉक्टर घाणेकरांच्या बरोबरीने अशोक (कोरगावकर), अनिल (परमेकर) या आपल्या जावयांचे आदरातिथ्य, मानपान तिने खूप कौतुकाने केले. तसेच खडकलाटला दूर असणाऱ्या अण्णू (अनूप), प्रदीपच्या बायकांकडे, आपल्या तिथल्या नातवंडांकडेदेखील तिचे बारकाईने लक्ष असते. तिची पणती 'हृदया' हा तर तिचा एक मूल्यवान ठेवा आहे. ही सगळी नातवंडे बिनधास्तपणे मावशीबरोबर संवाद साधत असतात आणि तीदेखील त्यांनी कितीही उचापती केल्या तरी अजिबात न रागवता त्यांचे सगळे लाडकोड पुरवत असते. त्यातही या एकुलत्या एक पणतीचा फटाकडेपणा जास्त असतो. मावशीवर ती इतकी हुकूम गाजवते की ज्याचे नाव ते आणि एरवी आमच्याशी कडकपणे वागणारी मावशी ते सगळे मोठ्या आनंदाने चालवून घेते. या कार्टीचे नाव तिने मोठ्या लाडाने 'लोला' (गोड पुरी) ठेवले आहे. अखंड बडबडणारी, नाचणारी, खिदळणारी लोला हे तिचे फार मोठे विसाव्याचे, विरंगुळ्याचे साधन आहे.

तिची दुसरी नात पिटू ऊर्फ प्रीती आता ताजसारख्या हॉटेल समूहात खूप वरच्या अधिकारपदावर आहे. तिच्या लहानपणी तिने गोव्याच्या ट्रीपहून येताना मावशीसाठी आणलेल्या चार रुमालांचे 'प्रेझेंट' असो किंवा माझ्या जाईने पाचगणीच्या बोर्डिंग स्कूलमधून परतताना "दीदी, धिस इज फॉर यू" असे लाजत मुरकत काहीतरी आणून दिलेले असो, मावशी त्यामुळे अगदी अॅवॉर्ड मिळाल्याच्या आनंदात असते. घरात येणाऱ्या-जाणाऱ्या सर्वांना ते दाखवत "बघितलंत, हे पिटुबाईंनी माझ्यासाठी आणलं, हे जाईताईंनी आणलं." असे तिचे तोंड भरभरून कौतुक चाललेले असते. घरातल्या मुलींनी शिकावे आणि वेळच्या वेळी लग्न करून संसार थाटावा, हे तिचे साधे आडाखे असतात. मुलींची लग्ने जमवायला आई, आज्जी आणि मावशी बसल्या की बघायला नको. सांगून येणारे प्रत्येक

स्थळ ‘किती चांगले’ हा या तिघींचा समज. मग त्यात कुणी खोड काढायची नाही. तो मुलगा चांगलाच असणार- त्याचे आई-वडील त्याला वाईट वळण लावतीलच कशाला- हे त्यांचे साधे गणित. आणि आम्ही मुली मात्र प्रत्येक स्थळ अगदी मायक्रोस्कोपखाली घालून तपासणार; की मग सुरू! कधी ‘आग’ तर कधी ‘बरसात’...

३० जुलै हा मावशीचा वाढदिवस. गेल्या वर्षी मावशीच्या वयाला ७५ वर्षे पूर्ण झाली, मला ते खरे वाटत नाही. अगदी कालपरवापर्यंत तर ती मला पाठकुळीवर घेऊन कोल्हापूरच्या घराचा उंच जिना उतरत होती. ती मधली वर्षे भराभर पायऱ्या उतरून पुढे धावत कुठे निघून गेली? आता इरावतीचे परागबरोबर लग्न झाले, चि. इरावतीची सौ. प्राजक्ता आजगावकर झाली. तसेच पिटूचे लग्न नवोदित क्रिकेटर पारस म्हांब्रेबरोबर झाले. आपल्या दोन्ही नातजावयांवर मावशी कमालीची खूष आहे. पराग आमचा जावई. त्याला आम्ही सगळेच ‘ए पराग...’ म्हणतो; पण मावशी मात्र घरात सगळ्यांत ज्येष्ठ असून, त्याला अगदी न चुकता ‘अहो पराग...’ अशीच हाक मारते. इथे आता नातजावयांची सद्दी सुरू झाली आहे. सुनील गावस्कर, सचिन तेंडुलकर नंतर भारताचा क्रिकेटवीर कोण? तर तो पारस म्हांब्रे, हे तिने मनाशी कधीच ठरवून टाकले असेल. आणि कुणास ठाऊक एखाद्या दिवशी घरातल्या सगळ्या गोतावळ्याला बरोबर घेऊन ती वानखेडे स्टेडियमवर पारसच्या टीमची क्रिकेट मॅच बघायलाही मोठ्या हौसेने जाईल.

३० जुलै जवळ येत चालली की घरात मुलींचे बेत सुरू होतात, ‘मावशीला काय द्यावं बरं?’ आणि मावशीचीही सगळी योजना एका बाजूने सुरू असते. तिच्या वाढदिवसादिवशी सकाळपासून घरात गोंधळ सुरू होतो. फोनची बेल वाजत राहते अन् शुभेच्छांचा सुखद वर्षाव होत राहतो. माणसांची वर्दळ सुरू होते. फुलांचे गुच्छ, मिठाईचे बॉक्सेस, भेटवस्तू घेऊन सगळे आप्तस्वकीय, चाहते मंडळी लांबलांबून आवर्जून भेटायला येतात. एरवी सावकाशीने उशिरा उठणारी मावशी त्या दिवशी मात्र पहाटेपासूनच अंघोळ, पूजा, प्रार्थना सगळी आन्हिके आटपून तयार झालेली असते. भाभी, कांचनताई, बेबीताईला त्या दिवशी उसंत नसते. एवढे लोक येणार, त्यांचे स्वागत नीट व्हायला नको? वाढदिवस हे निमित्त; पण त्या निमित्ताने सगळी मंडळी घरी जमणार, हा तिचा खरा आनंद असतो. तिच्या बैठकीच्या खोलीतल्या भिंतीवर तिच्यावर मुलीप्रमाणे माया करणाऱ्या मावशी- अक्कांचे पोर्ट्रेट लावलेले असते. त्याच्याच बाजूला दादा आणि आबासाहेब चव्हाणांचा फोटो असतो. ती दिवाणावर बसलेली असते. तिथूनच आजोबांची करारी मुद्रा तिच्या नजरेत भरत असते. सगळे संचित तिच्या ओटीत टाकून ही सगळी माणसे पुढच्या प्रवासाला निघून गेलेली असतात.

एकीकडे डॉक्टर घाणेकरांच्या जाण्याने कांचनताईचे विरक्त वागणे तिला आतून रडवत असते. तरीही बाहेर ती मंद हसत असते. आपले दुःख पापणीच्या आत दडवून ती खंबीरपणे उभी असते. येणाऱ्या-जाणाऱ्याची आपुलकीने चौकशी करत त्यांच्या शुभेच्छा स्वीकारत त्यांचा योग्य पाहुणचार करून मगच त्यांना निरोप देत असते. ती खरी अभिनेत्री आहे, हे तिच्या इतकी वर्षे जवळ असणाऱ्या माझ्यासारखीच्या आज नव्याने पुन्हा एकदा लक्षात येते.

आज आयुष्याच्या संध्याछायेत मावशी मला कुठेही थकलेली, हताशलेली किंवा भविष्याच्या काळजीने ग्रासलेली दिसत नाही. वयोमानानुसार होणारे तब्येतीचे त्रास तिच्याही मागावर असतात. तिचे 'स्लिप डिस्क'चे जुने दुखणे तिची पाठ सोडत नाही, त्यामुळे तिचे हिंडणे-फिरणे आता तसे कमी झाले आहे. मध्यंतरी नेपाळला शूटिंग करत असताना झालेल्या स्फोटक अपघातात तिच्या चेहऱ्याला इजा झाली, तिचे नशीब बलवत्तर म्हणून तिच्या डोळ्यांना दुखापत झाली नाही; पण त्या अपघातातून उद्‌भवलेल्या अनेक व्याधी तिला दीर्घ काळ छळत राहिल्या. तो सगळा त्रास तिने बिनबोभाट शांतपणे सहन केला. आयुष्यात जे बरे-वाईट अनुभव तिच्या वाट्याला आले, त्याबद्दल कधी कडवटपणाची भावना तिच्या बोलण्यातून व्यक्त होताना दिसत नाही. तिची परमेश्वरावर मनापासून श्रद्धा आहे; पण या वयातदेखील कुठल्याही कर्मकांडात गुंतून पडणे तिला अजिबात भावत नाही. सर्वच बाबतींत आजोबांची पट्टशिष्या असल्याने हिंदू धर्माकडे तिचा कल असणे साहजिक आहे; पण गाडीतून प्रवास करताना रस्त्यावर दिसणाऱ्या प्रत्येक देऊळ, दर्गा वा चर्चला ती न चुकता लहानसा नमस्कार करते. तिच्याबरोबर सगळी मुले, नातवंडे जशी कोल्हापूरच्या अंबाबाईच्या देवळात जातात, तशी दरवर्षी न चुकता खडकलाटच्या ऊरुसालादेखील जातात. आणि तिच्याच बरोबर माऊंट मेरीच्या भव्य चर्चमध्ये जाऊन मेणबत्त्या पेटवून मूकपणे केलेली प्रार्थना मला नेहमी आठवते. सर्व धर्मांबद्दल सहिष्णुता बाळगणे, हे तिच्या लेखी अतिशय महत्त्वाचे आहे. देव-देश-धर्मासाठी कोणताही त्याग करण्याची शिकवण तिला आजोबांकडून मिळत गेली. तिच्या लेखी तिची कला हाच तिचा ईश्वर अन् कलेवरील निष्ठा हाच तिचा धर्म आहे. देशावर परकीय आक्रमणाचे संकट चालून आले, तेव्हा जराही मागे-पुढे न पाहता तिने घरातले सोन्याचे दागिने उचलले आणि संरक्षणनिधीसाठी देऊन टाकले. जसे चित्रपटसृष्टीवर कुणी अवाजवी टीका केलेली तिला साफ नामंजूर असते, तसेच देशाबद्दलच्या आपल्या कर्तव्यात कुणी कसूर केलेली तिला अजिबात चालत नाही.

आज समाजाच्या वेगवेगळ्या स्तरांतली माणसे तिला आवर्जून भेटायला येतात. कधी ती घरी येतात तर कधी समारंभात भेटतात, त्या सर्वांना ती अगदी

न कंटाळता भेटते. आपण वयाने, अधिकाराने अन् मानाने त्यांच्यापेक्षा ज्येष्ठ आहोत, कुणीतरी वेगळ्या आहोत, हे त्यांना जाणवू न देता त्यांच्याशी संवाद साधत राहते. तिने वयाच्या एका टप्प्यावर आपली व्यावसायिक कामे कमी करून हळूहळू थांबवत नेली व जाणीवपूर्वक स्वेच्छेने निवृत्ती स्वीकारली. आजोबांच्या चित्रपटातले खणखणीत संवाद पाठ करत जयप्रभा स्टुडिओच्या आवारात फेऱ्या मारणारी मावशी मला आज आठवते. आपल्या प्रत्येक 'शॉट्'साठी मेहनत घेणारी सुलोचना मला दिसू लागते. सतत बॅगा भरून विमानतळावर जाणारी, कलकत्ता, मद्रास, कोल्हापूर अशी अथक धावपळ करणारी ही अभिनेत्री आज त्या रुपेरी झगमगाटापासून स्वतःहून दूर होऊन एक ज्येष्ठ नागरिक म्हणून शांतपणे आयुष्य जगते आहे. उत्तम पुस्तके वाचणे, विणकाम, वेळच्या वेळी फिरणे, टीव्ही बघणे अन् विश्रांती अशा उद्योगांमध्ये तिने आपल्या दिनक्रमाची सुंदर आखणी केली आहे. चित्रपट-नाटकातले इतर कलाकार या व्यवसायातल्या प्रकाशझोतांपासून दूर गेले की आपले अस्तित्व जणू हरवल्यासारखे निराश होत खचत जातात. अशा प्रकारे निवृत्त झालेल्या कलाकारांना बघणे, त्यांना भेटणे अतिशय दुःखदायक असते. मावशी मात्र त्या झगमगत्या वर्तुळांपासून दूर गेली तरी त्यामुळे कधी उदास, निराश झाली नाही. चित्रपट-नाटक-टीव्ही या व्यवसायाशी ती कुठल्या ना कुठल्या निमित्ताने जुळलेली असते. तिला अनेक शासकीय व खासगी पुरस्कार मिळाले आहेत, त्या कार्यक्रमांना ती मोठ्या उत्साहाने हजर असते. तसेच इतरांना पुरस्कार मिळताना बघूनही तिला अगदी मनाच्या तळापासून आनंद होतो. या समारंभांच्या निमित्ताने जुन्या-नव्या सहकाऱ्यांच्या भेटी होतात, जुन्यांशी असणारे लागेबांधे पुनरुज्जीवित होतात अन् नव्यांचे कौतुक करता येते, त्यांना आशीर्वाद देता येतो, हा तिचा यामागचा हेतू असतो. मग अशा कार्यक्रमासाठी अगदी रंगभवनपासून प्रबोधनकार ठाकरे क्रीडा संकुलापर्यंत जाण्याची, त्यासाठी रात्री उशिरा जागण्याची, त्रास सहन करण्याची तिची तयारी असते.

आयुष्याचा एवढा प्रदीर्घ, खडतर प्रवास करून आल्यानंतर कुठल्याही स्त्रीने शांततेची, आरामाची अपेक्षा केली असती. पण...

'तेथे पाहिजे जातीचे... हेच खरे!'

डॉक्टर घाणेकरांचे जिच्यावर अतिशय प्रेम होते, ती दिलीपदादाची कन्या रेशमा हा एक जिवंत 'टॉरपिडो' सतत तिच्याभोवती वावरत असतो. रेशमा अगदी कडेखांद्यावरच खेळत होती, तेव्हा दिलीपवर काळाने झडप घातली. रेशमाने आपल्या वडिलांना कधी बघितलेदेखील नव्हते. घरातल्या सर्वांनाच आतून तिची काळजी वाटत राही; पण डॉक्टर या घरी राहायला आले आणि या चिमुरडीने त्यांचा कधी आणि कसा कब्जा घेतला, त्यांनादेखील कळले नाही.

डॉक्टर काळाच्या पडद्याआड नाहीसे झाले; पण रेशमाची सगळी जबाबदारी आता मावशीने नव्यानेच स्वतःवर घेतली आहे. रेशमाचा अभ्यास, तिचे खाणेपिणे, आजारी पडल्यावर शुश्रूषा आणि तिला कधी एकटेपणाची जाणीव होऊ नये म्हणून सर्वतोपरी जपणूक, या सर्व गोष्टींकडे मावशीचे अगदी बारीक लक्ष असते.

प्रभादेवीच्या घरातली डॉक्टरांची बेडरूम सध्या रेशमाने ताब्यात घेऊन टाकली आहे. पूर्वी डॉक्टरांचे वास्तव्य तिथे झाल्यामुळे घराच्या त्या कोपऱ्याबद्दल माझ्या मनात नेहमीच एक श्रद्धेची, आदराची भावना असते; पण आता बघते तर काय, त्या खोलीच्या एका भिंतीवर वरपासून खालपर्यंत सुपरस्टार हृतिक रोशनची रंगीबेरंगी चित्रे चिकटवलेली असतात. (इतर भिंती पोस्टर्स आणि स्टिकर्सनी व्यापलेल्या असतात.) तिथेच बसलेली टी-शर्ट आणि जीन्स घातलेली रेशमा 'तिच्या' फोनवरून कुणाशी तरी मोठ्या उत्साहाने उसळत बोलत असते.

"अरे, व्हॉट फन् नां यार...तू फिकर मत कर यार...हम लोग सब मिलके जायेंगे...ओके?" तेवढ्यात तिचे माझ्याकडे लक्ष जाते, ती तिथूनच ओरडते,

"हाय्...यशूमावशी..."

थोड्याच वेळात तिचे सगळे 'फ्रेंड्स' तिथे येऊन धडकणार असतात. मी मावशीकडे बघते.

ती एक छोटेसे हसते, हळूच म्हणते,

"चालायचंच, असंच असतं गं!"

तिकडे भाभीने स्वयंपाकघरात कुठल्यातरी मस्त पदार्थाला खमंग फोडणी दिलेली असते. कांचनताईची साफसफाईची गडबड सुरू असते. लोलाबाई नुकत्याच शाळेतून दमून थकून आलेल्या असल्यामुळे श्रमपरिहारार्थ त्या 'त्यांच्या' टीव्हीवर प्रचंड मारामारीने भरलेली कार्टून फिल्म बघत तंगड्या पसरून सोफ्यावर आडव्या झालेल्या असतात.

मावशी शांत असते. म्हणते,

"चल, आपण चहा घेऊ या ना?"

"नको मावशी, आता उशीर झाला."

"अगं घे गं, मीपण घेईन जरा तुझ्याबरोबर...मंगल..."

ती ऑर्डर द्यायला वळते.

आजच्या काळात असे एकत्र कुटुंब बघायला मिळणेदेखील कठीण झाले आहे. इथे मात्र वेगवेगळी वये, स्वभाव अन् वृत्तींची माणसे वर्षानुवर्षे एका छताखाली गुण्यागोविंदाने नांदत आली आहेत. शेवटी हा संसार आहे. प्रत्येक कुटुंबात मतभेद हे होतच असतात, तसे या घरातही ते होतात. इतरांना अनेक अडचणी येतात तशाच या घरातही त्या येतात. या घराने किती वादळे सोसली

आहेत त्याला तर गणतीच नाही; पण म्हणून हे घर कधी मोडून पडले नाही. या घरातले कुणी कधी घराची चौकट ओलांडून बाहेर पडले नाही. घराशी फारकत घेऊन दूरदेशी कायमचे निघून गेले नाही. उलट या परिवारात रोज नव्या सदस्यांची भरच पडताना मला दिसते आहे. मावशी या घराचा आधारस्तंभ आहे, म्हणूनच हे घर आज भक्कमपणे उभे आहे.

मावशीचे पुढचे आयुष्य सुखाचे, समृद्धीचे अन् आरोग्यपूर्ण असो. 'माय मरो अन् मावशी जगो' अशी आपल्याकडे एक अतिशय चुकीची म्हण आहे. मी तर असे म्हणेन की 'माय जगो आणि तिच्यामुळे लाभलेली ही मावशीही जगो, खूप खूप वर्षे जगो!'

◆

बेळगाव तरुण भारत, रविवार पुरवणी

१० आमचे डॉक्टर

संध्याकाळी साडेसातची वेळ.

मुंबईतली अनेक कुटुंबे नेहमीप्रमाणे टीव्ही बघण्यात गुंतलेली होती. बातम्या सुरू होताच जशी पांगापांग होते, तशी त्या दिवशी आमच्या घरात होत होती. अचानक डॉक्टर काशिनाथ घाणेकरांचा चेहरा दूरदर्शनच्या पडद्यावर झळकला.

"अय्या, डॉक्टरांना अ‍ॅवॉर्ड मिळालंय वाटतं!"

आपली ओळखीची एखादी व्यक्ती टीव्हीवर दिसल्यावर जसे सगळे जण धावत येतात, तसे घरातले सगळे धावत तिथे गोळा झाले. सगळ्यांच्या माना उत्सुकतेने ताणल्या गेल्या. नजरा टीव्हीवरच्या निवेदिकेवर खिळून राहिल्या. कधी एकदाचे डॉक्टर दिसतील, चालणारे... बोलणारे... हसत हसत झुकून अ‍ॅवॉर्ड घेणारे... सर्वांची मने अधीर होत गेली.

आणि तेवढ्यात ती काळीज हादरवणारी बातमी सांगण्यात आली...

'अमरावती इथे नाटकाच्या दौऱ्यावर असताना डॉक्टरांचे अचानक निधन...'

कुणाचाच आपल्या कानांवर विश्वास बसेना. सर्वांचे उत्कंठेने भरलेले चेहरे क्षणात पालटले, कावरेबावरे झाले अन् अचानक एक सुन्न शांतता घरात दाटून आली. ध्यानीमनी नसताना हे नको असलेले अ‍ॅवॉर्ड घ्यायला डॉक्टर निघून गेले होते.

कायमचेच.

माझी हिंमत होत नव्हती तरी प्रभादेवीला सुलोचनामावशीच्या घरी फोन केला. वाटत होते, जी कुणी व्यक्ती फोन उचलेल तिने म्हणावे,

"अगं, खोटी बातमी आहे ती. असं होईलच कसं? परवाच तर कांचनताई त्यांना लोणावळ्यापर्यंत पोचवून आली. तीन-चार दिवसांनी परत यायचेयत डॉक्टर, काही तरीच काय!"

पण तसे झाले नाही.

फोन उचलला गेला.

"हॅलो..."

"तारूताई..."

"यशू..."

"......."

"......."

मला तो प्रश्न उच्चारता येत नव्हता. तिला मात्र तो न विचारलेला शब्दहीन प्रश्न अगदी स्पष्ट ऐकू येत होता; पण त्या प्रश्नाचे उत्तर देणे, त्या शब्दांचा उच्चार करणेदेखील तिला त्या क्षणी शक्य नव्हते. अखेरीस मोठ्या कष्टांनी घुसमटलेल्या स्वरात ती म्हणाली,

"यशू, बातमी खरी आहे. आपले डॉक्टर गेले गं!"

मला समजेनासे होत गेले.

"कांचनताई? मावशी?"

"तो फोन कांचनताईनंच घेतला होता यशू...मावशीला अजून सांगितलं नाहीय्. डॉक्टरांची तब्येत जरा बरी नाही, असं मोघम कानावर घालून ठेवलंय्..."

तो एक एक शब्द माझ्या कानात शिरत, चिरत आत जात होता.

डॉक्टर गेले होते, खरोखरच ते गेले होते.

प्रभादेवीच्या घराच्या पायऱ्या चढताना माझी पावले जड होत गेली. एरवी टॅक्सीतून उतरतानाच मी खिडकीतून मान काढत वर बघत असे. मावशीचे घर इमारतीच्या अगदी दर्शनी पहिल्या मजल्यावर आहे. त्या पहिल्या खिडकीजवळच्या खुर्चीवर डॉक्टरांची नेहमी बैठक असे. खुर्चीच्या कठड्यावरून वर्तमानपत्राचे त्रिकोणी टोक तिरपे होत वर आलेले दिसले की समजायचे, आज वाघोबा घरातच आहेत. मग बेलवरती बोटदेखील हलकेच दाबावे लागायचे. ते कधी घरात नसले तरी त्यांच्या सिगारेटचा एक हलकासा मंद वास हॉलच्या कोपऱ्यात नेहमी तरळत त्यांचे अस्तित्व जाणवून देत राहायचा.

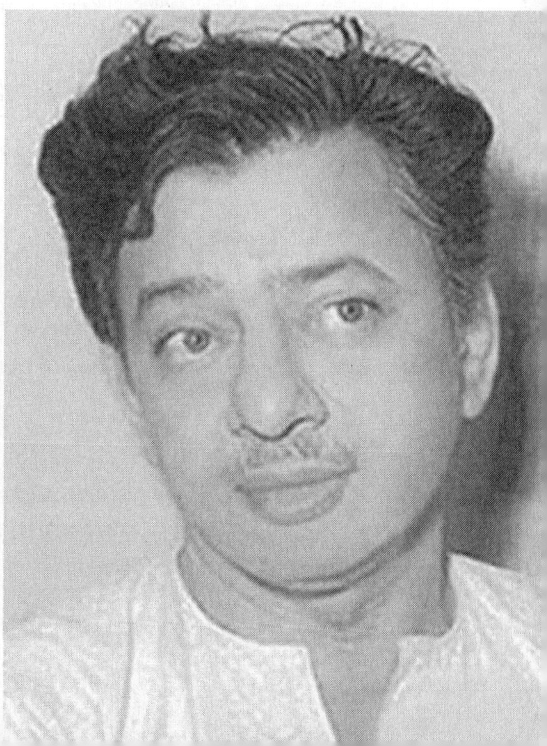

पण, आज मात्र सगळीकडे शुकशुकाट झाला होता. या घरी येताना मला एरवी किती हुरूप असायचा. नेहमी कुणाचे लग्न, डोहाळेजेवण, वाढदिवस अशा आनंददायी समारंभांना मी इथे येत गेले होते.

इथे आल्यावर खूप गप्पा मारायच्या, हसायचे, खिदळायचे, मस्तपैकी जेवून झोपा काढायच्या आणि उत्साहाचे नवे 'टॉनिक' घेऊनच परतायचे, असा माझा आजवरचा इथला शिरस्ता होता. आणि आता? हे काय होऊन बसले होते? मावशी, कांचनताई, लहानशी रेशमा...कसे भेटायचे आता त्यांना?

पण, एकदा असेही घडले होते.

काही वर्षांपूर्वी दिलीपदादा गेला तेव्हा अशीच धावतपळत मी प्रभादेवीच्या घरी येऊन पोचले होते. अगदी हातातोंडाशी आलेला तरुण दिलीप (सुलोचनामावशीचा भाचा) अचानक अल्पशा आजाराचे निमित्त होऊन मृत्युमुखी पडला आणि सगळे घर शोकाकुल झाले. त्याची मुलगी रेशमा नुकतीच कुठे सर्वांच्या कडेखांद्यावर खेळू लागली होती. आपल्यावर कोणता भीषण प्रसंग गुदरला आहे ते समजण्याचेदेखील तिचे वय तेव्हा नव्हते. घरातली आप्तस्वकीयांची गर्दी वाढत गेली, तसा शोकाचा उद्रेक वाढत गेला. चिमुकल्या रेशमाने घाबरून जाऊ नये म्हणून मी तिला उचलले आणि वरच्या मजल्यावरच्या माझ्या घरी नेले. दार उघडून आम्ही आत शिरलो न शिरलो, तेवढ्यात ती 'ऊं...ऊं...' करून कळवळून रडायला लागली. तिला थोपटत मी म्हटले,

"उगी बाळा...काय हवंय् तुला?"

तर तिने रडता रडता वर बोट दाखवले. बघितले तर तिथे बिस्किटांनी भरलेली बरणी ठेवलेली होती. घरातली सगळी मंडळी दुःखात इतकी बुडाली होती, की त्यात या बाळाकडे कुणी लक्ष दिले असेल नसेल, इथे कुणाची मनःस्थिती ताळ्यावर होती? मी बरणी उघडून तिला बिस्किटे वाटीत काढून दिली. ती बघताच नापसंतीने चेहरा वाकडा करत ती म्हणाली,

"नतो...क्रीमची दे."

रेशमाने बिस्किटे खाल्ली आणि पोट भरल्यावर ती शांतपणे झोपून गेली. तिथे खालच्या घरात दिलीपदादाच्या अंतिम यात्रेची तयारी सुरू झाली होती.

अशा या बापावेगळ्या मुलीचे डॉक्टर घाणेकर नंतर पालक झाले. त्या बालजीवाने आपला 'बाबा' कधी बघितला नव्हता; पण घरात भातुकली खेळता खेळता समोरच्या खुर्चीवर वर्तमानपत्र वाचत बसलेल्या, पण त्याआडून एका डोळ्याने तिच्यावर नजर ठेवणाऱ्या डॉक्टरांचा तिने कधी कब्जा घेतला, ते त्यांना कळले नाही. 'बाबा... बाबा...' करत रेशमाने डॉक्टरांना सरळ दत्तकच घेऊन टाकले. डॉक्टरांनीदेखील हे नव्याने मिळालेले पितृत्व खूप गंभीरपणे व जबाबदारीने स्वीकारले होते. सगळा डाव कसा सुंदर जमून आला होता. त्या रेशमाचे बाबा पुन्हा एकदा हिरावून घेतले गेले होते. आता तर ती मोठी झाली होती, सगळे समजू लागली होती.

घराच्या सताड उघड्या दारातून मी आत शिरले. समोर मावशी उभी होती. आपला चेहरा नेहमीसारखाच गंभीर ठेवण्याचा तिचा आटोकाट प्रयत्न माझ्या लगेच लक्षात आला. तिच्या काळवंडलेल्या मुद्रेकडे बघताच माझे इतका वेळ थोपवलेले रडू कोसळत बाहेर आले.

"मावशी...मावशी, हे काय झालं गं?"

ती मला जवळ घेऊन थोपटत राहिली. त्या परिस्थितीतदेखील ती माझे सांत्वन करत राहिली. काही क्षणांनी मला अलगद दूर करत ती म्हणाली,

"यशू, जा, आत जा...कांचनताई आत आहे."

कांचनताईला भेटायचे? त्या कल्पनेनेच माझा थरकाप होऊ लागला. आतल्या खोलीत घरातील बायकांच्या कोंडाळ्यात कांचनताई बसली होती. नेहमी इथेतिथे लगबग करत घाईने फिरणाऱ्या, प्रसंगी झटकन कपडे बदलून कामानिमित्त बाहेर पडणाऱ्या कांचनताईचे आज सगळे त्राण संपून गेले होते. पार कोलमडली होती ती. कशा आणि कोणत्या शब्दांनी धीर द्यायचा आम्ही तिला? समजण्याच्या पलीकडचे होते सगळे! मी तिथे तिच्याजवळ बसले तशी ती रडू लागली. हुंदके देता देता म्हणाली,

"यश नाही गं माझ्या हाताला, यशू...यश नाही."

सगळे घर थंडगार अंधारात बुडून गेले.

आणि सुरू झाली एक जीवघेणी प्रतीक्षा.

डॉक्टरांचे पार्थिव अमरावतीसारख्या दूरच्या ठिकाणावरून कुठून कुठून प्रवास करत मुंबईला येऊन पोचेपर्यंत सर्वांना प्रतीक्षा करावी लागणार होती. वाटले, डॉक्टरांशी आपला विवाह व्हावा म्हणून कांचनताईने आपल्या आयुष्याची अठरा वर्षे पणाला लावून त्यांची प्रतीक्षा केली होती. डॉक्टरांची रंगमंचावर 'एन्ट्री' व्हावी म्हणून प्रेक्षक त्यांची डोळ्यांत जीव आणून वाट बघत असायचे. लोकांना वाट बघायला लावणं तुम्हाला इतकं आवडतं डॉक्टर?

त्या अंधारलेल्या घरातल्या गारगुट्ट फरशीवर बसल्याबसल्या मला ते सगळे पूर्वीचे आठवत गेले...विस्मृतीचा पडदा सरकत दूर झाला आणि एक नवेच नाटक तिथे सुरू झाले.

डॉक्टरांची आमच्या आयुष्यात झालेली पहिली 'एन्ट्री'..

डॉक्टरांची विंगमधून वाक्ये बोलत, प्रेक्षकांची उत्कंठा ताणून धरत एकदम रंगमंचावर प्रवेश करण्याची लकब सर्वांच्या परिचयाची आहे. तसे अगदी तळमजल्यापासून मोठमोठ्याने बोलत, भरभर जिना चढत ते एकदम झपाट्याने आमच्या घराच्या दारातून आत शिरले. बरोबर सुलोचनामावशी, कांचनताई, बेबीताई (मीना वेंगुर्लेकर) आणि इरावतीबाई (डॉक्टरांच्या पत्नी) असा सगळा

लवाजमा होता. डॉक्टर घाणेकरांची 'रायगडाला जेव्हा जाग येते' मधली संभाजीची भूमिका त्या वेळी इतकी गाजत होती, की डॉक्टर म्हणजे संभाजीच हे समीकरण आम्हा त्या वेळच्या नाटकवेड्या शाळकरी मुलांच्या मनात पक्के ठसून गेले होते; पण आज त्यांना मी प्रत्यक्षच इतक्या जवळून बघत होते. त्यांचे देखणे व्यक्तिमत्त्व, उजळ, गुलाबी गौरवर्णाला शोभेलसा हलक्या रंगाचा पोशाख, कुडत्याच्या खिशातून डोकावणारे शुभ्र रुमालाचे ऐटदार टोक या सगळ्याकडे मी चकित होऊन एकटक बघत राहिले होते. आणि त्यांचे ते चमकदार डोळे...आमचे सगळे घरच त्यांच्या आगमनामुळे प्रकाशमान होऊन गेले होते, त्यांच्या उत्साहाने अन् आमच्या आनंदाने भरून गेले होते. प्रत्यक्ष संभाजीराजे रायगड सोडून आपले सगळे शिलेदार अन् शिबंदी डेरेदाखल करून आमच्या चारखणी घरात अवतीर्ण झालेले होते. त्याचा तो अवर्णनीय आनंद नंतर कित्येक दिवस आमच्या शाळकरी बावळट चेहऱ्यांवर टिकून होता. असे डॉक्टर प्रथम आमच्या घरी आले आणि घरचेच झाले. 'रायगडाला जेव्हा जाग येते', 'अश्रूंची झाली फुले', 'गारंबीचा बापू' ही नाटके, तसेच 'पाठलाग', 'मधुचंद्र', 'मराठा तितुका मेळवावा' हे चित्रपट आम्ही या घरच्या वशिल्यामुळे किती वेळा बघावेत? आणि प्रत्येक वेळी आनंदून, फुशारून जाऊन म्हणावे

"ते ना...ते आमचे डॉक्टर!"

माझी आई (माधवी देसाई) ही तर त्यांच्या गुरूंची (चित्रपटतपस्वी भालजी पेंढारकर) कन्या, या नात्याने तिला "आबीताई, आबीताई..." करत त्यांनी आपल्या खिशात टाकले. आम्ही मुली त्यांना आधीच वश झालेल्या होतो. हळूहळू आमचे सगळे कुटुंबच डॉक्टरांचे फॅन बनून गेले. गावात नाटकाचे प्रयोग लागले की त्या निमित्ताने डॉक्टरांची घरी फेरी होई. ते आले की सर्वांशीच पोटभर गप्पा ठोकत. माझा हात बघण्याचे निमित्त करून अतिशय गंभीर चेहऱ्याने म्हणत,

"तू म्हणजे अगदी आतल्या गाठीची आहेस, अगदी पक्की आहेस बरं!"

खरोखरीच घरात घडलेल्या अनेक घटना ते सांगत. डॉक्टरांना ज्योतिष येत असावे, हा माझा गैरसमज त्यामुळे बरेच दिवस टिकून राहिला. डॉक्टरांना या सगळ्या बातम्या पुरवणारा फितूर आमच्याच घरातला होता, हे मला समजायला बरीच वर्षे जावी लागली.

पण, मध्ये एक कालखंड असा आला की त्यामध्ये डॉक्टरांची भेट होणेच काय त्यांचे नाव घेणेही दुरापास्त होऊन गेले. डॉक्टरांच्या नाटकांचे प्रयोग लागले की आम्ही पूर्वीसारखीच थिएटरवर धाव घेत असू. डॉक्टर रंगमंचावरून आम्हाला बघत, मध्यंतर झाले की आत बोलावून घेत अन् अगदी पूर्वीसारखी प्रेमाने चौकशी करत; पण आमच्याशी, विशेषतः आई किंवा आज्जीशी बोलताना

त्यांच्या डोळ्यांच्या कोपऱ्यात कुठेतरी दुःखाची अंधारी ठिपक्यासारखी सावली पडली आहे, त्यांचा खणखणीत स्पष्ट आवाज ओढल्यासारखा होत, आत खेचला जातोय्, असे मला आतून वाटत राही. कांचनताई आणि डॉक्टरांच्या नाजूक नातेसंबंधांमुळे मावशीने त्यांना आपल्या घरातून हद्दपार करून टाकले होते. कांचनताईवर तर अनेक बंधने घालण्यात आली होती. ती वर्षे सर्वांनाच अपार क्लेश देऊन गेली; पण कालचक्र हळूहळू फिरत गेले. पुढे कांचनताईशी विवाहबद्ध झालेले डॉक्टर प्रभादेवीच्या घरचेच सदस्य झाले, ही आम्हा सर्व मुलींदृष्ट्या अतिशय आनंदाची गोष्ट होती. पूर्वी त्यांच्या अनेक भूमिकांवर, रंगमंचावरच्या व्यक्तिमत्त्वावर फिदा होणाऱ्या आम्हा सर्व मंडळींच्या हळूहळू लक्षात येत गेले, की आता आमचे अन् त्यांचे नाते बदलले आहे. आता ते मावशीचे जावई, कांचनताईचे पती, घरातल्या सगळ्या बच्चेकंपनीचे काका आणि आमच्या फॅन क्लबचे भाऊजी झाले होते. आतल्या आत ते जसे जाणवत गेले तसे मी आपोआपच त्यांच्याशी पोक्तपणे वागू लागले... नव्हे, तसे वागावेच लागले.

सकाळी सकाळी माझी तिकडे फेरी झाली की डॉक्टर त्या आपल्या खिडकीजवळच्या ठरावीक खुर्चीत बसलेले असायचे. मी दारातून आत डोकावत जाळीदार पार्टीशनमधून बघत अंदाज घेई.

"गुड मॉर्निंग, डॉक्टर!"

मग मान वाकडी करून वाघोबांनी चष्म्यातून डोळे रोखून एकदा बघितले की हुश्श! डॉक्टरांबरोबर जेवायला बसायचे तरी वाघोबांचे डोळे रोखलेले असायचे, त्यामुळे चूपचाप जेवणे भाग असे. सुलोचनामावशी स्वतः एवढी नामवंत अभिनेत्री. त्यामुळे चित्रपट व्यवसायातल्या मंडळींच्या, साहित्यिकांच्या चेष्टा, बातम्या, गॉसिपला जेवणाच्या टेबलवर अगदी ऊत येई, हसतखिदळत जेवणे पार पडत. डॉक्टर मात्र 'किती मूर्ख या बायका!' म्हणून अपार दयाबुद्धीने आमच्याकडे बघत. अतीच झाले की मधूनच तिकडून एक डोस मिळे,

"हं, खा ती भाजी, माझी आई नेहमी म्हणायची की मेल्या, चव भाजीत नसते, ती जिभेत असते."

डॉक्टरांच्या कैलासवासी आईचा मी पुढे पुढे इतका धसका घेतला की त्यांच्याकडे न बघताच मी ताटातले सगळे जेवण संपवत असे.

डॉक्टरांची आई हा त्यांच्या मनातला एक अतिशय मृदू कप्पा होता. चिपळूणसारख्या गावात एका सर्वसामान्य कुटुंबात सौ. यमुनाबाई घाणेकरांच्या पोटी आठव्या नंबरावर शेंडेफळ बनून डॉक्टरांचा जन्म झाला. या हूड बाळावर आईचे तसे जरा जास्तच प्रेम होते. सर्व भावंडांना जेवायला भाकरी मिळायची, तर या लाडोबाला मात्र दुधावरची साय, तुपातला शिरा असे काही थोडे लपवून-

छपवून ती माउली खायला घालायची. तिच्या आठवणीने डॉक्टर नेहमी सद्‌गदित होऊन जात.

"अगं, मी आमच्या घरात सगळ्यात काळाकुट्ट म्हणून ती..."

"डॉक्टर, तुम्ही काळे?"

मला हसू फुटायचे.

"मग? माझे भाऊ श्याम, भार्गव बघितले नाहीस, कस्सले हॅण्डसम दिसतात. त्यांच्या मानाने मी काळाच. म्हणून ती मला 'खापऱ्या' म्हणायची. मी आलो की म्हणायची, "हं, आले काळोबा!" त्या आठवणीने डॉक्टरांना अगदी गुदगुल्या व्हायच्या. यातला गमतीचा भाग सोडला तर डॉक्टरांचा आईबाबतचा हळवेपणा वादातीत होता. ते स्वतः वयाने मोठे होत गेले, एवढे नावारूपाला आले, तरी तो आईवेडेपणा त्यांच्या मनात कायम घर करून राहिला. माझी आज्जी (लीलाबाई पेंढारकर), सुलोचनामावशी, माई मंगेशकर आणि ललितादेवी वालचंद या सर्वांनीच या आईवेड्या मुलाहून मूल असणाऱ्या बाळाचे अगदी शेवटपर्यंत अतिशय लाड केले. डॉक्टरांचे एखादे नवीन नाटक वा चित्रपट सुरू होणार असो, ललितादेवींचा आशीर्वाद घेतल्याशिवाय ते काम सुरूच व्हायचे नाही. तसेच पेडर रोड वरून जाता-येता 'प्रभु कुंज' हे लतामावशीचे निवासस्थान आले की डॉक्टर मोठ्या भक्तिभावाने त्या दिशेने बघत नमस्कार करत.

"माझी आई...आई आहे बरं ती!"

त्यांनी पुढे 'दादी माँ' या चित्रपटात दुर्गा खोटे यांच्याबरोबर 'सोमू'ची भूमिका केली, तेव्हा 'ऐ माँ, तेरी सूरतसे अलग भगवान की सूरत क्या होगी...' या गाण्यात डॉक्टरांना अभिनय करता करता कसे खरोखरीच भरून आले आहे, ते सारखे जाणवत राहायचे आणि ते बघता बघता मलासुद्धा अगदी रडू फुटायचे.

एरवी घरात त्यांचे राहणे अतिशय साधे पण स्वच्छ व टापटिपीचे असे. तसेच त्यांचे जेवणही अगदी सात्त्विक असायचे. दूध, दही, लोणी, ताक, तूप हे पदार्थ त्यांच्या मर्जीतलेच. आपल्या कोकणस्थी जातकुळीला स्मरून शिक्रण, डाळिंब्यांची उसळ आणि अळूची फतफती भाजी (भरपूर दाणे घातलेली!) त्यांना अतिशय आवडायची. ते दौऱ्यासाठी कोकणात गेले की तिथल्या पालेभाज्या, आंबे, फणस, कणगं अशा खास पदार्थांच्या टोपल्या भरभरून घेऊन यायचे. ते सगळे प्रकार स्वतः आवडीने खायचे ते खायचे; पण इतरांच्या घशाखाली कोंबायचे. त्यामुळे कितीही नाके मुरडली तरी त्यांच्यासमोर जेवणाच्या टेबलावर हे पदार्थ खाण्याची आणि 'किती छान...आहाहा....किती छान!' असे म्हणण्याची कसरत आम्हाला करावी लागायची. मात्र हे पदार्थ डॉक्टर जितक्या आवडीने खात, तितक्याच आवडीने चायनीज, मुघलाई, कॉन्टिनेन्टल पदार्थ हादडायला

त्यांना आवडे. वूस्टर सॉस, टबॅस्को सॉस, रशियन सॅलड अशी नुसती नावे घेतली तरी लहान मुलासारखे त्यांच्या जिभेच्या टोकाला अगदी पाणी सुटे अन् 'स्स्...' केल्यासारखा त्यांचा चेहरा आनंदून जाई.

डॉक्टरांच्या हट्टी स्वभावाची लक्षणे तशी लहानपणापासूनच दिसू लागली होती. पुराने खवळलेल्या नदीत उड्या टाकणे, खोगिराशिवाय घोड्यावर बसणे असे शौक त्यांनी अगदी शाळकरी वयापासूनच केले. मॅट्रिक संपवून ते पुढील शिक्षणासाठी पुण्याच्या एस.पी. कॉलेजमध्ये दाखल झाले आणि त्यांच्या पुढच्या आयुष्याला कलाटणी देणारी ती घटना घडली. 'त्राटिका' नाटकातली नटवर्य नानासाहेब फाटकांची भूमिका डॉक्टरांनी बघितली आणि त्यांना स्वतःचे श्रेय सापडले. मग अभ्यासाची पुस्तके धूळ खात पडली आणि डॉक्टर आंतरमहाविद्यालयीन नाट्यस्पर्धांत रमू लागले. कॉलेजच्या नाटकासाठी कधी त्यांची निवड होई, कधी होत नसे. तिथे त्यांना मनासारखी भूमिका मिळाली नाही तर ते चक्क प्रॉम्प्टरचे काम करत; पण कधी तेही नाकारले गेले तर मात्र खूप निराश होऊन जात. याचा अर्थातच अभ्यासावर परिणाम व्हायला लागला. एकदा तर त्यांनी अगदी कंटाळून जाऊन घर सोडले, चिपळूणदेखील सोडले आणि कोल्हापूर गाठले. खिशात पैसे नव्हतेच, म्हणून त्यांनी सरळ फुटपाथवर पथारी टाकली आणि तिथे मिळेल तो उसळपाव खाऊन दिवस काढले. त्या ठिकाणी एका गब्बर पाटलाशी त्यांची मैत्री झाली. मग काय विचारता? कोल्हापुरातले तमाशे बघायचे, कोल्हाटणींच्या पालावर जायचे, अशा प्रकारात त्यांच्या रात्री रंगू लागल्या. सुदैवाने त्यांच्याकडे होते-नव्हते ते पैसे लवकरच संपले आणि डॉक्टरांना नाखुशीने का होईना घरी परतणे भाग पडले.

इकडे घरातले वातावरण प्रचंड तापलेले होते. डॉक्टरांना सज्जड दम मिळाला आणि या बिघडलेल्या कार्ट्याला अगदी एक शेवटचा चान्स द्यायचा म्हणून रत्नागिरीच्या गोगटे कॉलेजात दाखल होण्याची शिक्षा फर्मावण्यात आली. इथून पुढे मात्र डॉक्टरांनी स्वतःला शिक्षणात जे गुंतवून घेतले ते अगदी बी. डी. एस. होऊन गोल्ड मेडल पटकवेपर्यंत! अर्थात ग्रँट मेडिकल कॉलेजमध्ये आल्यावर ते पुन्हा एकदा तिथल्या नाटकवेड्या मंडळीत सामील झाले. डॉक्टरांना नट म्हणून ज्यांनी अक्षरशः घडवले ते त्यांचे गुरू श्री. रामचंद्र वर्दे त्यांना याच काळात भेटले. त्या दोघांची मैत्री इतकी जुळली की काय विचारता! वर्द्यांनी डॉक्टरांना डोळ्यांसमोर ठेवून त्यांना मध्यवर्ती भूमिका देण्यासाठी स्वतःच एकांकिका लिहिल्या. त्यांनी आंतरमहाविद्यालयीन स्पर्धांच्या ज्या नाटकांची दिग्दर्शने केली त्यातून डॉक्टरांना सतत चमकवले. नाटकाच्या तालमी संपवल्यावरदेखील, हे झपाटलेले गुरू-शिष्य रस्त्यावर संवादांचे पाठांतर करत, उच्चार सुधारून घेत,

चुका सुधारत जे. जे. ते फ्रेंच ब्रिजपर्यंत चालत घरी जायचे. वर्द्यांनी तरुण काशिनाथवर जे संस्कार या काळात केले, त्यामुळे डॉक्टरांमधल्या अभिजात कलागुणांना एक झळाळी प्राप्त झाली, त्यांचा आत्मविश्वास वाढला आणि ते नाट्यस्पर्धा गाजवू लागले, उत्कृष्ट अभिनयाची पारितोषिके पटकावू लागले. तसे बघितले तर डॉक्टरांची शरीरयष्टी लहानखोर होती. रंगमंचावर वावरण्यासाठी ती कितपत योग्य होती, हा एक प्रश्न होता. डॉक्टरांचा तेजस्वी देखणेपणा हा एरवी अतिशय लोभसवाणा, तेव्हाच्या मराठी चित्रपटातल्या नायकाच्या भूमिकेसाठी तो अतिशय योग्य होता; पण रंगभूमीवर अनेक विविध रंगांच्या अन् ढंगांच्या भूमिका साकार करताना, विशेषतः खलनायकी छटा असणाऱ्या भूमिका करताना तो कितपत उपयोगी ठरला असता? वर्द्यांनी डॉक्टरांचे सगळे गुण-दोष अचूक हेरले आणि रंगमंचावर चालावे कसे, अगदी इथपासून वर्द्यांनी आपल्या या शिष्योत्तमाला शिकवून तयार केले. ही शिकवण डॉक्टरांना पुढच्या कारकिर्दीत अतिशय उपयोगी पडली. चित्रपट आणि नाटकांतून त्यांनी वेगवेगळ्या भूमिका रंगवल्या आणि मराठी प्रेक्षकांना तृप्त केले.

तसे बघितले तर डॉक्टरांचा स्वभाव अगदी पाऱ्यासारखा चंचल...मूड चांगला असला तर ते अगदी प्रेमळ आणि आनंदी असत; पण कधी त्यांचे तापमान चढले की खलास! क्षणार्धात त्यांचा चेहरा रंग बदलून लालबुंद होई, चमकदार डोळे रागाच्या तीक्ष्ण ठिणग्या फेकू लागत, संताप अनावर झाला की समोर असलेल्या माणसाला तो अर्धमेला होईपर्यंत जी काही लाखोली वाहिली जाई, की ज्याचे नाव ते! पण तेच डॉक्टर दुःखी होत भावविवश झाले, की त्यांना अगदी ओक्साबोक्शी रडू फुटे. हे सगळे भावभावनांचे वादळ त्यांना जसे अंतर्बाह्य उन्मळून टाकायचे, तसेच ते त्यांच्या आजूबाजूला सतत असणाऱ्या, त्यांच्यावर अतिशय प्रेम करणाऱ्या माणसांनादेखील अतिशय हादरवून टाकत असे. या वादळाचा झपाटा ओसरायला वेळ लागायचा; पण तो एकदाचा संपला की डॉक्टर पुन्हा एकदा पाऱ्यासारखे शांत, स्वच्छ अन् लख्ख झालेले असत. कोणताही माणूस संपूर्णतः निर्दोष नसतो; पण डॉक्टरांच्या स्वभावामध्ये गुण-दोषांची एक विचित्रशी सरमिसळ झालेली होती. मिळालेल्या प्रत्येक भूमिकेसाठी आपला जीव पणाला लावायचा, त्यासाठी स्वतःला अगदी झोकून द्यायचे; मग त्यात मेलो तरी बेहत्तर, असे मानणाऱ्या नटांच्या जातकुळीतले डॉक्टर होते. भूमिकेमध्ये शिरताना आपले सर्वस्व ते त्यात ओतायचे. त्यामुळे ती भूमिका जिवंत व्हायची. तिचे अनेक कंगोरे स्पष्ट होत प्रेक्षकांच्या नजरा दिपवून टाकायचे. त्यामागे डॉक्टरांच्या या मनस्वी पण संमिश्र स्वभावाचे गुपित दडलेले होते. संभाजी, लाल्या, बापू...रंगवताना डॉक्टरांना बघणे हा माझ्या दृष्टीने एक

अतिशय रोमांचक अनुभव असे; कारण रोजच घरात समोर वावरणाऱ्या डॉक्टरांच्या म्हटले तर काहीशा परिचित व्यक्तिमत्त्वाच्या सीमारेषा कशा, कुठे, कधी धूसर होत जातात अन् रंगमंचावरील भूमिकेला कुठून प्रारंभ होतो, ते बारीक नजरेने अनुभवणे खरोखरच विलक्षण थ्रिलिंग होते. डॉक्टरांच्या स्वभावाचा प्रभाव त्यांच्या भूमिकेवर पडतोय, की त्या भूमिकेची आसुसून अनुभूती घेणारे डॉक्टर त्यामुळे काहीसे बदलत चालले आहेत, त्याबद्दलही मी विचार करत राही. सर्वांनाच असे वाटते, अगदी आजतागायत असे वाटत आले आहे की डॉक्टरांच्या आक्रमक, शीघ्रसंतापी स्वभावाचा प्रभाव त्यांच्या सर्व भूमिकांवर पडत गेला, त्यामुळे त्या भूमिका इतक्या झळाळून उठल्या आणि वर्षानुवर्षे प्रेक्षकांच्या अंतःकरणात घर करून राहिल्या. कदाचित ते खरेदेखील असेल; पण ती प्रत्येक भूमिका डॉक्टरांना कठोर परिश्रम करायला भाग पाडत होती, त्यांना आतून तोडूनफोडून टाकत होती, त्याचबरोबर त्यांना पुन्हा नव्याने घडवत काही नवी मूल्ये, नवी परिमाणे देत होती. त्या प्रत्येक भूमिकेबरोबर असा वादळी प्रवास करताना डॉक्टरांचे अंतरंग कितीदा उद्ध्वस्त होऊन गेले असेल? भूमिका करण्यासाठी सज्ज झालेल्या डॉक्टरांना रंगभूमीवरच्या झगमगाटात प्रवेश करण्यापूर्वी विंगेतल्या अंधारात क्षणभर उभे राहताना... स्वतःशीच एकाग्र होताना नेमके काय वाटत असेल? उत्सुकता... भीती... आशंका... तो परकायाप्रवेश करण्यापूर्वी कोणत्या भावनांचे हलकेसे तरंग त्यांच्या मनात रेंगाळत असतील? कदाचित ते तरंग अधिक स्पष्ट होत जाऊ नयेत, म्हणून तर त्यांनी ती विंगेतल्या अंधारातून संवादांची फेक करत रंगमंचावर एकदम झेप घेण्याची आपली एक शैली ठरवून टाकली असेल का? मी स्वतःशीच विचार करत ते नाटकापूर्वीचे नाट्य बघत राही.

डॉक्टरांचा रंगभूमीवरचा वावर अतिशय आत्मविश्वासपूर्ण व डौलदार असे. त्यांचे रंगभूमीवर उभे राहणे व चालणे मराठी रंगभूमीवर कामे करणाऱ्या तरुण मंडळींनी जरूर बघावे, त्यातून काही शिकावे असे मला नेहमी वाटायचे.

डॉक्टरांच्या मते रंगभूमीवर काम करायचे असेल तर त्यासाठी अनेक पथ्ये पाळायची गरज होती. नाटक सुरू होण्यापूर्वी कमीत कमी दोन तास आधी ते नाट्यगृहात हजर व्हायचे. नाटकाची सगळी प्रॉपर्टी ते जातीने तपासून बघत. स्टेजवरची प्रकाशयोजना नीट आहे की नाही त्याकडे लक्ष देत. रंगभूमी व विघ्नहर्त्या गणनायकाची साग्रसंगीत पूजा केल्याशिवाय त्यांच्या नाटकाचा पडदा कधी उघडला जात नसे. या सगळ्या गोष्टींकडे डॉक्टरांचे जितके अगदी बारीक लक्ष असे, तितकेच रंगमंचापाठील अंधारात मूकपणे वावरणाऱ्या कामगार वर्गाकडेही असे. त्यांच्याकडून चूक झाली तर डॉक्टरांकडून 'थोतरी'त खाण्याची पाळीही एखाद्यावर येई; पण नाटक रात्री उशिरा संपल्यानंतर सगळे कामगार जेवल्याशिवाय

डॉक्टर कधी जेवायला बसत नसत, हेही खरे आहे. डॉक्टरांनी आपले अवघे जीवनच रंगभूमीला समर्पित केले होते. त्यांच्या लेखी तो केवळ कीर्ती, पैसा, पुरस्कार मिळवण्याचा एक मार्ग नव्हता. अभिनय त्यांचा प्राण होता आणि रंगभूमी हे त्यांचे सर्वस्व होते. एक स्टार क्वालिटी असणारा, त्याचबरोबर अभिनयाविष्काराच्या अनेक शक्यता अंगी असणारा एक अत्यंत सक्षम अभिनेता म्हणून डॉक्टरांचे स्थान रंगभूमीच्या इतिहासात पक्के झाले आहे. मराठी भाषिक नटाने अशी स्टार क्वालिटी मिळवणे व ती वर्षानुवर्षे टिकवून ठेवणे, हे सोपे नक्कीच नव्हते. आपल्या रंगभूमीच्या इतिहासात अशी पात्रता अंगी असणारे किती नट होऊन गेले? किती उदाहरणे दाखवता येतील?

आपण स्टार आहोत हे डॉक्टर स्वत: कधीही विसरले नाहीत. थोरामोठ्या व्यक्तिमत्त्वांच्या ठायी ते नम्र असत; पण एरवी मात्र एक व्यक्ती म्हणून, उत्तम डेंटिस्ट आणि अभिनेता म्हणून त्यांनी आपला अहंकार सतत जपला, नव्हे, त्याला सतत कुरवाळून, आंजारून-गोंजारून तो अखेरपर्यंत फुलत ठेवला. त्यांच्या नावाची जाहिरात करताना '...आणि डॉक्टर काशिनाथ घाणेकर' अशी करण्यात येत असे. म्हणजे नाटकातले बाकीचे नटनट्या, मग ते कितीही ज्येष्ठ वा कसलेले असोत, ते सगळे एका ओळीचे मानकरी आणि डॉक्टर मात्र त्यापेक्षा कुणीतरी वेगळे! ते नाव अलगपणे घेतल्याशिवाय त्या ओळीची जशी पूर्तता होणार नाही, तसेच डॉक्टर तिथे असल्याशिवाय नाटक सफल, संपूर्ण होणार नाही, असेच त्यांना त्यातून सुचवायचे असे ना? डॉक्टरांनी इतरांपासूनचे आपले वेगळेपण कसोशीने जपले. स्वत:मधल्या कलाकाराची अस्मिता स्फुलिंगासारखी सतत जागती ठेवण्यासाठी, ती प्रखर करण्यासाठी त्यांनी असे मार्ग शोधून काढले होते. घरात ते सर्वांशी अतिशय मिळूनमिसळून वागत. तरीही ते 'ते' आहेत आणि आम्ही बापडे 'आम्ही'च आहोत, हे कधी विसरता येत नसे. अनेक वेड्यावाकड्या अडचणींवर मोठ्या शर्थीने मात करत सुलोचनाबाईंच्या या अत्यंत कर्तबगार एकुलत्या एका मुलीने डॉक्टरांशी विवाह करण्याचा आपला वेडा हट्ट पुरा केलेला होता. मनात आणले असते तर कुठल्याही सुसंस्कृत व श्रीमंत घरातल्या एखाद्या सुशिक्षित तरुणाची आयुष्याचा जोडीदार म्हणून निवड करून पुढचे जीवन अत्यंत सुखासमाधानाने, सफल व्यतीत करणे, ही तिच्या लेखी कठीण गोष्ट नव्हती; पण या हट्टी मुलीने डॉक्टरांशीच लग्न करण्यापायी आपल्या आयुष्यातली सगळी उमेदीची वर्षे पणाला लावली. मला वाटायचे, कसे असेल त्यांचे नाते? दोघेही एकमेकांना सांभाळून घेत होते; पण तिथेही वरचष्मा होता तो डॉक्टरांचा! मुलाहूनही मूल असणाऱ्या या बाबाला सांभाळत, चोवीस तास सतत त्यांच्या सहवासात राहणे, ही काय सोपी गोष्ट होती? डॉक्टरांच्या

प्रथम पत्नी इरावतीवहिनींना स्वतःचे असे वेगळे करिअर होते, तिथे त्या रमल्या होत्या, मोठा नावलौकिक कमावत होत्या. त्यांच्या लेखी करिअर हे घरसंसार, डॉक्टरांशी असणारे सहजीवन सांभाळण्याइतकेच महत्त्वाचे असणे साहजिक होते. कांचनताईचे तसे नव्हते. तिच्या असण्याचा, जगण्याचा आरंभ मुळी डॉक्टर या एकाच बिंदूपासून होता आणि अंतही तिथेच होत होता. त्यांचा आक्रमक फटकळपणा, कारकिर्दीतल्या चढत्या-उतरत्या आलेखामुळे प्रसंगी त्यांना घेरून टाकणारी उदासी, प्रसंगी संतापाचे तडाखे; सगळे काही या मुलीने सोसले अन् पचवले. एरवी कुणाचा एकही अधिक-उणा शब्द ऐकून न घेणाऱ्या कांचनताईने हे सगळे अतिशय गंभीरपणे अन् धीराने सहन केले; पण स्वतःचा आणि डॉक्टरांचा मान कधीही ढळू दिला नाही. स्वतःतील एका अत्यंत संवेदनशील अन् सर्जनशील स्त्रीला ती नेहमी दुय्यम स्थान देत आली. एवढ्या मोठ्या अभिनेत्रीची कन्या, डॉक्टरांची पत्नी आणि आता रेशमाची आई यापुरता आपल्या आयुष्याचा परीघ तिने मर्यादित केला. त्यातच ती समाधानी राहिली. त्यातही डॉक्टरांची पत्नी असणे, त्यामुळे समाजात ओळखले जाणे, हे आजतागायत तिच्या लेखी अत्यंत महत्त्वाचे आहे. ते तिचे सौभाग्यलेणे आहे.

कांचनताई स्वतः भालजी पेंढारकरांच्या संस्कारात वाढलेली असल्यामुळे अतिशय साधी राहणी तिला आवडते. लांबसडक केसांच्या दोन सरळधोप वेण्या, मेकअपविरहित चेहरा अन् उंच बांध्याला शोभेल, अशी शुभ्र पांढरी कुरकुरीत साडी, इतक्या साधेपणाने ती सगळीकडे वावरते. सकाळी लवकरात लवकर उठून सगळी वर्तमानपत्रे अथपासून इतिपर्यंत वाचणे, घरातल्या सगळ्या फर्निचरची आणि मावशीच्या सन्मानचिन्हांची झटकून झटकून साफसफाई करणे, नीटनेटकेपणापायी घरातल्या सगळ्या पोरांना धारेवर धरणे अशा अनेक वाईट सवयी या बाईला आहेत. रोज सकाळभर न चुकता चालणारी तिची ती झटकफटक सफाई मोहीम बघून बघून माझी मुलगी जाई एकदा इतकी वैतागली अन् म्हणाली,

"हिचं नाव घाणेकर कोणी ठेवलं गं? हिला तर स्वच्छकर म्हणायला हवं होतं."

या 'पीजे' वर मनापासून खळखळून हसत, लहानग्या जाईला टाळी देणारे डॉक्टर मला अजून आठवतात. कांचनताईची फिरकी घेण्यासाठी त्यांना हा जोक पुढेदेखील वेळोवेळी उपयोगी पडायचा.

डॉक्टरांचा शौकीन स्वभाव कांचनताईच्या अगदी बरोबर विरुद्ध होता. उत्तम कपडे आणि सेंट्ससाठी ते जीव टाकत. त्यासाठी कितीही खर्च करायची त्यांची तयारी होती. एकदा गाडी चुकून माझ्यावरच घसरली. चांगल्या XXX हासडून म्हणाले, "नुसती सेन्ट देईन देईन म्हणतेस; पण देत मात्र नाहीस. एक साधे यू.

डी. कोलोन तरी आणून दे. मला तेसुद्धा चालेल.''

त्यांनी इतके म्हटल्यावर मला ते खूपच लागले; पण हाय रे कर्मा! नेमका त्याच वेळी कोलोनचा सगळा स्टॉक बाजारातून गायब झाला होता. ते लक्षात येऊन माझे धाबे इतके दणाणले की सांगता सोय नाही. शेवटी कुठून कुठून शोधून ती बुधली मी खरेदी केली आणि घरी नेऊन डॉक्टरांच्या हातात ठेवली, तेव्हा कुठे माझा जीव भांड्यात पडला.

डॉक्टर एक कलावंत म्हणून उमदे होतेच, तसेच ते माणूस म्हणूनही उमदे, मनस्वी आयुष्य जगले. स्वत:च्या मनाला जे पटेल तेच करण्याची त्यांची वृत्ती होती. त्यामुळे लोक त्यांना हट्टी, दुराग्रही समजत. त्यांच्याबद्दल अनेक अफवा, गैरसमज पसरत वा जाणूनबुजून पसरवले जात; पण डॉक्टरांनी कधी त्याची पर्वा केली नाही. आपल्या मस्तीत, धुंदीतच ते जगत राहिले. प्रेक्षकांनी त्यांच्यावर जे भरभरून प्रेम केले त्यातच ते खूष असत. मध्यंतरी त्यांची नाटके कमी झाली. एखादेच 'गुंतता हृदय हे' किंवा 'तुझे आहे तुजपाशी'चे प्रयोग लागायचे; पण त्यावर प्रेक्षकांच्या उड्या पडायच्या. बेळगावसारख्या मिश्र भाषिकांच्या गावातदेखील 'काशिनाथ घाणेकर काय काम करतंय हो...' म्हणत नाटकवेड्या मंडळींची गर्दी होत असे.

आणि आता तर डॉक्टरच आम्हाला सोडून गेले...नाटकासाठी जीव टाकणाऱ्या प्रेक्षकांनी आता कुणासाठी वेडे व्हायचे?

मला जाणवत गेले...

इतका गुणी अभिनेता जर आपल्या प्रकृतीबद्दल इतका बेफिकीर राहिला नसता तर...?

ज्या निर्मात्यांनी त्यांना सुरुवातीला एवढी हांजी हांजी करून डोक्यावर चढवले त्यांनीच नंतरच्या काळात दूर लोटले नसते तर...?

तर डॉक्टरांनी अनेक सुंदर भूमिका रंगवल्या असत्या. दुसऱ्या एखाद्या अतिशय ताकदीच्या अभिनेत्याने रंगवलेले रामशास्त्री, माधवराव पेशवे बघताना आतून वाटायचे 'अरे, इथे डॉक्टर हवे होते.'

पण, तसे व्हायचे नव्हते. आपल्या सर्वांच्या आवडत्या 'पुलं'चे 'तुझे आहे तुजपाशी' मी हिंदी व इंग्रजी रंगभूमीवरदेखील पाहिले. ते पाहताना डॉक्टरांची आठवण हमखास यायची अन् वाटायचे,

'छे! हे काही श्याम नव्हेत. श्याम म्हणजे डॉक्टरच!'

डॉक्टरांनी 'रायगड' सोडल्यानंतर अनेक कसलेल्या नटांनी ती जागा भरून काढायचा किती तरी प्रयत्न केला; पण डॉक्टरांच्या संभाजीचा तो आवेश, ती भावनापूर्ण संवादांची फेक, आबासाहेब हे जग सोडून गेल्यानंतरचा तो तडफडाट, हे सर्व अगदी एकमेवाद्वितीय असेच होते. त्यांनी बोलता बोलता एकदम गर्दन

रोखून पॉज घेतला आणि भुवई उंचावली की प्रेक्षक श्वास रोखून आता पुढे कोणता स्फोट होणार, त्याची वाट बघू लागत; हे मी स्वतः प्रेक्षागृहात कितीतरी वेळा अनुभवले आहे. जगज्जेत्या सिकंदराबद्दल असे म्हणतात की,

"He came, He saw and He conqured..."

डॉक्टरांच्या नजरेतली जरब सिकंदरच्या नजरेतील जरबेप्रमाणे प्रेक्षकांवर हुकूमत गाजवत होती. त्यांना जिंकून कायमचे गुलाम बनवून टाकत होती.

डॉक्टरांना किती तरी करायचे होते. अनेक किल्ले जिंकायचे होते. कांचन-ताईला उशिरा का होईना हनिमूनला परदेशी घेऊन जाण्यापासून ते रवी वर्मा अन् हॅम्लेट रंगवण्याची अनेक स्वप्ने त्यांनी वर्षानुवर्षे मनातल्या खोल तळात जपून ठेवली होती. रवी वर्माने त्यांना त्या काळात इतके झपाटून टाकले होते की उठताबसता त्यांच्या तोंडी हा एकच विषय असे. आपल्या कादंबरीचे नाट्यरूपांतर लवकरात लवकर करावे, यासाठी त्यांनी दादांच्या (रणजित देसाई) पाठी नुसता ससेमिरा लावला होता. त्याला कंटाळून मी त्यांना म्हटले,

‘‘डॉक्टर, तुम्ही रवी वर्मा म्हणून कसे शोभाल? तो तर केरळाईट आणि तुमचा रंग तर असा कोकणस्थी...’’

माझ्या या वक्तव्यावर त्यांनी मला जे काही प्रेमळ अव्हेर दिले, ते इथे न सांगितलेलेच बरे! पण माझी खात्री होती की वेळ आल्यावर त्यांनी या भूमिकेसाठी काळा मेकअप जरूर केला असता आणि हॅम्लेटच्या भूमिकेसाठी मोठया उत्साहाने तलवारबाजी शिकून घेतली असती. असा हा हट्टी माणूस!

जितका हट्टी तितकाच प्रेमळ!

आणि आता हे सगळे कुणाला न सांगता सवरता डॉक्टरच निघून गेले. अंधारात बुडलेल्या त्या घरात रात्रभर माणसे येत राहिली. येणारा प्रत्येक जण डॉक्टरांशी वर्षानुवर्षे निगडित होता. त्या प्रत्येकाच्या चेहऱ्यावर प्रश्नचिन्ह स्पष्ट उमटले होते.

‘असं झालंच कसं? कुठे गेले आमचे डॉक्टर?’

ते दबलेले हुंदके, घुसमटलेले शब्द ऐकत रात्र सरत चालली होती.

पहाटे केव्हातरी ॲम्ब्युलन्स इमारतीच्या दारासमोर येऊन थांबली. घरात रात्रभर वाट बघून थकलेल्या मंडळींनी माना टाकल्या होत्या. ॲम्ब्युलन्सचे दार करकरत उघडले गेले आणि वातावरणावर एक भयकंपितसा शहारा उठला. त्या शहाऱ्याच्या लाटा इतक्या तीव्र होत्या, की वरच्या मजल्यावर घरात असलेल्या सर्वांनाच थरकापून जात एकदम जाणवले,

‘आले...डॉक्टर आले.’

डॉक्टरांच्या एन्ट्रीची एरवी एवढ्या आतुरतेने वाट बघणाऱ्या मंडळींना आज मात्र माना वर करून त्यांच्या आगमनाचे स्वागत करणे शक्य नव्हते. तरीही का

कुणास ठाऊक कसे जाणवत गेले, डॉक्टर घरी येत आहेत...इमारतीत शिरत आहेत...लिफ्टला वळसा घालून...जिना चढून...दाराला लावलेले सोनेरी तोरण हिंदकळून टाकत...ते घरात प्रवेश करत आहेत...आले, ते घरात आले...पायांतल्या चपला स्टँडजवळ काढून ठेवून नेहमीसारखे खांदे उडवत आपल्या आवडत्या खुर्चीवर धपकन् बसले...ती लहर घरातून विजेसारखी सळसळत सर्वांच्या अंगावर एक चरचरीत शहारा उमटवत, खिडक्यांचे पडदे खळबळून टाकत अरबी समुद्राच्या दिशेने धावत गेली.

मी जड पावलांनी उठले आणि हॉलमध्ये आले. हॉलच्या दारापासून बाहेर गर्दी जमली होती. ती न दिसताही जाणवले की बाहेरचा जिना, खालचे आवार, सोसायटीबाहेरचा विस्तीर्ण रस्ता माणसांनी दुथडी भरून वाहतोय...वेदनेने चेहरे काळवंडलेली, दुःखाने काळीज पिळवटलेली अनेक अनोळखी माणसे कुठून कुठून धावत-पळत एका अनामिक ओढीने तिथे एकत्र जमली आहेत. त्या वेदनेचा एक सागर तिथे बाहेर हेलकावत आहे.

आणि हॉलमध्ये?

ते दृश्य पाहताच माझे हात-पाय थंड, बधिर होत गेले.

डॉक्टरांचे पार्थिव हॉलच्या मध्यभागी ठेवण्यात आले होते. वाटले, हे डॉक्टर? इतके शांत, अचेतन? कुठे गेली त्यांची ती चैतन्यमय, रसरशीत मूर्ती? त्यांचा तो लखलखीत गोरा चेहरा? जिवणीच्या कोपऱ्यातले मिस्कील हसू? डोळ्यांतली चमक? कुठे हरपले ते अवघे अस्तित्व? हा काळवंडून गेलेला, सुजलेला चेहरा कुणाचा? विद्रूप झालेल्या नाकपुड्यांत कापसाचे बोळे कोंबून हा कोण अनोळखी इसम आमच्या हॉलमध्ये येऊन शांत झोपलाय? का झोपलाय? हू इज धिस स्ट्रेंजर...?

नजरेला सर्व दिसत होते; पण समजत नव्हते.

ही कांचनताई त्या माणसाच्या बाजूला बसून ढसाढसा का रडतेय? आणि इतक्या वर्षांनी या घरात आलेल्या इरावतीबाई...मूकपणे अश्रू ढाळतायत...मावशी, मावशी कुठाय? तेवढ्यात पाठीमागे हालचाल झाली. लीलाआज्जी त्या गर्दीतून वाट काढत थकलेल्या पावलांनी बाहेर येत होती. डॉक्टरांकडे बघताच तिचा वृद्ध चेहरा वेदनेने पिळवटून उठला, नजर भयचकित होत गेली.

"डॉक्टर...डॉक्टर...बघ गं सुलोचना...हे डॉक्टर नाहीत गं, हे आपले डॉक्टर नाहीत."

आम्हा सर्वांची वेदना आज्जीच्या शब्दांतून व्यक्त होत गेली. सगळे वातावरण त्या आक्रोशाने थिजून गेले.

आज्जीचे आणि डॉक्टरांचे प्रेमही जगावेगळे होते. गुरूपत्नी या नात्याने डॉक्टर तिच्याशी खूप आदराने वागत; तसेच भरपूर हट्टही तिच्याचकडे करत.

कोल्हापूरला आल्यावर त्यांची रोजची फेरी तिच्या भेटीसाठी होई. तिला इंग्लिश शिकवण्याचा खुळेपणा एकटे डॉक्टरच करू शकत.

"माई, म्हणा बघू, गुड मॉर्निंग!"

"हं, गुड मॉर्निंग!"

"हं, आता म्हणा, हाऊ आर यू?"

"आय ॲम फाईन, थँक्यू."

आज्जी आधीच शिकून ठेवलेले उत्तर ठोकून देई आणि डॉक्टरांची कशी जिरवली म्हणून हसत सुटे; पण हा सगळा खुळेपणा संपवून डॉक्टर तिथून निघाले की मग मात्र तिचा थकलेला चेहरा त्यांच्याविषयीच्या काळजीने हळवा होऊन जाई. दाराशी त्यांना निरोप देताना ती म्हणे,

"डॉक्टर, जे काय करायचं ते बेताबेतानं बरं!"

त्या एका लहानशा वाक्यामागे कोणकोणते गर्भित इशारे दडलेले होते, ते त्या दोघांनाच ठाऊक असायचे.

डॉक्टरांना बेताबेताने कधी काही करता येतच नव्हते आणि आज तर ते सर्वांच्या हातावर तुरी देऊन अतिशय शिताफीने निसटून, सगळी बंधने तोडून निघून गेले होते.

डॉक्टरांच्या महायात्रेची तयारी सुरू झाली होती. 'रायगड' सोडून शंभूराजे निघाले होते, कायमचे! सर्व सोपस्कार यथाविधी पार होत गेले आणि कुणीतरी कुजबुजले,

"अरे, डॉक्टरांच्या अंगावर अत्तर शिंपडा बरं!"

ते ऐकताच कांचनताई कशीबशी तिथून उठली आणि जड पावलांनी आत गेली. तिच्या पाठमोऱ्या आकृतीकडे बघताना मला काही समजत गेले, आतून कळत गेले. ती आतल्या अंधारात नाहीशी झाली तरी माझी नजर तिचा पाठपुरावा करत राहिली. काही क्षणानंतर ती बाहेर आली आणि...

मी स्तंभित होऊन ते दृश्य बघत राहिले.

तिच्या हातातली ती कोलोनची निमुळती बाटली...तिरपे कंगोरे असणारी... आत हिंदकळणारे सोनेरी सुगंधी तरल द्रव्य...तीच बाटली?

ती तशीच पावले ओढत हॉलमध्ये आली. ती चालताचालता काही तरी आठवल्यासारखी थबकली, आपल्या सुजलेल्या डोळ्यांनी तिने घरभर कुणाचा तरी शोध घेतला. तसे मला ब्रह्मांड आठवले. निमिषार्ध ती भकास नजर माझ्यावर स्थिरावली. मोठ्या कष्टांनी स्वतःवर ताबा ठेवत ती वळली आणि शांतपणे निजलेल्या तिच्या प्राणप्रिय डॉक्टरांच्या अंगावर ती ते अत्तर शिंपडू लागली.

डॉक्टर, मला जरा जरी कळले असते की ही सुगंधाची बाटली तुम्हाला या वेळेसाठी हवी होती तर तुमच्या शिव्याच काय, मार खाऊनही मी ती तुम्हाला

कधीच दिली नसती.

पण, आता खूप उशीर झाला होता. डॉक्टरांना घेऊन जमलेली मंडळी घराबाहेर पडली. त्यांना अखेरचा निरोप द्यायला मी खाली उतरले. बघितले तर त्यांच्या महायात्रेसाठी सजवलेल्या ट्रकबरोबर वाटचाल करण्यासाठी अक्षरशः हजारो लोकांचा समुदाय तिथे गोळा झाला होता. तो ट्रक तिथून निघाला अन् वळणावर दृष्टीआड झाला, तशी ती गर्दी तिथून हळूहळू सरकत, ओसरत गेली, ट्रकच्या पाठोपाठ मूकपणे चालत राहिली. वाटले, निदान ही अलोट गर्दी बघायला तरी आज इथे डॉक्टर हवे होते. आपल्यासाठी रडणाऱ्या, दुःखी होणाऱ्या त्या चाहत्यांचा तो समुद्र बघून त्यांना क्षणभर स्वतःचाच हेवा वाटला असता. मग चेहरा लालबुंद होईपर्यंत त्यांना हसूचा एक मोठ्ठा ठसका फुटला असता आणि त्या आनंदाने निथळत ते गदगदून म्हणाले असते,

''ए कांचन बघ गं, कशी हाऊसफुल्ल गर्दी खेचली ते!''

त्यांना श्रद्धांजली अर्पण करताना त्यांचे आप्तेष्ट, मित्र त्यांच्या अनेक आठवणी सांगत होते. ते ऐकताना सारखे जाणवत गेले, हा एकच माणूस, पण प्रत्येकाचा त्याच्या बाबतीतला अनुभव किती वेगवेगळा? एखाद्या हिऱ्यावर प्रकाशाची तिरीप पडल्यावर जसे त्याचे नानाविध लहान-मोठे पैलू निरनिराळ्या चमकदार रंगांनी उजळून निघतात, नजरेला सुखावू लागतात, तसे डॉक्टरांच्या व्यक्तिमत्त्वाचे अनेक पैलू त्या दिवशी उजळू लागले होते. माझे मन विस्मयाने भरून निघत होते. डॉक्टर खरेखुरे कसे होते ते कुणाला तरी कळले होते का?

आज त्यांच्याबद्दल 'होते' असे म्हणताना माझी लेखणी थबकते. ते लाल्या, बापू, शंभूराजे, बाबूल आता पुन्हा दिसणार नाहीत, या कल्पनेने आणखी एक धक्का बसतो. कदाचित या भूमिका करण्यासाठी पुढील काळात कुणी सांगावे, आणखी समर्थ कलाकार पुढे येतील. मग तेच शिवाजी मंदिर असेल, तोच रंगमंच, तीच भूमिका असेल आणि नाटक बघणारे आम्ही तेच प्रेक्षक तिथे असू.

तरीसुद्धा काही तरी कायमचे हरवलेले असेल.

डॉक्टरांच्या आवडत्या गुलाम अलीने गायलेल्या गजलमधला एक शेर तेव्हा आठवेल,

'जिसे मिलने तुम आये हो यहाँ पर
वह कबका इस मकान से जा चुका है
मुसाफिर चलते चलते थक गया है'

कारण 'आमचे' डॉक्टर तिथे असणार नाहीत.

◆

बेळगाव तरुण भारत,

११ सख्खे शेजारी

समोरच्या फ्लॅटचे दार धाडकन् उघडले.

टीव्हीवर सुरू असलेल्या गाण्याचा आवाज ठणठणत बाहेर आला.

''छैया छैया छैया... छैया... छैया...''

कुणीतरी प्राणी प्रचंड भसाड्या आवाजात अजिबात न समजणारे शब्द गळा ताणताणून गात होता.

''चंदना, तो आवाज बारीक कर बघू!'' आज्जी स्वयंपाकघरातून ओरडली.

(त्याहून मोठ्या आवाजात!)

''बाबा आला, बाबा आला...''

मुलींचा गोंधळ सुरू झाला. आज्जीच्या दटावणीला अजिबात न जुमानता एकच गलबला उडवत, दणादणा पाय वाजवत मुली जिन्यातून सुसाट खाली पळत सुटल्या.

''चंदना, ऐक्कायची म्हणून नाहीस बघ!''

शेवटी आज्जीनेच बाहेर हॉलमध्ये येऊन टीव्हीचा कान पिळला असावा. रविवारची सकाळ असल्यामुळे मी घरातली कामे उरकत होते. तरीही ते मध्येच सोडून आपल्या मराठी शेजारधर्माला अनुसरून मी खिडकी उघडली व खाली वाकून बघत मनाशीच म्हटले,

''आला वाटतं प्रशांत!''

आठ-दहा दिवसांचा, लांबच्या पल्ल्याचा दौरा संपवून तो आज घरी परतणार असल्याची कुणकुण तशी मला कालपासूनच लागली होती; कारण गौरीने (प्रशांतची 'अगं...' आणि आमची सर्वांची 'आऊ...') कालपासून पसारा आवरून घर एकदम चकाचक, नीटनेटके करायला सुरुवात केलेली होती. परत आल्यावर प्रशांतला जास्तीत जास्त विश्रांती मिळावी म्हणून तिची धडपड आत्तापासूनच सुरू झाली होती. तसे त्याचे पुढच्या कित्येक महिन्यांच्या दौऱ्यांचे कोष्टक आधीच आखले गेलेले असते. ते तिला पुरेपूर ठाऊक असल्याने तो घरी आहे तेवढ्या अवधीत आपण काय काय करायचे ते बेत तिने मुलींबरोबर आधीच आखलेले होते. शिवाय त्याच्या अनुपस्थितीत आपण इथे केलेले उद्योग त्याच्या कानावर घालण्याची तिला मुलींइतकीच

घाई झालेली आहे, हे मला ठाऊक होतेच.

आपला एकुलता एक लाडका जावई इतक्या दिवसांनी परत येणार म्हणून आज्जीने कालच एक भलेमोठे पितळी पातेले भरून तिच्या त्या खास, खमंग चिवड्याचा घाणा घातला होता. आणि वर...

"बघ गं, गौरी...जावयासाठी कशी करतेय! इतक्या दिवसांत कुठे आमच्यासाठी नाही केलं ते?" हे माझ्याकडून ऐकून घेतले होते.

पण, माझे ते वाक्य बोलून संपण्याच्या आतच गौरीने, "ताई, ती तुझी बटाट्याची तिखट भाजी...आमच्या प्रशांतला फाऽर आवडते गं, जरा शिकव ना मला."

असे वाक्य फेकून माझा पक्षी करून टाकला होता.

मुलींनी तर कालच त्याच्यासाठी एक 'सरप्राईज' आणून, घरात शिरताक्षणीच त्याला दिसावे अशा ठिकाणी सजवून ठेवले होते. सगळे घरच अगदी आतुरतेने त्याच्या येण्याची वाट बघत होते.

कधी एकदाचा बाबा येईल?

मी खाली बघितले तर काय, प्रशांत खरोखरीच गाडीजवळ उभा होता. बसमधून रात्रभर प्रवास करून पहाटेपहाटे मुंबईत पोचल्यामुळे तो दमलाभागलेला दिसत होता; पण धाकटी कंकणा कधीच टुणकन् उडी मारून बाबाच्या पोटावर चढून मोठमोठ्याने खिदळत होती. अन् थोरली चंदना बाबाच्या हाताशी लटकून, 'बाबानं माझ्यासाठी काय काय आणलं असेल बरं?' त्याचा अंदाज घेत होती. त्या दोघींचा 'सुपरमॅन' त्यांना आज तब्बल दहा दिवसांनी भेटला होता. ते दृश्य बघून मला हसू यायला लागले.

तेवढ्यात प्रशांतचे लक्ष वर गेले.

"गुड मॉऽर्निंग, ताई."

"गुड मॉर्निंग, प्रशांत."

मी माझ्या घराचा दरवाजा उघडला. समोरच्या घराचे दार अजूनही सताड उघडेच होते. तिथे जिन्याच्या पहिल्या पायरीवर आऊ प्रशांतचे स्वागत करायला उभी होती. तिच्याही चेहऱ्यावर हसू पसरले होते. तेवढ्यात ती खालची सगळी वरात दाण्दाण् करत जिना चढून वर आली, घरात शिरली आणि एकदम एखाद्या फार्सिकल नाटकाला सुरुवात व्हावी तसा हलकल्लोळ तिथे सुरू झाला.

"प्रशांत...ए प्रशांत, चहा घेतोस ना?" आज्जी पुढे सरसावली.

"बाबा, हा बघ माझा कोळी डान्समधला फोटो."

कंकणाने स्वतःकडे लक्ष वेधून घेत बाबाचा कब्जा घेतला. ते बघताच चंदना उसळली,

"ए बाब्बा रे...मी नां...मी नां...ते 'टायटॅनिक' मधलं गाणं काय सुपर्ब म्हटलं रे."

सगळ्यांनी बाबाला घेरून टाकले आणि एकच गोंधळ उडून गेला.

"छैया... छैया... छैया..." चालूच राहिले, तिकडे कुणाचेच लक्ष नव्हते.

'मराठीचा सुपरस्टार, चिकना चॉकलेट हीरो' प्रशांत दामले चक्क माझ्या शेजारच्या फ्लॅटमध्ये रहायला येणार, ही बातमी ऐकून मी प्रथम अगदी हवालदिल झाले होते. एक तर मी राहत होते त्या सोसायटीत प्रत्येक मजल्यावर फक्त दोनच फ्लॅट्स समोरासमोर असल्याने आपले एकमेव शेजारी कोण असतील, कसे असतील, अशी उत्सुकता मला नेहमीच वाटत राही. या उच्चभ्रू वसाहतीतली सगळीच कुटुंबे अमराठी होती. एवढेच नव्हे तर त्यांच्यापैकी कोणतीही स्त्री माझ्यासारखी नोकरी करत नव्हती. सकाळी ९-९॥ च्या सुमाराला सोसायटीतले पुरुष आपापल्या गाड्यांत बसून ऑफिसला जायला निघायचे, तेव्हा त्यांच्याबरोबर धावतपळत घराबाहेर पडणारी मी एकमेव नोकरीपेशा स्त्री तिथे होते. भरीला भर म्हणून मुलीबरोबर असले तरी मी त्या सर्वांच्या दृष्ट्या 'एकटीच' राहत होते. त्याबद्दल एक-दोघा शेजारणींकडून आडून आडून पृच्छा झालेली होती आणि माझ्याकडून फटाक्‌दिशी उत्तर मिळाल्यानंतर त्यांनी माझा नाद सोडून दिला होता. तिथली एखाद्-दोन कुटुंबे सोडली तर माझे कुणाशी फारसे लागेबांधे

नव्हते. नोकरी, घरकाम, ट्यूशन्स करत मी स्वत:ला अगदी गुंतवून घेतले होते; पण प्रशांत आता माझ्या शेजारीच राहायला येणार होता. त्याच्या फ्लॅटमध्ये चालू असलेले सजावटीचे काम पुरे होत गेले, तशी माझी उत्सुकता वाढत चालली.

आणि थोडीशी काळजीदेखील!

प्रशांत पूर्वी समारंभात, कार्यक्रमात दिसे. त्याच्या नाटक-सिनेमांतल्या भूमिकादेखील मी बघितल्या होत्या. अशोक सराफ, लक्ष्मीकांत बेर्डे या आपल्या आघाडीच्या मराठी विनोदवीरांनंतर नाटक, सिनेमा व टीव्ही-मालिकांमधून अतिशय लोकप्रिय झालेला प्रशांत एवढाच काय तो माझा-त्याचा परिचय होता; पण अशोक व लक्ष्मीकांत पुढे हिंदी चित्रपटसृष्टीत शिरले अन् दुय्यम भूमिकांतून दिसू लागले. प्रशांतने मात्र तशी छाप आपल्यावर पडू दिली नाही. मराठी नाटकाशी बांधिलकी राखत त्याने आपले इथले स्थान पक्के केले होते. त्याच्या भूमिकांवर, तसेच व्यक्तिशः त्याच्यावर लोभावणारे त्याचे असंख्य चाहते महाराष्ट्रभर पसरले होते. प्रशांतचे 'भरदार' व्यक्तिमत्त्व, तेव्हाच्या फॅशन प्रमाणे अनिल कपूरटाईप कपडे, कपाळावर येणारी 'जुल्फे' आणि त्याच्या ग्लॅमरपायी वेड्या होणाऱ्या फॅन्सच्या सुरस कथा माझ्यापर्यंत येऊन पोचलेल्या होत्या. एवढेच काय, त्याचे नाव ऐकताच तेव्हा नुकतीच कॉलेजमध्ये जाऊ लागलेली जाई किंचाळली होती.

"ओह्, शो स्वीट! ही इज् द तिझा ऑफ् इझा, बिझा, तिझा!! सो क्यूट यार!"

ते ऐकल्यानंतर एकंदरीत माझे ग्रह यापुढे काही ठीक नाहीत, याची मला अगदी खात्री पटली; पण खरी काळजी तिथे नव्हती. अगदी समोरच्या एकुलत्या फ्लॅटमध्ये राहणारे शेजारी म्हणजे मला त्यांची चोवीस तासांची सोबत असणार होती. माझ्याशी कसे वागतील ते? मराठीतला हा एवढा वलयांकित लोकप्रिय अभिनेता...कशी असेल त्याची बायको? निवेदिता-अशोक सराफ, रूही-लक्ष्मीकांत बेर्डे, सुप्रिया-सचिन पिळगांवकर अशा जोड्या माझ्या डोळ्यांसमोर उभ्या राहायच्या. वाटायचे, कसे होणार आता माझे? कसे असतील नवे शेजारी?

शेवटी तो दिवस एकदाचा उजाडला आणि प्रशांत, गौरी, लहानग्या चंदनाबरोबर शेजारी राहायला आले. त्या दिवशी पहाटेपासूनच समोरच्या घराचे दार उघडले ते रात्री उशिरापर्यंत उघडेच राहिले. पाहुण्यांची वर्दळ दिवसभर चालू राहिली. त्या गोंधळातच माझी अन् गौरीची चुटपुटती तोंडओळख झाली. मला पूजेला यायचे आमंत्रण देऊन ती घाईघाईने आपल्या कामाला निघून गेली. थोड्या वेळाने दारावरची बेल् वाजली. मी दरवाजा उघडला. त्या घरात पाहुणी आलेली एक परकरी मुलगी दारात उभी होती.

“मावशी, आमची आऊ विचारतेय् की हात धुवायचा छोटा साबण मिळेल का?”

मग थोड्या वेळाने पुन्हा...बेल्...

“मावशी... आऊ विचारतेय् की...”

“मावशी...”

असे ते चक्र सुरू झाले आणि असे होत होत संध्याकाळपर्यंत आऊची आई, आबामामा, वहिनी, प्रतिभा, रंजनताई यांच्याबरोबर नलूआत्या आणि अगणित नातेवाइकांच्या गोतावळ्याबरोबर प्रशांतचे आई-वडील या सर्वांशी माझी ओळख होत गेली.

दुसऱ्या दिवशी पहाटे वर्तमानपत्र घेण्यासाठी मी घराचे दार उघडले. समोरचा दरवाजा उघडाच होता अन् बघते तर काय, सुपरस्टार प्रशांत दामले घरगुती वेशात चक्क घरातला पसारा आवरत होते. सभोवताली सामानाचे बॉक्सेस ‘आ’वासून पडलेले होते. त्यात पूर्वीच्या घरातून आणलेले सामान तर होतेच, तसेच वास्तुशांती झाल्यामुळे मिळालेल्या भेटीदेखील अजून इथेतिथे ठेवलेल्या दिसत होत्या. त्या पसाऱ्यातून नेमकी हवी ती वस्तू उचलून जागच्या जागी ठेवण्यात प्रशांत गुंतून गेला होता. मला ते दृश्य अगदीच अनोळखी होते; कारण आमच्याकडे पुरुषांनी अशी घरातली कामे करणे अपरिचित - कारण ते अशक्य - होते.

“अय्या, अहो प्रशांत, हे तुम्ही का करताय?”

“च्यायला, घर माझं आहे ना, मग करायला नको?”

झाले, त्या दिवसापासून आमच्यातला परकेपणा हळूहळू विरघळत गेला. आपल्या मध्यमवर्गीय मराठी शेजारधर्माशी ईमान राखत एक वाटी साखर, शेंगदाण्याचा कूट, चार मिरच्या, दोन बटाटे अशी देवाण-घेवाण दोन्ही घरातून सुरू झाली. आधी फोनची नोंदणी करायला, रेशनकार्ड बनवून घ्यायला, घरासाठी काही खास चीजवस्तू आणायला आणि नंतर नंतर प्रशांत घरात नसताना भेळ, पाणीपुरी असे चविष्ट पदार्थ हादडायला माझ्या अन् गौरीच्या फेऱ्या सुरू झाल्या. खाद्यप्रकारांच्या आवडीबाबतीत तर तिचे-माझे अगदी छत्तीस गुण जमले. अल्पावधीतच आमच्या मूळच्या गुटगुटीत तब्येती चांगल्या बाळसेदार झाल्या. मग हेल्थ क्लबमध्ये जाण्याचे एक नवे फॅड आमच्याकडे सुरू झाले आणि ते आपल्याला अजिबात झेपणारे नाही, हे लक्षात येऊन लवकरच बंदही झाले.

चंदनापाठोपाठ घरात शिरलेल्या कंकणाने माझी शिस्त, स्वच्छता कधी गुंडाळून टाकली, कळलेदेखील नाही. दोन्ही घरांचे दरवाजे सताड उघडे ठेवून मी आणि गौरी तिच्या घरात चहा पीत गप्पा मारायला बसलो की संपलेच सारे! मधूनच आमच्या लक्षात येई, बाहेर सामसूम झालेली आहे. आम्ही दचकून उठत

धावत बाहेर यायचो,

"अगं, मुली कुठेयत् आपल्या?"

बघावे तर चंदना बहुतेक माझ्या पुस्तकांच्या कपाटात घुसलेली असायची. आणि धाकटी कंकणा जाईताईला लाडीगोडी लावून कुठल्यातरी धम्माल हिंदी अशाच न कळणाऱ्या गाण्यांची कॅसेट ऐकत तंगड्या पसरून गादीवर (माझ्या!) तंद्री लावून बसलेली असायची. खरे तर जाई अन् कंकणाच्या वयात चांगले पंधरा-सोळा वर्षांचे अंतर आहे; पण त्या दोघींचे अगदी चांगले मेतकूट जमते. कुठल्यातरी गंभीर विषयावर चर्चा करत असल्यासारखा आव आणत त्यांच्या गप्पा मस्तपैकी चांगल्या तासभर रंगतात. मी घरात नसल्याची संधी साधून माझे नवीन आणलेले नेलपॉलिश् हस्तगत करून ते हातापायांच्या नखांना फासणे, कुठून कुठून हौसेने आणलेली सिरॅमिकची गाडगी-मडकी पळवून नेऊन भातुकली खेळणे किंवा सगळ्यात कहर म्हणजे उगीच चाळा म्हणून घरातल्या वस्तू खिडकीतून बाहेरच्या कठड्यावर फेकणे, असले आचरट प्रकार करायला कंकणाला जाईताईची अगदी फूस मिळते. एकदा अशीच उचापत केल्याबद्दल आता हे अतीच होतंय् म्हणून मी त्या बेशिस्त कार्टीवर खूप रागावले, डोळे मोठे करत मी अगदी रागीट आवाज काढला,

"कंकणा...ते टेडी बेअर खिडकीतून बाहेर कोणी टाकलं?"

माझा चढलेला आवाज ऐकताच घरात एकदम शांतता पसरली. आपण त्या गावचेच नाही, असा चेहरा करून इतका वेळ इथेतिथे फिरणारी कंकणा एकदम जागच्या जागी थबकली. तिचा चिनी बाहुलीसारखा चेहरा अगदी गंभीर झाला. ती माझ्याकडे बघते न् बघते तेवढ्यात पाठीमागून आवाज आला...माझ्याइतकाच मोठा अन् खणखणीत...

"मम्मा... हाऊ कुड् यू? यू आर शाऊटिंग ॲट अ चाईल्ड? हाऊ कुड यू स्कोल्ड दॅट पुअर लिटिल किड्...शी इज अ किड् आफ्टरऑल्..."

जाईताईची ती सगळी इंग्रजी वाक्ये कंकणाला समजली नाहीत; पण आपली बाजू घेऊन मावशीची खरडपट्टी काढली जात आहे, हे त्या बेरक्या कार्टीच्या तात्काळ लक्षात आले. आपल्यावर अतिशय मोठा अन्याय झाल्यासारखे दाखवत चेहरा रडका करून ती तिथून हलली अन् सरळ जाईताईच्या शेजारी जाऊन तिला चिकटून उभी राहिली. 'सिस्टर्स इन् सॉलिडॅरिटी'चे ते दृश्य बघताच माझ्या रागाचे उसने अवसान पळून गेले. माझा बदललेला पडका चेहरा पाहताच त्या दोघी कार्ट्या खीः खीः करून हसत सुटल्या.

माझी एखादी न सापडणारी वस्तू 'ही काय इथ्थेच तर आहे,' असे म्हणत पटकन् शोधून देण्याइतपत त्यांची आता प्रगती झाली आहे; पण हे सगळे प्रकार

त्यांचा तो सर्वगुणसंपन्न बाबा घरात नसताना! एकदा का तो बाबा घरी आला की मग तुम्ही कुणाच्या कोण? कोण मावशी? मग त्यांचा बाबा आणि त्या! हू यू?

प्रशांत दौऱ्यावरून घरी आला की झक्कपैकी जी ताणून देतो, ती पार दुपारपर्यंत. बाहेर फोनची बेल वाजत असते, टीव्हीच्या गाण्यांवर मुलींचे नाच सुरू असतात, स्वयंपाकघरात कुकरच्या शिट्ट्या वाजत असतात, मधूनमधून माझ्या फेऱ्या चालू असतात; पण याचे हूं नाही की चूं नाही, हे राजश्री शांत झोपलेले असतात. तो दौऱ्यावर असो किंवा मुंबईत - त्याच्या जिवाला शांतता अशी नसतेच. मधल्या टप्प्यात एक वेळ अशी होती की त्याच्या नाटकांचे दिवसाला तीन प्रयोग असायचे आणि तेही तीन वेगवेगळ्या ठिकाणी! शिवाय हे तीनही प्रयोग एकाच नाटकाचे असतील, याची शाश्वती नसायची. एकीकडे 'लेकुरे....' दुसरीकडे 'गेला माधव कुणीकडे' तर तिसरीकडे 'प्रियतमा' असायचे. हल्ली त्याने प्रयोग थोडे कमी केले आहेत; पण ॲड फिल्स्, टीव्ही सिरियल्स अशी त्याची सतत त्रेधातिरपीट सुरू असते. दौऱ्यावर असताना रात्री मुक्काम असेल त्या गावी साध्या लॉजवर, प्रसंगी थिएटरवर तर कधी नाटक कंपनीच्या गाडीत, संधी मिळेल तिथे डुलकी काढायची अन् कामाला उभे राहायची त्याला सवयच झाली आहे. त्यातून त्याची हल्लीची नाटके बघितली तर प्रत्येक नाटकात अनेक भूमिका करायच्या, गाणी म्हणायची, नाचायचं, असा प्रकार दिसतो. एवढी अंगमेहनत करून तो एवढा सतेज, उत्साही अन् हसतमुख कसा काय राहू शकतो? त्याची स्टेजवर एंट्री होताच प्रेक्षकांत आनंदाची एक लाटच लहरून जाते. यामागचे नेमके गमक कोणते?

मला बऱ्याचदा प्रश्न पडतो.

त्यावर तो म्हणतो,

"अगं, प्रेक्षकांचा रिस्पॉन्स! एकदा का पडदा उघडला आणि नाटकाला सुरुवात झाली की मी इतर सगळं विसरूनच जातो. प्रेक्षकांच्या रिस्पॉन्सवरच आमचं फुलणं अवलंबून असतं. प्रेक्षकांचा हशा उमटला की आम्हालाही तेवढाच ब्रेक मिळतो. तो योग्य ठिकाणी आला नाही की आम्हाला चटकन् पुढची वाक्ये घ्यावी लागतात. कॉमेडीची सगळी गंमत या स्पीडमध्ये आहे. स्पीड गेला तर नाटक निर्जीव बनतं, मग आम्ही कलाकार थकून जातो, आमचाही मूड बिघडतो."

"मग हे श्रम निववण्यासाठी तू काय करतोस?"

"घरी आल्यावर मुली जाग्या असल्या तर त्यांच्याशी खेळतो. कुमार, अमीरखाँ, प्रभा अत्रे हे माझे आवडते गायक, त्यांच्या कॅसेटस् ऐकतो, टीव्ही बघतो आणि मस्त झोपतो." '...आणि आऊच्या हातचं सुग्रास जेवण जेवतोस!' मी मनातल्या मनात त्याचे वाक्य पूर्ण करते.

प्रशांतला शेवटचा प्रयोग संपवून घरी परतायला रात्रीचे दीड-दोन वाजले तरी आऊ त्याची जेवायला वाट बघत असते. जिलबी, मोदक हे पदार्थ प्रशांतच्या खास आवडीचे असले, तरी गौरीच्या हातच्या आमटी-भाताचा भुरका मारल्याशिवाय त्याचे पोट काही भरत नाही. पंधरा वर्षांपूर्वी नाफड्यांची विजू कॉलेजात जाताजाता दामल्यांच्या प्रशांतच्या प्रेमात पडली, ही दोन्ही घरात तशी फारच 'सनसनीखेज' घटना होती. नाफडे मंडळी तेव्हा गिरगावच्या हेमराजवाडीत स्थायिक झालेली होती. आऊचे वडील बाळ नाफडे आधी फिल्मसेंटर आणि नंतर साहित्य संघात काम करत होते. त्यांनी नोकऱ्या केल्या त्या सिनेमा व नाटकाशी संबंधित संस्थांमधून; कारण इतर ठिकाणी त्यांचा जीवच रमला नसता. त्या घरची परिस्थिती तशी बेतास बात; कारण तिथे त्यांच्या आईवडिलांबरोबर बहिणी आणि भाऊ असा मोठा परिवार एकत्र राहत होता. त्या सर्वांची जबाबदारी त्यांच्यावरच पडली होती. आज प्रशांतच्या भरल्या घरात आज्जीला ते ओढाताणीचे, अभावाचे दिवस आठवतात आणि तिला अगदी गहिवरून येते. "ताई, कसे दिवस काढले गं आम्ही..." त्या परिस्थितीत तिने अक्षरशः कष्टाचे डोंगर उपसले. त्या वेळी मिळेल ती छोटी-मोठी कामे तिने केली, घरबसल्या शिकवण्या केल्या, विणकामाच्या कलेचा वापर करत स्वेटर्स-शाली विणण्याच्या घरगुती ऑर्डर्स घेतल्या आणि संसाराला हातभार लावला. आज महिनाअखेरीला कधी पैसे थोडेसे कमी पडले की मी आणि गौरी आता कसे करायचे, कसे निभवायचे करत डोक्याला हात लावून बसतो, तेव्हा वाटते की कुठलेही पाठबळ नसताना आपल्या आयांनी इतक्या अवघड परिस्थितीतून कसे रेटले असतील त्यांचे संसार? आज्जीने आपल्या दीरांची शिक्षणे केली, नणंदांची लग्ने लावून देऊन त्यांची सासरी यथास्थित पाठवणी केली. आपला हा सगळा धबडगा सांभाळताना आपल्या तीनही मुलांच्या शिक्षणाची आबाळ तिने कधी होऊ दिली नाही. पेरावे तसे उगवते या न्यायाने आज नाफड्यांकडची सगळी भावंडे सुस्थितीत आहेत, नोकरी-व्यवसायानिमित्त ती इथेतिथे विखुरली आहेत; पण त्यांच्यातल्या नातेसंबंधांतला प्रेम अन् जिव्हाळ्याचा ओलावा अजूनही तसाच आहे. भाऊबीज, रक्षाबंधनाच्या निमित्ताने ही सगळी आत्ते-चुलत भावंडे गौरीकडे आपल्या मुलाबाळांसकट एकत्र जमतात, ते दृश्य बघण्यासारखे असते. सर्वांचे मोकळे स्वभाव, हसायला आम्हाला मुळीच कारण लागत नाही. शिवाय यातल्या कुणालाही हळू बोलता येत नाही, सर्वांचेच आवाज टिपेचे आहेत. त्यात आणि प्रशांत चुकून घरी असला की मग बघायलाच नको. दिवसभर नुसता खिदळण्याचा एकच गोंगाट त्या घरात उसळत राहतो.

दामल्यांच्या घरी मात्र याच्या विरुद्ध वातावरण होते. दादरच्या हिंदू कॉलनीसारख्या

उच्चवर्गीय आणि आधुनिक समजल्या जाणाऱ्या वस्तीत दामल्यांचे चौकोनी कुटुंब राहत असे. प्रशांतचे आई-वडील दोघेही सुशिक्षित अन् सरकारी नोकरीत वरच्या पदांवर स्थिरावलेले होते. नोकरीपेशा असल्याने त्यांच्या आयुष्याला एक शिस्त होती. एवढेच नव्हे तर त्या शिस्तीला एक चांगल्यापैकी चित्पावनी धारदेखील होती. प्रशांत कॉलेजमध्ये असल्यापासूनच हौशी रंगभूमीवर धडपडू लागला होता. त्याचे अगदी सख्खे काका मास्टर दामले यांनी एके काळी संगीत रंगभूमीवर आपला चांगलाच ठसा उमटवला होता; पण आपण बरे आणि आपले घर बरे, असे सरळमार्गी जगणाऱ्या दामलेमंडळींना प्रशांतचे हे नाटकसिनेमात काम करण्याचे वेड अजिबात पसंत नव्हते. कदाचित काकांच्या आयुष्यातले चढ-उतार बघितल्यामुळेदेखील असावे, प्रशांतने नाटकाच्या फंदात आयुष्य बरबाद न करता, सुदैवाने मिळाली आहे ती 'बेस्ट'मधली नोकरी सचोटीने करावी, आपल्याच गोतावळ्यातल्या एखाद्या गोऱ्या-घाऱ्या सुशिक्षित मुलीशी लग्न करून स्थिरस्थावर व्हावे, अशा त्यांच्या अपेक्षा होत्या. आता प्रशांतसारखा सोन्यासारखा मुलगा नाटकात काम करायचे खूळ डोक्यात घेतो, चक्क प्रेमाबिमात पडतो म्हणजे? बाप रे...ती बातमी ऐकताच त्या घरी मोठा स्फोट होणे स्वाभाविकच होते.

या सगळ्या अडचणींना तोंड देत प्रशांत-विजूचे लग्न झाले. प्रशांतच्या आईचेही नाव विजया, म्हणून विजूचे नवे नामकरण करण्यात आले. चि. सौ. कां. कु. विजया नाफडे आता सौ. गौरी प्रशांत दामले झाली.

आज प्रशांतच्या 'स्टार'पदाचे झगझगीत वलय सर्वांना दिसते; पण जेव्हा त्यांचे लग्न झाले, तेव्हा भविष्यकाळाची कोणतीच शाश्वती त्यांना नव्हती. साधी नोकरी आणि त्या नोकरीच्या कृपेने मिळालेले वडाळ्याच्या वसाहतीमधले एका खोलीचे घर एवढ्याशा भांडवलावर प्रशांत आणि गौरीचा संसार सुरू झाला.

"पण गौरी, असं करताना तुला पुढची काळजी नाही वाटली?"

मी कधीतरी गौरीला विचारले होते.

"अगं, तेव्हा आम्ही चक्क प्रेमातच पडलो होतो ना! पुढचं काय आणि मागचं काय? खरं सांगते ताई, त्या दिवसांत एवढी कडकी असायची म्हणून सांगू! एकदा प्रशांतला एका कामाचे दीड हज्जार रुपये एकरकमी मिळाले. काय आनंद झाला! त्या आनंदात आम्ही माटुंग्याला गेलो आणि संसाराला लागणारी सगळी भांडीकुंडी घेऊन आलो..."

बोलता बोलता आऊ जुन्या आठवणीत हरवली.

आऊच्या मोकळ्या, निगर्वी स्वभावाने आणि इतरांसाठी खस्ता खाण्याच्या वृत्तीमुळे तिने त्या चाळीतल्या सर्वांनाच आपलेसे करून घेतले. याच घरात

चंदनाचा जन्म झाला आणि प्रशांतची नाट्यक्षेत्रातली यशस्वी घोडदौड सुरू झाली. त्याची एकापाठोपाठ एक नाटके हिट होत चालली होती.

"प्रशांत, तू गायक नट होशील याची तुला खात्री होती?"

"गाण्याची होती, नट बनण्याबद्दलच शंका होती. १९७८ ते ८३ मी हौशी नाटकांचा कलाकार होतो; मात्र 'बह्मचारी' पासून मी व्यावसायिक नाटकांचे तंत्र शिकायला सुरुवात केली. तिथली समीकरणे अगदी वेगळी असतात, तिथला प्रेक्षकवर्गही वेगळा असतो. त्यांना शंभर टक्के समाधान हवं असतं. तिकिटासाठी दिलेल्या पैशाची पुरेपूर वसुली त्यांना हवी असते. ते सगळं तंत्र मी शिकत गेलो; पण या क्षेत्रावर आपण पूर्णपणे विसंबून राहू शकू, हा विश्वास मला यायला बरीच वर्षे जावी लागली. १९९३साली हे घर घेतलं, त्यासाठीही पैशाची जमवाजमव करावी लागली. या काळात नोकरीची सिक्युरिटी हवीच होती. आज मी महिन्याला इतके प्रयोग करतोय. नोकरी मार्च ९५ला सोडली; कारण आता मी इथे बऱ्यापैकी स्थिरावलोय."

प्रशांतला पहिला चांगला ब्रेक दिला 'सुयोग'च्या सुधीर भटांनी! नाटक वाचताना संहितेच्या प्रत्येक पानावर हसू आले पाहिजे, असे प्रशांतचे साधे गणित आहे. तशी नाटके त्याला 'सुयोग'ने दिली. शिवाय त्याच्या गाण्याला भरपूर वाव देणाऱ्या भूमिका त्याच्यासाठी शोधून काढल्या. पुरू बेर्डेच्या 'टुरटुर'मध्ये अनेक विनोदवीरांबरोबर काम करणारा प्रशांत 'सुयोग'च्या 'मोरूची मावशी', 'ब्रह्मचारी', 'प्रीतिसंगम' या पुनरुज्जीवित नाटकांत नायक म्हणून चमकू लागला. मग मोहन तोंडवळकरांच्या कलावैभवचे 'गेला माधव कुणीकडे' आणि आय. एन. टी.चे 'बे दुणे पाच' ही नाटके त्याच्याकडे चालून आली. त्यातल्या 'गेला माधव...' या सुपरहिट नाटकाचे प्रयोग आजतागायत 'सुयोग'च्या 'चार दिवस प्रेमाचे' आणि 'एका लग्नाची गोष्ट'च्या बरोबरीने सुरूच आहेत.

पण..

"पण तुझ्या आजच्या सगळ्या भूमिका एकाच साच्यात बसणाऱ्या आहेत. तोच न् तोच साधासुधा, सद्गुणी...किंचित बावळट वाटणाऱ्या नायकाच्या भूमिका सातत्याने करून तुला कंटाळा येत नाही?"

मी माझ्या मनातली ठुसठुस बाहेर काढली.

"अगं, हा सुशील, साधाभोळा, मध्यमवर्गीय नायक बघायला तर लोकांची एवढी गर्दी होते. 'लिम्का बुक् ऑफ रेकॉर्ड्स'मध्ये नोंद व्हावी इतके प्रयोग मी केले, ते एवढ्या प्रचंड संख्येने प्रेक्षक प्रतिसाद देतात त्यांच्याच जोरावर ना! माझी तीच इमेज लोकांनी उचलून धरली आहे."

हे प्रशांतचे उत्तर मी ऐकून घेतले; पण मला ते आतून फारसे पटले नाही.

आपल्याकडचे हल्लीच्या पिढीतले अभिनेते एकदा त्यांची एखादी भूमिका विशेष लोकप्रिय झाली की त्याच भूमिकेच्या साच्यात अडकून पडताना दिसतात. त्यांच्या आधीच्या पिढीतले डॉक्टर घाणेकर (अंधार माझा सोबती), प्रभाकर पणशीकर (तो मी नव्हेच, अश्रूंची झाली फुले), डॉक्टर श्रीराम लागू (काचेचा चंद्र), नाना पाटेकर (पुरुष), अरविंद देशपांडे, सतीश दुभाषी; एवढेच काय रोहिणी हट्टंगडी, भक्ती बर्वे, निशिगंधा वाड या अभिनेत्रींनीही खलवृत्तीच्या वेगवेगळ्या छटा असणाऱ्या भूमिका कधी ना कधी करण्याचा, त्यातून स्वतःतील अभिनयगुणांचा कस लावण्याचा प्रयत्न, प्रसंगी स्वतःच्या कारकिर्दीला असणारे सगळे संभाव्य धोके लक्षात घेऊनदेखील केला होता. त्यात त्यांनी यश मिळवले होते. आजच्या नटांच्या फळीत मात्र एकटे मोहन जोशीच काय ते एकीकडे 'श्री तशी सौ'सारख्या हलक्याफुलक्या कौटुंबिक कॉमेडीत रमतात, दुसरीकडे 'गाढवाचं लग्न' सारख्या अस्सल ग्रामीण ढंगाच्या पारंपरिक लोकनाट्यात धुमाकूळ घालताना दिसतात, तर तिसरीकडे ते हिंदी सिनेमात आघाडीचे खलनायक म्हणून आपला दरारा निर्माण करत असतात. एक सर्जनशील कलावंत म्हणून स्वतःत असणाऱ्या सर्व शक्यतांचा शोध घेण्याचा प्रयत्न प्रशांतनेदेखील करावा, असे मला सतत वाटत राहते.

"प्रशांत, एखादी वेगळी भूमिका करावी असे तुला नाही वाटत? एखादा खलनायक तरी...तुला शक्य आहे ते."

मी त्याचा इतक्या सहजासहजी पिच्छा सोडणार नव्हते.

"हो तर, या वेगळ्या भूमिकेच्या शोधातच मी आहे; पण खरं सांगू ताई, मराठी नाटकात खलनायक असतोच कुठे? तशी वेगळी भूमिका करायची असली तर मी इतर माध्यमात करेन, नाटकांचा आग्रह कशाला? तू बघितलं असशील की पावसाळ्यात बहुधा माझ्या नव्या नाटकाची तालीम सुरू होते; पण या वर्षी मात्र मी नवीन नाटक घेतलेलं नाही; पण पुढच्या नाटकात काहीतरी वेगळं करण्याचा प्रयत्न करेन. कदाचित ती ट्रॅजेडी असेल किंवा म्युझिकल् ऑपेरा असू शकेल."

आमच्या गप्पा चालू असतानाच आऊ तिच्या त्या प्रसिद्ध अमृततुल्य चहाचे कप घेऊन येते. आमच्या सोसायटीतल्या इतर घरांसारखी या घरातल्या स्वयंपाकघरात 'कुक्', घरकामासाठी 'मेड' किंवा मुलांचा संभाळ करण्यासाठी 'आयां'ची फौज अजून तरी शिरलेली नाही. गृहस्वामिनीच्या ताब्यात घर सोपवून टाकून प्रशांत निर्धास्त असतो. प्रशांतच्या अनुपस्थितीत घराचे व त्याचे सर्व वैयक्तिक व्यवहार सांभाळण्याची जबाबदारी तिची असते आणि सर्वांत महत्त्वाचे म्हणजे त्याचे पब्लिक रिलेशन्स सांभाळण्याचे कठीण काम तिलाच करावे लागते. दिवसातून येणाऱ्या अगणित फोन्सना न चिडता उत्तर देणे, प्रशांतसाठी ते सगळे निरोप

लिहून ठेवणे, आल्यागेल्याचे आतिथ्य करणे, हे सगळे तिलाच जमवावे लागते. घरातून मोठमोठ्याने बोलण्याचा आवाज आला की ओळखायचे की सुधीर भट आले असावेत. कधी पोरींना माझ्याकडे पिटाळण्यात आले की बहुधा प्रशांतची मुलाखत घ्यायला अशोक जैन, कमलाकर नाडकर्णी किंवा नवीन नाटकावर चर्चा करायला विजय केंकरे! प्रशांत घरात असो वा नसो; पाहुण्यांची सारखी वर्दळ चालूच असते.

तसे बघितले तर हीरोच्या बायकोचे त्याच्या हिरॉईन्सशी कधी फारसे बरे नसते; पण इथे उलटाच प्रकार असतो. बघावे तर रेणुका शहाणे, सुकन्या कुलकर्णी-मोने, सविता प्रभुणे, ज्योती शेवडे, अर्चना पाटकर खास गौरीलाच भेटायला आलेल्या असतात. त्यांचे स्वागत करणे, त्यांचे वाढदिवस अन् सणसमारंभ लक्षात ठेवून त्यांच्यासाठी भेटवस्तू आणून त्यांचे लाड करणे, ही गौरीची जबाबदारी असते.

"प्रशांत, तुझी नाटकं एकखांबी तंबूसारखी असतात, असं तुला नाही वाटत? काही कलाकारांचा अपवाद सोडला, तर तुझ्या तोलामोलाचे सहकलाकार तुला मिळालेले नाहीत."

"अगं ताई, मराठीत गाणाऱ्या मुली आहेतच कुठे? अभिनय, गायन आणि कॉमेडी यांची जाण असणाऱ्या मुली मिळणं मुळातच कठीण. एखादी अभिनयात चांगली तर गाण्यात कमी. शिवाय त्यातल्या चांगल्या मुलींना लगेच सीरिअल्स, ॲड फिल्म्स् मिळतात. मग त्या रंगभूमी सोडूनच देतात. दीर्घकालीन करिअरबद्दल त्या विचारच करत नाहीत. त्यांना झटपट पैसा व प्रसिद्धी मिळवून आयुष्यात सेटल् व्हायचं असतं. रंगभूमीवर चांगलं शिकून पुढं जायचं तर त्या हिंदी चित्रपटात जाऊ बघतात. मग चुकतात. अशी कितीतरी उदाहरणे आपल्यासमोर आहेत."

प्रशांतच्या सुदैवाने त्याला अभिनय, गायन आणि कॉमेडी यांची चांगली जाण असणारी सहकलाकार कविता लाडच्या रूपाने लाभली. 'चार दिवस प्रेमाचे' मध्ये कविताला प्रशांतबरोबर नायिकेच्या रूपात चमकायची संधी मिळाली; पण प्रशांतबरोबर या नाटकात काम करणार होते सविता प्रभुणे अन् अरुण नलावडेसारखे मुरब्बी कलाकार! प्रेमाची विविध रूपे दर्शवणाऱ्या या नाटकाचा फॉर्म तसा अगदी लवचिक, एखाद्या सिटकॉमसारखा सतत बदलत राहणारा होता. त्या सतत बदलत राहणाऱ्या दृश्यांनुसार या चार जणांना चटकन् पूर्वीच्या भूमिकेचे बेअरिंग सोडून दुसऱ्या क्षणी नव्या भूमिकेत शिरावे लागायचे, त्या भूमिकेचा तोल अचूक पकडावा लागायचा, त्यामुळे सगळे नाटक गतिमान, प्रवाही होत जायचे. कधी त्या प्रवाहात प्रेक्षक खळखळून हसत राहायचे, तर क्षणात चित्र बदलून कधी प्रेक्षागृहात दबलेले हुंदके ऐकू यायचे. कविता तशी या

नाट्यप्रकाराला नवखी; पण ती या तिघांच्या तुलनेने कुठेही कमी पडली नाही. प्रशांत आणि कविताची जोडी या नाटकामुळे हिट् झाली, तशा हिंदी-मराठी मालिकांमधूनही त्यांना एकत्र काम करण्याच्या अनेक संधी चालून येऊ लागल्या. अल्पावधीतच ही जोडी सगळीकडे झळकू लागली आणि त्यांच्याबद्दल अनेक चविष्ट अफवांचे पेव फुटले.

एकदा शिवाजी मंदिरच्या प्रांगणात मराठी रंगभूमी दीर्घकाळ गाजवलेल्या बुजुर्ग अभिनेत्याने मला बाजूला घेऊन प्रश्न विचारला होता.

"यशू, प्रशांत आणि कविताचं हे काय चाललंय? काळजीचं प्रकरण आहे सगळं." तो प्रश्न ऐकताच माझ्या अंगाची लाहीलाही होत गेली. त्या बुजुर्ग नटश्रेष्ठांची सुस्वरूप पत्नी, लग्न झालेली मुले माझ्या परिचयाची होती. हा सगळा संसाराचा गोतावळा अवतीभोवती असूनही त्यांच्या नाटकात नायिकेच्या भूमिका साकार करणाऱ्या एका अभिनेत्रीशी त्यांचे वर्षानुवर्षे असणारे संबंध जगजाहीर होते. ते सगळे मला आठवत गेले तसा माझा राग वाढत गेला. मी उत्तर दिले,

"काका, आपण फक्त त्यांचं काम बघायचं. बाकीची चर्चा कशाला करायची? आणि तसं काही असलंच तर त्याची बायको खंबीर आहे की सांभाळायला, ती बघून घेईल."

माझा तापलेला आवाज ऐकून त्या नटवर्यांनी पुढचा प्रश्न विचारण्याचे धारिष्ट्य केले नाही; पण माझ्या डोक्याला त्रास व्हायचा तो झालाच. का होते असे? इतर चार स्त्री-पुरुष एकत्र काम करतात तशा प्रशांतबरोबर कविता, सविता, सुकन्या काम करतात. ते एकत्र प्रवास करतात, दौऱ्यात एकमेकांचे काही दुखलेखुपले की काळजी घेतात, यात गैर काय आहे? या नातेसंबंधांकडे आपल्याला निकोप दृष्टीने का बघता येत नाही? गौरीचे या बाबतीतले धोरण पक्के आहे. ती अशा प्रकारच्या चिखलफेकीला मुळीच दाद देत नाही.

कविताताई मुलींची अतिशय लाडकी आहे. किंबहुना ती या घराचीच लाडकी झाली आहे, असे म्हणणे वावगे ठरणार नाही. ती घरी येणार असली की 'थकून येते गं पोरगी!' म्हणत आज्जी कविताला आवडणारा एखादा पदार्थ करायला घेते, मोकळा वेळ मिळाला तर गौरी आणि कविता खरेदीला बाहेर पडतात, नवीनवी दुकाने मोठ्या उत्साहाने धुंडाळत फिरतात. कविताला नवी सीरिअल मिळाली की गौरीला स्वतःलाच बक्षीस मिळाल्यासारखा आनंद होतो. गौरीकडे पूजा असली की कविताचे आई-वडील आवर्जून हजर राहतात आणि कविताच्या भाच्याचा वाढदिवस असला की आज्जीसकट ही सगळी फौज धुडगूस घालायला पार ठाण्याला मोठ्या उत्साहाने जाऊन पोचते. कविताचा आशिष मेढेकरबरोबर साखरपुडा झाला, तेव्हापासून "काय गोड पोरगा आहे हो..." असे गौरीचे

कौतुक सुरू झाले ते आजतागायत! मग काय म्हणायचे या सगळ्या नातेसंबंधांना?

प्रशांत आता रंगभूमी व दूरदर्शन मालिकांत व्यग्र झाला आहे. हिंदी सिनेमाचा मात्र त्याने म्हणावा तसा पाठपुरावा केलेला नाही.

"प्रशांत, तू हिंदी चित्रपटात केव्हा दिसणार?"

"तसा विचार मी अजून तरी केलेला नाही. तिथं आपल्या कलेपेक्षा आपलं वागणं जास्त महत्त्वाचं असतं. चांगला 'ब्रेक' मिळणं हा तर एक जुगारच असतो. तो मिळाल्यानंतरही प्रेक्षक मला स्वीकारतात की नाही, माझी टिकण्याची क्षमता किती, हे सर्व व्यवधान सांभाळावं लागतं. नंतर पुढे चांगले चित्रपट, दिग्दर्शक मिळत राहावे लागतात, मिळालेलं यश टिकवावं लागतं. ते कसं जमणार याची शाश्वती देता येत नाही. आता येऊ घातलेल्या हिंदी टीव्ही सीरिअल्समध्ये माझ्या प्रमुख भूमिका आहेत. त्यावर लक्ष केंद्रित करणं मला महत्त्वाचं वाटतं."

"गौरी, तू सांग, प्रशांतच्या सध्याच्या कामाबद्दल तुला काय वाटतं?"

"त्याबद्दल मी पूर्ण समाधानी आहे. त्याची नाटकं सध्या जोरात चालू आहेत. त्याला हिंदीतही चांगल्या भूमिका मिळू देत, असं मला वाटतं."

म्हणजे एरव्हीच तो घरात इतका कमी वेळ असतो, हिंदीत शिरला की बघायलाच नको; पण प्रशांत घरी नसला तरी घराकडे त्याचे पूर्ण लक्ष असते. रंगमंचावर अनेक भूमिका रंगवणाऱ्या प्रशांतला घरातदेखील मुलगा, जावई, नवरा, बाप, काका, मामा, मित्र अशा विविध भूमिकांचे बेअरिंग सांभाळण्याची कसरत करावी लागते. यातल्या कुठल्याही भूमिकेचा तोल जाऊ न देता ते करणे त्याला चांगले जमते (अर्थात गौरीच्या सहकार्यामुळे!)

"तो बाहेर मोठा स्टारबीर असेल; पण घरी आला की माझा नवरा आणि मुलींचा बाबा होतो! मुलींचा भलता जीव आहे त्याच्यावर, पण त्याला भितातसुद्धा!"

एरवी कुणाच्याही रागवण्याला काडीइतकीदेखील किंमत न देणाऱ्या चंदना, कंकणा आपल्या खोलीत गुपचूप अभ्यास करत आहेत, समोरच्या सोफ्यावर बसलेली आज्जी विणायला घातलेल्या शालीचे टाके मोजतेय्, गौरी स्वयंपाकघरात भराभर पोळ्या करतेय्...मुख्य म्हणजे टीव्ही, कॅसेटप्लेअर सगळे बंद आहे...घरात कसे चिडीचूप झाले आहे, असे दृश्य दिसले की बाबाचा पारा आज किती चढला असावा, ते माझ्या लगेच लक्षात येते. तो परदेशी दौऱ्यावर गेला की परत येताना मुलींसाठी एक भलीमोठी बॅग भरून चॉकलेट्स, बूट्स, स्वेटर्स, खेळणी आणतो, एवढेच काय त्यांच्या केसांना लावायला रंगीबेरंगी पिना, खड्यांच्या माळा अशा अनेक चकचकीत अमूल्य वस्तूंचा खजिना घेऊन येतो. त्यातल्या एखाद्या नव्या वस्तूची त्या कार्ट्यांनी दोन दिवसांत पार वाट लावली, तरी तो त्यांना अजिबात रागवत नाही; पण नेमून दिलेल्या वेळी त्यांनी अभ्यास केला नाही तर...मग

आज्जीपासून कंकणापर्यंत कुणाचीच धडगत नसते. गौरीशी उठताबसता वाद घालणाऱ्या या कार्ट्या, बाबाने नुसते "हुं" करून त्यांच्याकडे बघितले की चुपचाप त्याच्यासमोर नांगी टाकतात, मनाशी चडफडत का होईना अभ्यास पुरा करतात, मगच खेळायला पळतात आणि बाबा त्यांच्यावर कितीही रागवला तरी त्याच्याबरोबर कधीही 'गट्टी फू' केली जात नाही; कारण रात्री झोपायला त्यांना बाबाचीच कुशी हवी असते.

बाबाच्या पावलावर पाऊल टाकत चंदना आता सुरेख गायला लागली आहे. नाच तर त्यांच्या अंगातच भिनलेला आहे. चंदनाला नुसते 'गा' म्हटले की सुरू होते. "सुमिरन करले मोरे मना...", "चंदनसा बदन..." किंवा "माही वे..." त्यातले फक्त पहिले गाणे शाळेतल्या संगीतवर्गात शिकवलेले असते. बाकीची सगळी आपणच आपला गुरू व्हायचे, या न्यायाने स्वतःच शिकून घेतलेली असतात. शाळेचे स्नेहसंमेलन असो, कसलीशी आंतरशालेय स्पर्धा असो, बालदिन असो वा शिक्षक दिन, थोरली गाण्यात आणि धाकटी नाचात हमखास चमकणार असतातच. त्यांना नाचाचे पोशाख चढवून, त्यांची योग्य ती 'रंगभूषा' व टीचभर केसांची 'केशभूषा' करून नटवून कार्यक्रमाच्या ठिकाणी वेळेवर घेऊन जाण्याची गौरीला मोठी हौस आहे. धन्य त्या मुली आणि धन्य त्यांची ती उत्साही आई!

अर्थात या घरात नेहमीच असे कौटुंबिक सौख्याचे झुळुमुळु वातावरण नसते.

"प्रशांत तसा शांत, रिझर्व्ह्ड आहे गं; पण घर म्हटलं म्हणजे भांडणं, वादविवाद हे होणारच."

"म्हणजे तुम्ही दोघे भांडता?"

मला खरे वाटत नाही.

"अगं, प्रशांत माझ्यावर रागावला म्हणजे...सांगू काय रे प्रशांत? त्याला राग आला आहे हे फक्त मलाच कळतं. हा मला लगेच 'अहो...जाहो...' करायला लागतो. सगळ्यात गंमत म्हणजे त्याला माझ्याशी प्रेमाने बोलताच येत नाही. स्टेजवर प्रेयसीशी गुलुगुलु बोलणारा प्रशांत माझ्याशी बोलताना मात्र अडखळतो."

हेदेखील मला मुळीच खरे वाटत नाही; कारण एखाद्या सकाळी गौरी हसत हसत येते. तिने पाठीमागे काहीतरी लपवून आणलेले असते.

"ओळखा बघू काय असेल? नाही येत? बघ, प्रशांतनं मला धर्मावरम् घेतली." कधी ती महागातली महाग धर्मावरम् असते, तर कधी नगरची साधी सुती गुंडू साडी असते. गौरीसारखा खरेदीप्रेमी प्राणी मी अजून दुसरा कुणी पाहिलेला नाही. साड्या, पर्सेस, दागदागिने या सगळ्या नट्ट्यापट्ट्याची तिला मुलींइतकीच भयंकर हौस आहे. स्वतःच्या इतक्या कपाटभर साड्या असूनही तिला आज्जीच्या, सासूबाईंच्या साड्यांच्या घड्या मोडण्याचा सोस असतो. आणि सगळ्यात खतरनाक

गोष्ट म्हणजे माझ्या कपाटातल्या एखाद्या बऱ्याशा साडीवरदेखील तिचा डोळा असतो; पण प्रशांतने तिला साडी आणली, स्वत: दुकानात जाऊन खरेदी करून आणली म्हणजे मग जी काही खुषी आम्हाला होते त्याला तोड नाही.

तसा प्रशांत तिच्या वाट्याला फारसा येत नाही; पण करणार काय?

"ताई, वर्षातले पाच दिवस माझे! आमचे चौघांचे आणि आमच्या लग्नाचा वाढदिवस, त्या दिवशी मात्र मी त्याला कुठं जाऊ द्यायची नाही हो."

खरोखरच त्या दिवशी प्रशांत कोणतेही कार्यक्रम ठेवत नाही. मुलींच्या बरोबरीने धुडगूस घालत तो घरीच राहतो. संध्याकाळी तो स्वतः गाडी चालवत त्या तिघींना जवळच्याच एखाद्या महागड्या हॉटेलात जेवायला घेऊन जातो, आणि स्वतःचा खिसा बऱ्यापैकी रिकामा करून घेतो. ते झाल्यानंतर 'नॅचरल' आईसक्रीमवर ताव मारून रात्री उशिराने घरी यायचे एवढीच काय ती त्यांची चैन असते. गौरी खरी खुषीत येते ती प्रशांतबरोबर कुठे उत्कृष्ट अभिनयाचा एखादा राज्य किंवा 'अल्फा' पुरस्कार घ्यायला जायचे असेल तेव्हा! नवीन साडी हा तर आमचा वीक पॉईंट आहे. बहुधा प्रशांतच्या पोषाखाआधी तिची नव्या साडीची खरेदी होते. मग त्यावर नव्या चपला नकोत? दागिने कोणते घालावेत, यावर तज्ज्ञ म्हणून माझा सल्ला घेतला जातो. शिवाय पार्लरला भेट देणेही आवश्यक असते.

"प्रशांतचं काय मेलं, त्यानं काही घातलं तरी तो राजबिंडाच दिसतो. प्रश्न आमचाच असतो."

शेवटी गौरी 'तैयार' होऊन येते. मी दार उघडताक्षणीच तिचा सगळा थाटमाट बघून "आऽ...हाऽ " म्हणावे अशी अपेक्षा तिच्या चेहऱ्यावर स्पष्ट दिसत असते. आमचा आरडाओरडा, कौतुके होतात. तरी जाताना ती हळूच विचारते.

"ताई, साडी बरी दिसतेय् ना? मेकअप फार झाला नाही ना?"

कार्यक्रमाहून ते रात्री खूप उशिरा परत येणार हे माहिती असूनही प्रशांतला मिळालेले ॲवॉर्ड बघायला आम्ही जाग्या राहतो. तिकडे पोरी झोपलेल्या असतात म्हणून ते आल्यानंतर या घरी आमची खास मैफल भरते. प्रशांतचे कोडकौतुक होते आणि तो तिथून गेला रे गेला की मग मात्र खरी गंमत सुरू होते...त्या कार्यक्रमात बाबाने काय धम्माल गाणे म्हटले ते तर सांगितले जातेच; पण तिथे कोण कुणाला कसा पाकटवत होता, कोण मेली पिऊन चेटकिणीसारखी खिदळत होती, त्या सगळ्या बातम्या साभिनय दिल्या जातात. आऊचा हा अभिनय गुण फार थोड्या लोकांना ठाऊक असेल. पोटभर गप्पा होतात अन् निघता निघता आऊ थबकते.

"पण ताई, मला तिथे सारखी चंदनाची आठवण येत होती गं! पोरगी घरी काय करत असेल?"

एरवी मुलींना काट्यावर धरून शिस्त लावणारी गौरी त्या दोघी नजरेआड झाल्या की हळवी होते. असे समारंभांना जाऊन मिरवणे तिच्या स्वभावात बसत नाही. प्रशांतसारख्या वलयांकित स्टारची पत्नी म्हणून टिपटॉप राहावे, गाडीतून फिरावे, फिल्मी पार्ट्यांमधून भाव खावा, हे तिला कधी जमणारच नाही. ती, तिच्या मुली आणि तिचे घर हे तिच्या आयुष्याचे केंद्र आहे. ती कधी फार हट्ट करत नाही, की आयुष्याकडून फार अपेक्षा करत नाही. कदाचित म्हणूनच तिला सगळे भरभरून मिळत राहते. आणि ते ती अगदी मोकळ्या हाताने सगळ्यांना देत असते. मी तिची सख्खी शेजारीण अन् पाठराखीण म्हणून माझ्यावर तिचा विशेष लोभ आहे. माझा वाढदिवस, दिवाळी, ख्रिसमस, न्यू ईअरला तर सोडाच व्हॅलेन्टाईन डे, मदर्स डे, फ्रेंडशिप डे... अशा कुठल्या कुठल्या 'डे' लादेखील माझ्यासाठी आठवणीने भेटवस्तू आणली जाते. एखाद्या दिवशी जर मी जुनापुराणा कुठलातरी कुडता घातला किंवा जरासा उसवलेला गाऊन घातलेला दिसला की गौरीचे डोळे मोठे होतात.

"ताई...हे अतीच होतंय्. नाही का?"

ती तोंड अगदी वाकडे करते; पण लगेचच जाऊन माझ्यासाठी सुंदरसे कुडते, गाऊन्स शोधून विकत आणते. तिला स्वत:ला राखी, तपकिरी किंवा पिस्ता अशा तिच्या मते इंग्लिश कलर्सची भलतीच आवड आहे; पण माझ्यासाठी तिने आणलेल्या सगळ्या वस्तू अगदी मीच बाजारात जाऊन स्वतःसाठी आणल्यासारख्या योग्य असतात. आणि हे ती तिच्या प्रेमाच्या सगळ्या माणसांसाठी करत असते. या बाबतीत प्रशांतचा तिला पूर्ण पाठिंबा असतो. तरीही तिला कधीतरी मी हळूच चिमटा काढते,

"गौरी, तरी पैठणी घ्यायची राहिलीच अजून!"

ते ऐकून अगदी वर्मावर बोट ठेवल्यासारखा तिचा चेहरा होतो.

"हो ग! पण आता पोरींची तयारी करायची. पदरात दोन पोरी आहेत माझ्या. त्यांचं बघायला नको?"

केवढा हा समजूतदारपणा!

पण आपण जाईच्या लग्नात पैठणी खरेदी करायची की चंदनाच्या लग्नात, लगेच पुढची स्वप्ने बघण्यात ती रंगून जाते. त्यातले पुढचे सगळे धोके प्रशांतला पुरेपूर ठाऊक असल्यामुळे तो पैठणी हा विषय निघाला की आपण त्या गावचेच नसल्यासारखे दाखवत कुठेतरी दुसरीकडे जाऊन बसतो. तेवढ्यात मुलींची स्कूल बस यायची वेळ होते आणि आऊ बिचारी पायात चपला चढवून खाली धाव घेते.

तर असे हे म्हटले तर इतर चौकोनी कुटुंबासारखे, म्हटले तर आगळेवेगळे कुटुंब! या चार रेषा आपापला तोल सांभाळून उभ्या राहतात, तेव्हा त्या एकमेकीला आधार देऊ शकतात. अन् त्यामुळेच चौकटीला पूर्णत्व प्राप्त होत असते. त्यांच्यातला एखादा गडी जरी घरात नसला तर इतर तिघांना सुने सुने वाटत

राहते. शाळांना सुट्ट्या लागताच मुली आजीबरोबर अलिबागच्या घरी पळ काढतात. जरा मोकळीक मिळाल्यामुळे गौरी एखादा दिवस आळशीपणा करत आराम करते. सगळा मजला शांत झाल्यामुळे मला थोडेसे हुश्श वाटते; पण हे किती दिवस? चादरी, उशा जागच्या जागेवर, खेळ सगळे काही जिथल्या तिथे नीटनेटके बघून मलादेखील कंटाळा यायला लागतो. मग चंद्री-सुंद्रीला गावाहून बोलावून घे, अशी माझी तिच्यापाठी कटकट सुरू होते. उद्या या मुली मोठ्या होतील, कुणी शिकायला परदेशी निघून जाईल, तर कुणी लग्न करून दूरच्या सासरी निघून जाईल. मी आणि आऊ बसू आपल्या इथेच, पैठणीच्या पदराने एकमेकींचे डोळे पुसत!

"प्रशांत, भविष्यकाळात प्रेक्षकांनी तुझी आठवण कशी ठेवावी, असं तुला वाटतं?" असे विचारले की तो म्हणतो,

"या कलाकारामुळे आमचे काही क्षण सुखाचे गेले एवढेच त्यांनी म्हणावे."

"बस्स, एवढीच अपेक्षा?"

या रूढ अर्थाने गोजिरवाण्या नसणाऱ्या घरातल्या माणसांना लागलेले हे एकमेकांचे खूळ असेच कायम टिकून रहावे. या घरातला 'माधव' बाहेरच्या व्यापात अडकून कुठे ना कुठे तरी गेलेलाच असतो, तेव्हा घराच्या चौकटी भक्कमपणे सांभाळणारी 'प्रियतमा' घरात असते. त्या विश्वासावरच तर तो 'बे दुणे पाच' करायला गेलेला असतो. तो परदेशी जातो, तेव्हा घरात त्याच्या गाण्याच्या कॅसेट लावून या तिघी ऐकत बसतात, त्याच्या वेळीअवेळी येणाऱ्या फोनची वाट बघत राहतात. त्या चौघांचे एकमेकांवरचे प्रेम असेच अबाधित राहावे, फुलत राहावे, या माझ्या त्यांना शुभेच्छा! आणि मला लाभले तसे शेजारी सर्वांना लाभावेत, अशा तुम्हालाही शुभेच्छा!!

◆

हेमांगी, दिवाळी

१२

‘असामान्य’ जयशंकर दानवे

६३ व्या मराठी नाट्य-संमेलनाच्या निमित्ताने कोल्हापुरातील स्थानिक कलावंतांतर्फे सादर केल्या जाणाऱ्या ‘संगीत सौभद्र’च्या प्रयोगाला घरातले सगळेजण निघाले होते. अखिल भारतीय मराठी नाट्यसंमेलनात भाग घेण्यासाठी साहित्य, नाट्य, चित्रपट, संगीत अशा विविध कलाक्षेत्रातली दिग्गज मंडळी कोल्हापुरात एकत्र जमली होती. कोल्हापूर हे मुळात माझे आजोळ; चित्रपटसृष्टीचे माहेरघर, तसेच लेखकांचे, चित्रकारांचे (आणि पहिलवानांचे...) गाव म्हणून माझ्या चांगल्याच परिचयाचे होते; पण संगीत नाटक? ‘सौभद्र’सारख्या अभिजात नाटकाचे आव्हान पेलण्याची ताकद या रांगड्या गावातल्या हौशी कलाकारांमध्ये असेल? माझ्या मनात शंका होती. तिथे पोचल्यावर बघितले तर केशवराव भोसले नाट्यगृह गर्दीने भरलेले होते. संमेलनासाठी आलेली सगळी ज्येष्ठ-श्रेष्ठ साहित्यिक मंडळी, नाट्यकर्मी, कोल्हापुरातली नाटकवेडी मंडळीदेखील मोठ्या उत्साहाने नाटक बघायला तिथे गोळा झाली होती. हौशी नाटक बघायला एवढी तुफान गर्दी व्हावी? मला आश्चर्य वाटले.

पडदा वर गेला, नांदी झाली अन् नटी-सूत्रधाराचा प्रवेश सुरू झाला. मी अगदी पहिल्या दृश्यापासून चकित होऊन ते रंगमंचावर उलगडणारे नाट्य बघत राहिले होते. ‘संगीत सौभद्र’ मी इतक्यांदा वाचलेले अन् बघितलेले नाटक होते. त्यामुळे संपूर्ण नाटकातले प्रवेश, दृश्ये, स्वगते, संवाद जणू मला पाठच झालेले होते. ते सगळे मनात जागे होत चालले होते. प्रत्येक दृश्यात पात्रांच्या तोंडी येणाऱ्या वाक्याशी कितीतरी आख्यायिका जुळलेल्या होत्या. बालगंधर्वांपासून अनेक थोर कलावंतांच्या आठवणी तिथे निगडित झाल्या होत्या, त्या उलगडत चालल्या होत्या; पण इथे काहीतरी वेगळे होते. पूर्वी लक्षात न आलेले लहानलहान तपशील आता लक्षात येऊ लागले. माझी उत्कंठा वाढत चालली. आता पुढे? पुढे काय होईल? पण उत्कंठा जशी वाढत जात होती, तशीच शमत चालली होती. नेपथ्य, रंगभूषा, वेशभूषा, अभिनय, संगीत कुठल्याच बाबतीत कोल्हापूरकर कमी पडले नव्हते. उलट मुंबई-पुण्याकडून आलेल्या सर्व श्रेष्ठ व्यावसायिक नाट्यकर्मींसमोर त्यांनी

आदर्श संगीत नाटकाचा वस्तुपाठच उलगडून मांडला होता. नाटक चढत्या कमानीने रंगत चालले, जिवाचे कान करून ऐकणारे प्रेक्षक त्यात धुंद होत चालले होते. किती वन्समोअर...किती टाळ्या. आणि तिसऱ्या अंकाच्या शेवटी आले 'प्रिये पहा... ' हे सुपरिचित पद. रागवलेल्या, रुसलेल्या रुक्मिणीची समजूत घालणारा श्रीकृष्ण तिला संगे घेऊन डावीकडच्या गवाक्षाकडे वळला मात्र...बाहेर नुकत्याच उगवलेल्या पहाटेच्या सूर्याचे किरण त्या खिडकीतून प्रकाशाची कोवळीक उधळत रंगमंचावर ओसंडत आले. त्या झोतात समोर उभे असणारे श्रीकृष्ण व रुक्मिणी दिव्य तेजाने उजळून निघाले. चित्रपटात दृश्य बदलावे तशी रंगमंचावरची ती प्रकाशाची जादू, त्यातून उचंबळत येणाऱ्या गाण्याचे मधुर सूर...सगळे कसे एकजीव झाले होते. क्षणार्धात बदललेली ती नेत्रदीपक किमया बघताच तुडुंब भरलेल्या प्रेक्षागृहात आनंदाची एकच लाट उसळली, टाळ्यांचा कडकडाट झाला अन् थिएटर दणाणून गेले. कोल्हापूरकरांनी हा फडदेखील जिंकला होता.

भल्या पहाटे नाटक संपले, तशी कलाकारांचे अभिनंदन करायला रंगपटात गर्दी होत गेली. कृष्ण, बलराम, सुभद्रा...त्यांचे किती कौतुक करावे अन् किती नको असे प्रेक्षकांना झाले होते. मी बघितले तर तिथेच एका बाजूला व्हीलचेअरवर एक वयोवृद्ध व्यक्ती बसलेली होती. कुणी त्यांचे अभिनंदन करत होते, कुणी वाकून त्यांच्या पायांना स्पर्श करून आशीर्वाद घेत होते. वय झाले असले तरी ते व्यक्तिमत्त्व अजूनही भारदस्त होते. त्यांचा गोरापान चेहरा पूर्वीच्या देखणेपणाची साक्ष देत होता. कुठेतरी पाहिले होते का मी यांना? कोण हे? व्हीलचेअरवर बसून इथे का आलेत? मी चौकशी केली. उत्तर आले,

"हे जयशंकर दानवे...दानवेमामा. या नाटकाचे दिग्दर्शक..."

मन आठवणींच्या पाऊलखुणा शोधत धावत मागे गेले. खूप वर्षे मागे... चित्रपटतपस्वी भालजी पेंढारकरांच्या चित्रपटातल्या त्यांच्या अनेक भूमिका... बाजी मोरे... चंद्रोजी खोपडे... शकुनी... औरंगजेब...'जयभवानी' चित्रपटाचे दिग्दर्शक... कितीतरी मोठी यादी!

कालांतराने 'हिरवी चादर, रुपेरी पडदा' हे त्यांचे आत्मचरित्र हाती पडले आणि या सगळ्या आठवणींना नव्याने उजाळा मिळाला. दानवे कलासृष्टीकडे ज्या काळात आले त्या काळात सभ्य घरातल्या मुलांनी या क्षेत्रात प्रवेश करणे अगदी कमीपणाचे, नामुष्कीचे मानले जाई. दानवे त्या काळच्या 'प्रथे'प्रमाणे वयाच्या बाराव्या वर्षी या ध्यासापोटी घर सोडून चक्क पळून आले आणि ते या सृष्टीचे रहिवासी झाले. तो काळ मराठी नाट्यसाहित्याच्या विकासाचा व नाटक कंपन्यांच्या उत्कर्षाचा मोठा रोमांचक कालखंड होता. इथे उर्दू, पारशी, मराठी

नाटकांनी जोर धरला होता. किर्लोस्कर, देवल, कोल्हटकर व खाडिलकर या नाटककारांनी केलेल्या संस्कृत नाटकांच्या भाषांतरित, पौराणिक गद्य नाटकांबरोबर, इंग्रजीतून अनुवादित होऊन आलेल्या 'बुकिश' नाटकांनी आपले बस्तान इथे बसवले होते. राजकीय हेतूने प्रेरित होऊन मुद्दाम लिहिलेल्या ऐतिहासिक नाटकांबरोबर नव्या सुधारणावादी विचारांची मूल्ये मांडणारी सामाजिक नाटके आपल्या रंगभूमीवर येऊ लागली होती. त्यांना प्रेक्षकांचे उदंड पाठबळ लाभत होते.

रंगभूमीची उत्तरोत्तर वृद्धी व प्रगती होत होती हे खरे; पण तिकडे दादासाहेब तोरण्यांच्या पावलावर पाऊल टाकून दादासाहेब फाळक्यांनी 'हिंदुस्थान फिल्म कंपनी' स्थापन करून पौराणिक मूकपट बनवण्याचा धडाका सुरू केला होता. इथे कोल्हापुरात चित्रपटमहर्षी बाबूराव पेंटरांनी 'महाराष्ट्र फिल्म कंपनी'च्या बॅनरखाली मराठेशाहीचा स्फूर्तिदायक इतिहास सांगणारे मूकपट काढायला सुरुवात करून भारतीय चित्रपटसृष्टीचा भक्कम पाया घातला होता. मूकपट बघायला येणारे प्रेक्षक हा हलता खेळ बघून तोंडात बोटे घालत होते. घरातून पळून आलेला शंकर प्रथम रुस्तम मोदी (पुढे 'मिनर्व्हा मुव्हीटोन'ची स्थापना करून अनेक भव्य चित्रपट निर्माण करणाऱ्या नटश्रेष्ठ सोहराब मोदींचे बंधू) यांच्या 'आर्य सुबोध' नाटक मंडळीत सामील झाला. कंपनीच्या 'असुरी लालसा' या नाटकात त्याला एका नृत्यात लहानसे काम मिळाले. यथावकाश कंपनी मुंबईला आली. पहिल्याच प्रयोगाला थिएटरवर हाऊसफुल्लचा बोर्ड लागला आणि हाय रे कर्मा! ऐन वेळी एक कलाकार काही अडचणीमुळे येऊ शकणार नसल्याची बातमी आली. प्रयोग बंद पडायची वेळ आली. पहिल्याच प्रयोगाला असा अपशकुन झालेला बघून नाटकमंडळीतले सगळेजण हवालदिल झाले. त्या वेळी अवघ्या चौदा वर्षांच्या शंकरने साठ वर्षांच्या मूर्खोजीरावाची विनोदी भूमिका केली; कारण सगळे संवाद व अभिनय पाठ! कंपनीची प्रतिष्ठा बचावली आणि त्याने सर्वांची वाहवा मिळवली. अशी नवनवीन भूमिका शिकण्याची जिद्द, त्यासाठी उत्तम पाठांतर व मेहनतीची तयारी अंगी असणारा शंकर अल्पावधीतच इतका लोकप्रिय झाला की त्याला आर्य सुबोधच्या चोवीसपैकी वीस नाटकांत वेगवेगळ्या भूमिका मिळत गेल्या. नायक, खलनायक व विनोदी अशा सगळ्या प्रकारच्या भूमिका करत असतानाच त्याने एकाच वेळी रामायणातली कैकयी आणि हॅम्लेटची आई अशा दोन खलनायिकाही रंगवल्या. आर्य सुबोधचे दिग्दर्शक-अभिनेते श्री. बेंजामिन यांच्या मार्गदर्शनाखाली तो अभिनयाच्या विविध छटा आत्मसात करत प्रगल्भ होत होता. या शिक्षणाच्या शिदोरीच्या आधारावर पुढची साठ-पासष्ठ वर्षांची वाटचाल त्याला यशस्वीपणे करता आली. बेंजामिन त्याचे

फक्त अभिनयकलेतील गुरू नव्हते, तर मार्गदर्शकदेखील होते. शंकरचे रंगमंचावरचे बेअरिंग कुठे चुकू नये, तसेच व्यक्तिगत जीवनातही त्याने कधी भटकू नये, म्हणून सतर्क राहणारे त्याचे बुजुर्ग पालक होते. त्या काळात गुरूंनी दिलेल्या मूल्यांचे शंकरने आयुष्यभर कसोशीने पालन केले.

१९३२ साली प्रभातचा पहिला बोलपट 'अयोध्येचा राजा' प्रदर्शित झाला आणि भारतीय चित्रपटाचा चेहरामोहरा बदलला. टॉकीजचे नवे युग सुरू झाले. ''इम्पीरियल'' आणि ''रणजित'' या फिल्म कंपन्यांबरोबर ''सम्राट'' व ''शालिनी सिनेटोन'' या कंपन्या कोल्हापुरात सुरू झाल्या. यापैकी ''सम्राट''चे मालक होते कोल्हापुरातले भांड्यांच्या प्रसिद्ध दुकानाचे मालक वणकुद्रे बंधू, तर ''शालिनी''च्या मालक होत्या प्रत्यक्ष छत्रपतींच्या भगिनी, कोल्हापूर संस्थानावर वचक ठेवणाऱ्या आक्कासाहेब महाराज. दानव्यांचे इथले सगळे अनुभव आपण त्यांच्या आत्मचरित्रातूनच वाचायला हवेत. सम्राटच्या 'नागानंद'मध्ये त्यांना रुपेरी पडद्यावर यायची संधी प्रथम मिळाली. पाठोपाठ शालिनीच्या 'उषा' या बाबूराव पेंटरांच्या दिग्दर्शनाखाली निघणाऱ्या चित्रपटात काम मिळून त्यांनी मराठी चित्रपटसृष्टीत आपले स्थान पक्के केले. या दोन्ही संस्थांमधली मंडळी काहीतरी नवीन भव्य-दिव्य करण्याच्या ध्यासाने पछाडली होती. तेव्हाचे सिनेमाचे तंत्र अगदीच अप्रगत होते. तरी समोर आलेल्या अडचणींवर प्रयत्नपूर्वक मात करून कोल्हापुरात चित्रपट तयार होत होते. त्या काळी चित्रपटाच्या शूटिंगपूर्वी नाटकाप्रमाणे तालमी करण्याची प्रथा असे. बेंजामिनसाहेबांच्या हाताखाली गिरवलेले 'टोनिंग', 'एक्स्प्रेशन', अभिनयाचे धडे दानवे कधी विसरले नाहीत; पण केवळ शिकवलेले गिरवत बसणाऱ्यांपैकी ते नव्हते. ते स्वतःच्या भूमिकेचा खोलवर विचार करत. वेगवेगळ्या व्यक्ती व प्रसंगांच्या निरीक्षणातून बारीकसारीक गोष्टी, त्यांच्या लकबी, हावभावातील बारकावे टिपून ठेवत आणि योग्य वेळी त्यांचा वापर करून आपली प्रत्येक

भूमिका समृद्ध करून टाकत. चित्रपटाची लाट आल्यानंतर नाट्यक्षेत्रातले अनेक गुणीजन त्या काळी सिनेमाकडे आकर्षित झाले; पण दानव्यांनी मात्र नाटकाविषयीचे आपले ईमान कधीच सोडले नाही. नायक-खलनायकाच्या महत्त्वपूर्ण भूमिका करण्याची संधी व कुवत असूनही अडचणीच्या वेळी गरज पडेल ती भूमिका नाटकात करण्याची त्यांची तयारी असे. एकदा तर 'हॅम्लेट'च्या उर्दू आवृत्तीत हॅम्लेटची आई आणि प्रेयसी अशा दोन अगदी परस्परविरोधी भूमिका त्यांनी एका प्रयोगात केल्या आणि पुन्हा एकवार नाटक कंपनीची अब्रू वाचवली. त्यांची ती केसांचे वळण बदलून तरुण-म्हाताऱ्या स्त्रियांच्या भूमिका करण्यासाठी केलेली तारेवरची कसरतही आपण मुळातूनच वाचायला हवी.

१९३५-७५ या चाळीस वर्षांच्या कालखंडात दानव्यांनी सदुसष्ट चित्रपट व एकशेचौतीस नाटकांत विविधरंगी, विविधढंगी भूमिका केल्या, दिग्दर्शन केले व शेवटी स्वतःची नाट्यसंस्था स्थापन करून नाट्यनिर्मितीचा कठीण प्रयोगदेखील करून बघितला. या कालखंडात त्यांचे खरेखुरे आंतरिक नाते जुळले ते गाझे आजोबा भालजी पेंढारकरांशी. ''शालिनी सिनेटोन''मध्ये भालजी दिग्दर्शक म्हणून येणार, हे कळताच पूर्वग्रहदूषित झाल्यामुळे त्यांना भेटू न इच्छिणारे दानवे तेव्हा चक्क रजेवर निघून गेले; पण जेव्हा ते परतले तेव्हा भालजींच्या 'संत कान्होपात्रा' या चित्रपटात खलनायकाची भूमिका तर त्यांनी रंगवलीच; पण त्यांना दिग्दर्शनातही साहाय्य केले. तिथून त्या दोघांचे जे गोत्र जुळले ते कायमचे. भालजींच्या एकूण पंचेचाळीस हिंदी-मराठी चित्रपटांपैकी बावीस चित्रपटांत दानव्यांच्या वेगवेगळ्या भूमिका आहेत. तब्बल तेहतीस वर्षे ते सतत भालजींच्या सहवासात, त्यांच्या संस्थेत कार्यरत राहिले. या काळात अनेक अभिनेते-अभिनेत्री, तंत्रज्ञ भालजी पेंढारकर स्कूलमध्ये अत्यंत शिस्तबद्धपणे शिकत होते, अक्षरशः घडून तयार होत होते. गराठी चित्रपटसृष्टीला या रकूलने किती नटनट्या, दिग्दर्शक, संकलक, कॅमेरामन मिळवून दिले, हा एक स्वतंत्र अभ्यासाचा विषय आहे. यातली बहुतेक सगळी मंडळी पुढील काळात पुण्यामुंबईच्या हिंदी-मराठी चित्रपटसृष्टीकडे वळली, तिथे प्रसिद्धी अन् पैसा कमवून यशस्वी ठरली. भालजींच्या 'वाल्मिकी'व 'महारथी कर्ण'मध्ये प्रमुख भूमिका करण्यासाठी अभिनेते पृथ्वीराज कपूर व दुर्गा खोटे यांसारखी तेव्हाची आघाडीची मंडळी खास आमंत्रित करण्यात आली होती. पुढे हिंदी चित्रपटसृष्टीत आपली देदीप्यमान कारकीर्द घडवणाऱ्या राज कपूरना त्यांच्या आयुष्यातली पहिली भूमिका भालजींच्या चित्रपटात मिळाली ती दानव्यांच्या मध्यस्थीमुळे! त्यांनी पोरसवदा राजमधले कलागुण हेरले अन् त्याला नारदाचा मेकअप् करून बाबांसमोर उभे केले. तो निळ्या डोळ्यांचा नाजूकसा नारद बाबांना पसंत पडला आणि जयप्रभा स्टुडिओमध्ये राजची कारकीर्द सुरू झाली.

स्वतः राज कपूर त्याबद्दल शेवटपर्यंत अत्यंत ऋणी होते.

दानव्यांनी मनात आणले असते तर इतरांप्रमाणे पुण्यामुंबईला येऊन चित्रपटात कामे करून खोऱ्याने पैसा ओढणे त्यांना सहज शक्य होते; पण त्यांची निष्ठा होती बाबांशी, देव, देश व धर्म यांच्यासाठी जीव द्यायला उद्युक्त करणाऱ्या त्यांच्या शिकवणीशी आणि फक्त त्यासाठीच उपयोगात आणल्या जाणाऱ्या चित्रपटकलेशी. या निष्ठेपायी ते कायम कोल्हापुरात राहिले, तिथेच रमले.

पण, मुळात हा नाटकवेडा माणूस! कोल्हापुरात नाट्यनिर्मिती करण्यासाठी दर वेळी नवीन नटनट्या मुंबईहून आणायला लागू नयेत म्हणून कोल्हापुरातच अभिनयाचे शिक्षण देणारी एक संस्था काढावी, असे त्यांच्या मनात घोळत होते. त्या वेळी 'मीठभाकर' हा भालजींचा एक आगळावेगळा चित्रपट तयार झालेला होता. संस्थेतल्या प्रत्येकालाच चित्रपटाच्या यशाची खात्री होती; पण गांधीवधानंतर कोल्हापुरात जी दंगल उसळली त्यात झालेल्या जयप्रभा स्टुडिओच्या होळीत सर्वांची स्वप्ने जळून खाक झाली. त्या अग्निकांडाच्या दुर्दैवी घटनेचा इतिहास सर्वांना ज्ञात आहे. स्टुडिओबरोबर 'मीठभाकर'ची तयार असलेली प्रिंटही जळून राख झाली होती. जिवाला धोका असल्याच्या सबबीखाली तुरुंगात डांबले गेलेले बाबा, सर्वस्व हरवल्याने खचून गेलेले त्यांचे कुटुंबीय, निराधार झालेला कामगार वर्ग, सगळे दृश्य हताश करणारे होते. अशा वेळी अक्षरशः राखेतून स्टुडिओ पुन्हा उभा करण्यासाठी व चित्रपटाची पुनर्निर्मिती करण्यासाठी जे काही मूठभर लोक आजोबांच्या खांद्याला खांदा लावून खंबीरपणे उभे राहिले, त्यात बाबांचा हा शिलेदार सर्वांत पुढे होता. बाबांच्या मनाची विषण्ण अवस्था जाणून दानव्यांनी 'मीठभाकर'चे स्क्रिप्ट आठवले तसे संवाद आणि प्रॉपर्टीसह महिन्याभरात पुन्हा लिहून तयार केले. नव्याने डाव मांडून त्यांनी नटनट्यांना शिकवून तयार केले. सहाय्यक दिग्दर्शक म्हणून ते सतत सावलीसारखे आजोबांच्या सांगाती राहिले. या चित्रपटात त्यांनी स्वतः सुंदरराव सातपुते ही खलनायकाची भूमिका वठवली. ती इतकी अप्रतिम वठली होती की प्रेक्षकांतल्या आयाबाया चित्रपट बघताना शिव्या घालत अन् त्यांच्या नावाने बोटे मोडत घरी जात. मुंबईतल्या कोहिनूर चित्रपटगृहात तिथे आलेल्या दानव्यांना बघून प्रेक्षक इतके क्षुब्ध झाले की त्यांना शिव्यांबरोबर चपलांचा भडिमार सोसावा लागला. शेवटी प्रसंगावधान राखून त्यांना तिथून पळ काढावा लागला. भालजींच्या 'प्रभाकर पिक्चर्स', 'गौरी पिक्चर्स', 'जय भवानी पिक्चर्स' या वेगवेगळ्या बॅनर्सखालील चित्रपटात- अगदी 'कान्होपात्रा' ते शेवटच्या 'प्रीत तुझी माझी'पर्यंत दानवे बाबांच्या बरोबर काम करत राहिले. भालजींचा चित्रपट, मग तो सामाजिक असो वा ऐतिहासिक, त्याच्या श्रेयनामावलीत दानव्यांचे नाव नसेल तर तो चित्रपट अळणी वाटावा, इतके महत्त्व त्यांना प्राप्त

झाले होते आणि त्याचा त्यांना रास्त अभिमान वाटत होता.

बोलपटांचे आगमन झाल्यावर अल्पावधीतच मराठी नाटकाची पीछेहाट होऊ लागली. त्या काळच्या चित्रपटातील कथेच्या मांडणीवर, सादरीकरणात विशेषतः अभिनयशैलीवर नाटकाचा प्रभाव होता. दानव्यांचा अभिनयही तसा नाटकाच्या अंगाने जाणारा होता; पण त्यांच्या पूर्वीची केशवराव दाते, चंद्रमोहन, बाबूराव पेंढारकर इ. खलनायकी भूमिका करणारी नटश्रेष्ठ मंडळी डोळ्यांसमोर आणली की दानव्यांनी तसा अभिनय करणे साहजिक वाटू लागते व त्या शैलीचा ठसा पुढच्या काळात रमेश देव, राजशेखर, मधू कडू या खलनायकांच्या अभिनयावर पडला, ही संगती लक्षात येते.

दानव्यांचा मूळ पिंड मात्र शिक्षकाचा असावा. अगदी सोहराब मोदींपासून चंद्रकांत, सुलोचना, गणपत पाटील, जयश्री गडकर, कान्होपात्रा, पद्मा चव्हाण असे अगणित कलाकार दानव्यांनी चित्रपट व रंगभूमीसाठी शिकवून तयार केले. अशी किती नावे घ्यायची? अगदी अलीकडच्या काळातल्या अभिनेत्री पूजा पवारपर्यंत ज्या सर्वांना त्यांच्या मार्गदर्शनाचा लाभ झाला, ते कलावंत खरोखरीच भाग्यवान म्हणायला हवेत. पाय अधू झाल्याने घरी बसायची वेळ आली, तरीसुद्धा त्यांच्या या शिकवण्या चालूच राहिल्या. कुठल्याही शाळेत न शिकलेला, अभिनयाचे कसलेही प्रशिक्षण न घेतलेला हा कलावंत आपण आयुष्यभर वेचलेले ज्ञान व अनुभव यांचा फायदा इतरांना भरभरून करून देत राहिला. अभिनयसंपन्न कलावंत घडवणे ही त्यांची आंतरिक तळमळ होती. त्यांच्या स्वभावाला फटकळपणाची किनार होती. त्यांच्या रागाचा फटका अनेक कलावंतांनी खाल्ला आहे; पण जे खरोखरी काही उत्तम शिकण्याच्या इच्छेने व त्यासाठी श्रम करण्याच्या तयारीने त्यांच्यापाशी गेले त्यांना दानव्यांनी अत्यंत औदार्याने ज्ञानदान केले.

दानव्यांमुळे किती नाट्यसंस्था उभ्या राहिल्या त्याला तर गणतीच नाही. नाटक जितके अवघड, जितके आव्हानात्मक, तितकेच दानवेही हट्टीपणे प्रयोग बसवायला परिश्रम घ्यायचे. त्यांनी अगदी किर्लोस्करांपासून तेंडुलकरांपर्यंत वेगवेगळ्या नाटककारांची नाटके दिग्दर्शित केली आहेत. प्रसंगी त्यांनी नवशिक्या व होतकरू लेखकांना शोधून काढून, त्यांची नाटके प्रकाशात आणली. हातात आलेल्या नाटकाचा सखोल अभ्यास करून, पूर्वसुरींनी घालून दिलेल्या वाटेवरून आंधळेपणाने न जाता ते प्रत्येक नाटकाच्या सादरीकरणात योग्य ते फेरफार करत. त्यामुळे नाटकातल्या त्रुटी दूर होत, सुसूत्रता येई व नाटकाच्या सौंदर्यात भर पडत असे, अशी ग्वाही त्यांच्याबरोबर काम करणाऱ्या अनेक कलाकारांनी दिली आहे. कोल्हापूरच्या शुगर मिलमधल्या अडाणी शिपायापासून मॅनेजरपर्यंत सर्वांकडून 'एकच प्याला' सारख्या नाटकात त्यांनी उत्तम अभिनय करवून घेतला व 'जीवन

कल्याण' या संस्थेची यशस्वी वाटचाल सुरू झाली. पुढच्या पंचवीस वर्षांच्या काळात या संस्थेची जवळपास बत्तीस-तेहतीस नाटके दानव्यांच्या दिग्दर्शनाखाली रंगमंचावर येत गेली. त्याशिवाय 'करवीर भगिनी मंडळ', 'मेडिकल असोसिएशन', 'देवल क्लब', 'न्यू हायस्कूल' अशा संस्थांची अनेक नाटके त्यांच्या मार्गदर्शनाखाली करण्यात आली. त्या प्रयोगांतून मिळालेल्या कमाईवर या संस्था भक्कमपणे उभ्या राहिल्या. स्वतःची नाट्यसंस्था काढण्याचे त्यांचे स्वप्न अपुरे राहिले; पण कोल्हापुरातल्या नाट्यपरंपरेला त्यांनी रांगते, खेळते, बोलते केले. तिला अभिजात सौंदर्यांचे लेणे लेववून समृद्ध केले, हे त्यांचे ऋण आपण मान्य करायलाच हवे.

त्यांचे आत्मचरित्र वाचताना आपल्याला एका अत्यंत सच्च्या, साध्या पण निष्ठावान कलावंताचा जीवनपट वाचल्याचा प्रत्यय येत राहतो. अगदी साध्या, सोप्या भाषेत त्यांनी आपल्या जीवनातल्या घटना प्रांजळपणे उलगडून दाखवल्या आहेत; पण ते करताना अभिनयाविषयी कुठलीही थिअरी वा मेथड त्यांनी मांडलेली नाही किंवा आपण कुणी जाणकार नटश्रेष्ठ, नाट्याचार्य आहोत, हा अभिनिवेश त्यांच्या ठायी दिसत नाही. चित्र, शिल्प, काव्य, गायन या कलांची त्यांना उत्तम जाण होती. अभिनय तर त्यांच्या नसानसातून भिनलेला होता. कलेसाठी सर्व जीवन त्यांनी वाहून घेतले होते. त्या काळात दिग्दर्शकाला मिळणारे मानधन ते कितीसे असणार? पण दानव्यांनी प्रसंगी तेही मागितले नाही. त्यांच्या कुटुंबाचा चरितार्थ कसा चालत होता, ते तो एक नटेश्वरच जाणो! त्यांच्या शब्दात गर्व, अहंकार तर नाहीच; पण कोणताही दांभिकपणाचा, कळवळ्याचा हलकासा सूरही या आत्मचरित्रात प्रत्ययाला येत नाही. त्यांच्या आत्मचरित्रातल्या सगळ्या आठवणी त्यांच्या कलाजीवनाविषयीच्या आहेत. व्यक्तिगत आठवणींकडे ते फारसे वळलेलेच नाहीत. तरीही पत्नीच्या आठवणीने सद्गदित होणारे दानवे इथे आपल्याला भेटतात. हा अपवाद सोडला तर स्वत:च्या मुलांबद्दल लिहितानाही त्यांनी त्यांच्या नाट्यकर्तृत्वाबद्दलच अधिक लिहिलेले आहे, त्याबद्दलच त्यांना अभिमान वाटतो आहे असे दिसते. दानव्यांनी स्वतः पंधरा नाटके लिहिली होती; पण त्याबरोबर कादंबऱ्या, लघुकथा, काव्य, एकांकिका व पटकथाही लिहिल्या हे बघून आश्चर्य वाटते. हा माणूस कोणत्या मातीतून घडला होता? पूर्वीचे कुठले संचित घेऊन जन्माला आला होता? कोल्हापूरसारख्या लहानशा संस्थानात राहूनही तब्बल साठ वर्षे कलेची एकनिष्ठ अथक साधना कसा करत राहिला? ती कोणती शक्ती होती जिने शंकरला जयशंकर होण्याची प्रेरणा दिली, आयुष्यभर त्यांच्याकडून कलेची अशी अहर्निश सेवा करून घेतली?

दानव्यांना शासनाचे वा खासगी कोणतेही भूषण, गौरव पुरस्कार मिळालेले नाहीत. शासनाचे मानधन? एखादे सरकारी योजनेतले घर? त्यांच्या नावाचे

एखादे प्रतिष्ठान? किमानपक्षी एक स्मृतिस्तंभ, स्मारक तरी? छे! त्या आत्मचरित्रात वा त्यांच्या कन्येने लिहिलेल्या प्रस्तावनेत तरी तसा कोणताही उल्लेख आलेला नाही आणि ते न मिळाल्याबद्दल कोणती खंत व्यक्त केलेली नाही. नाट्यकलेची तपश्चर्या हेच त्यांच्या आयुष्याचे श्रेय होते. अभिनय हे जसे त्यांचे साधन होते तसेच साध्यही. कलानिर्मितीच्या आनंदापोटी दानवे जगले. रसिक प्रेक्षकांनी दिलेल्या शाबासकीवर, पोचपावतीवर खूष झाले. वडीलधाऱ्यांनी दिलेल्या आशीर्वादाने, कौतुकाने ते तृप्त झाले, भरून पावले. १९८६मध्ये जयशंकर दानवे आपल्याला सोडून गेले, त्यानंतर तब्बल तेरा वर्षांनी त्यांचे आत्मचरित्र प्रसिद्ध झाले. त्यासाठी त्यांच्या कन्या जयश्री दानवे यांनी घेतलेल्या परिश्रमांचे कौतुकच करायला हवे. आपल्यासारख्या प्रेक्षकांना दानव्यांसारखे थोर, मोठे कलावंत दुरून उत्तुंग हिमशिखरांसारखे दिसत असतात. ते बघून आपण विस्मित होऊन जातो; पण त्या शिखरांच्या पोटात उकळणाऱ्या लाव्हारसाचे तप्त चटके आणि फटके त्यांच्या कुटुंबीयांना सोसावे लागत असतात. जयश्रीने आपल्या प्रस्तावनेत दानव्यांचे अतिशय समर्पक शब्दचित्र रेखाटले आहे, त्यातून हे जाणवत राहते.

मुखपृष्ठ, आकार, मांडणी, चित्रे व फोटोंची रचना सर्वच अंगांनी हे पुस्तक देखणे झाले आहे. मराठी नाटक व सिनेमाच्या एका अत्यंत वैभवशाली कालखंडाचा अतिशय सोप्या भाषेत लिहिलेला ऐतिहासिक दस्तऐवज म्हणून आपण सर्वांनी हे पुस्तक जरूर वाचले पाहिजे. आजच्या घडीला प्रायोगिक-व्यावसायिक रंगभूमीवर वावरणाऱ्या प्रत्येक रंगकर्मीने तर हे चरित्र जरूर अभ्यासावे व सतत आपल्या संग्रही ठेवावे. रंगभूमीवर जरा कुठे प्रवेश मिळतो न मिळतो तोवर एक डोळा दूरदर्शन मालिका अन् दुसरा चित्रपटसृष्टीवर ठेवत प्रसिद्धी व पैसा मिळवण्याच्या हव्यासापोटी धडपडणाऱ्या या कलाकारांची दीनवाणी अवस्था होत कारकीर्द पार कोलमडून पडते, याची अनेक उदाहरणे आपल्यासमोर आहेत. या सर्वांना दानव्यांच्या दीर्घकालीन यशाचे गमक समजावून घ्यायला ही कहाणी उपयुक्त ठरेल.

जयशंकर दानवे यांना मी एकदाच प्रत्यक्ष पाहिले; पण त्यांच्या खलभूमिकांचा पगडा माझ्या मनावर इतका बसला होता की त्यांची ओळख करून घ्यायची इच्छा असूनही मी पुढे झाले नाही. ती त्रुटी या चरित्रकहाणीमुळे पुरी झाली. जणू माझ्या घरातल्या वडीलधाऱ्या कुणी बोटाला धरून बरोबर न्यावे तसे दानवे मला सांगाती घेऊन त्या कालखंडातून अलगद फिरवून घेऊन आले. त्यातल्या वळणांवर भेटलेली कित्येक मंडळी माझ्या परिचयाची होती, काहींच्या कहाण्या-आख्यायिका मी ऐकल्या होत्या, त्यातील काहींना रुपेरी पडद्यावर, तर काहींना प्रत्यक्ष बघितले

होते. त्या सर्व आप्तांच्या पुन्हा एकदा भेटी झाल्या, पुनःप्रत्ययाचा आनंद मिळाला. माझे मन आनंदाने भरून आले.

दानव्यांचे ऋण मानावे तितके थोडे आहे.

◆

नवशक्ती, रविवार पुरवणी